शबरीची बोरं

डॉ. सुमन नवलकर

नोशन प्रेस मिडिया प्रायव्हेट लिमिटेड

D9900574

शबरीची बोरं **(Shabarichi Bore)**
कथासंग्रह
डॉ. सुमन नवलकर

प्रथमावृत्ती
१२ ऑक्टोबर २०२४

प्रकाशक:
नोशन प्रेस मिडिया प्रायव्हेट लिमिटेड
#7, रेड क्रॉस रोड
इग्मोर, चेन्नई , तमिळनाडू 600008
फोन नं. 044 4631 5631
Email: publish@notionpress.com

© डॉ. सुमन नवलकर
ए-२०, ज्योती बिल्डिंग, प्लॉट नं. ४३/४५,
बरकत अली दर्गा मार्ग, वडाळा (पूर्व), मुंबई – ४०००३७.
मो. ८७७९१९४०४२, ९९६९०२८९६७
इमेल: suman.navalkar@gmail.com

मुखपृष्ठ
सविता शितोळे

अक्षर जुळणी
डॉ. सुमन नवलकर

मूल्य: ₹ २७०/-

माझे सासू-सासरे
कालिंदी आणि मधुकर नवलकर
यांच्या स्मृतीस
प्रेमादरपूर्वक.

अनुक्रमणिका

१. सामना

खरं तर मला ट्रेनमधे खिडकी मिळाली होती. मग आणखी काय हवं होतं मला? पण मला एकाच वेळी ट्रेनमधली गंमत आणि खिडकीबाहेरची गंमत दोन्ही पाहायचं होतं. पण बाहेर पाहायला लागलं की आतली मजा हुकायची आणि आतली धमाल पाहायला लागलो की बाहेरचं काय हुकलं ते कळायचंही नाही. माझ्या बरोब्बर समोरची खिडकी तिची होती. पण ती खिडकीखाली सीटवर उशी ठेऊन आडवी झालेली होती. पायांवरून ब्लँकेट थेट खांद्यांपर्यंत ओढून घेऊन हातातलं पुस्तक तन्मयतेने वाचत होती. खिडकीआतली आणि बाहेरची गंमत पाहण्यात तिला मुळीच रस नव्हता. माझ्याच वयाची आणि इतकी नीरस?

पावसाळा संपत आला होता. खिडकीबाहेर आकाशाचा निळा आणि जमिनीचा हिरवा असे दोनच रंग खच्चून भरलेले होते. मधेच छोटंसं तळं लागायचं. तळयाच्या काठावर पांढरेशुभ्र बगळे उभे असायचे. उडायचेही. एखाद्या झाडाच्या फांद्यांना खूपशी सुगरणींची घरटी डुलत असायची. मुलींच्या कानांत डूल डुलावे तशी.

मधेच एकदा ट्रेन थांबूनच राहिली. मग माणसंही कंटाळून सुस्तावली. कोणी झोपूनही गेले. मग आत बघण्यासारखं काही नाही आणि बाहेरचं दृश्यही थांबून राहिलेलं. पण मी आपला बघत होतो बाहेर. तर काय गंमत. शेताच्या खळ्यात मला अचानक एक मोर दिसला. ऐटदार पावलं टाकत आपला फिरतोय. पाठून एक लांडोरदेखिल. बघता-बघता पाच-सहा मोर आले. खाली मान घालून काहीतरी टिपत होते.

"आई, बाबा, मोर बघा मोर!" माझ्या ओरडण्याने डब्यातले सर्वच खिडक्यांतून, दारांतून मिळेल तसे मोर पाहायला लागले. मोबाईलवर फोटो काढायला लागले. कंटाळवाणेपणा पळालाच. मोर आणखी थोडे ट्रेनच्या जवळ यावेत असं वाटत असतानाच ट्रेनच मोरांपासून दूर निघाली. पण बराच वेळ मोरांच्या गोष्टी मात्र ट्रेनमधे होत राहिल्या. आश्चर्य म्हणजे याही वेळी ती मुलगी जागची हलली नाही. थोडं बसल्यासारखं करत तरी ती खिडकीतून मोर पाहू शकली असतीच. पण नाही. तिने नाही म्हणून तिच्या वडिलांनीही नाही. कधी नदीवरच्या पुलावरून ट्रेन धावत होती, तर कधी डोंगरामधल्या बोगद्यामधून. मजा मात्र खूप येत होती. 'या मुलीला काहीच कसं पाहावंसं वाटत नाही?' माझ्या मनात यायचं.

मधेच एक मोठं स्टेशन आलं. दहा-पंधरा मिनिटं आधी दुतर्फा घरं, इमारती,

कारखाने असं दिसायला लागलं, तेव्हाच ज्याना उतरायचं होतं, त्यांनी आपापल्या बॅगा घेऊन दरवाजाकडे जायला सुरुवात केली. ट्रेनमधे नव्याने झालेल्या ओळखी, नव्याने निरोप घेतानाचं दुःख, एकमेकांशी फोनवर, वॉट्सॅपवर जोडलेलं राहाण्याची वचनं. स्टेशन आल्यावर आतले प्रवासी उतरायच्या आधीच प्लॅटफॉर्मवरच्या प्रवाशांची चढायची घाई!

नवीन चढलेल्यांपैकी एक मुलगी आमच्या बाजूलाच येऊन बसली. साधारणपणे आमच्याच वयाची. आता ही तरी बोलती करेल तिला. पण याही वेळी ती जागेवरून जराही हलली नाही. जणू तिच्या पुस्तकातली अक्षरं पळून जाणार होती. किंवा ते पुस्तक तरी तसंच झपाटून टाकणारं असावं की ते तिला सोडवतच नसावं.

मला ट्रेनच्या प्रवासात खादाडी करायला खूप आवडतं. वडा, सामोसा, कोल्ड्रिंक जे-जे काही येईल त्यावर ताव मारायचा. ही नवीन मुलगीही माझ्याच जातकुळीची होती. सारखं हलत होतं तिचं तोंड. खायलाही आणि बडबडायलाही. मधेच ती त्या 'अचला'कडे गेली. हिने तिच्याशी गप्पा मारल्या. पण उत्तरं मिळाली ती झोपूनच. शेवटी ही बडबडकांदी आली कंटाळून आपल्या सीटवर. नाही म्हणताना तिच्या चेहऱ्यावरचे भाव हिच्याशी बोलताना थोडे उत्फुल्ल की कसे ते झाले होते. पण तेवढयापुरताच.

आता मला छंदच लागला होता, की जाता-येता ट्रेनच्या आत-बाहेर ज्या काही घडामोडी होतील त्यांचा तिच्या चेहऱ्यावर होणारा परिणाम टिपत राहायचा. ट्रेन मुंबईहून निघाल्याला पाच-सहा तास होऊन गेले होते. एवढ्या वेळात प्रत्येक जण किमान एकदा तरी वॉशरूम-बेसिन अशी वारी करून आला होताच. पण 'अचला' तर त्यासाठीही उठली नव्हती. तिचे बाबाही जाऊन आले होते. पण ती नाही. कदाचित तिथे जावं लागू नये, म्हणूनच की काय, वडा खाल्ल्यावरही ती कोल्ड्रींक-पाणी काहीही प्यायली नव्हती.

मधेच पलीकडे किचकिचाट ऐकू आला. "जरा नीट बसा ना. किती जागा अडवताय? नाहीतर वर जाऊन झोपा." कोणीतरी सांगत होतं.

"मी असाच बसणार. तुम्हाला त्रास होत असेल, तर तुम्हीच जाऊन झोपा वर." तो दुसरा सांगत होता.

बोलता-बोलता आवाज चढले त्यांचे. बाचाबाचीचं भांडणात रूपांतर झालं. कितीतरी जण जागेवरून उठून तिथपर्यंत पोहोचलेही. नीरस होत चाललेल्या प्रवासात तेवढंच काहीतरी सनसनाटी. ट्रेनमधल्या मरगळीत अचानक चैतन्य सळसळलं. मध्यस्थी- समजूत- हळूहळू चढलेले आवाज उतरले. पसरलेल्याने पसारा आवरता घेतला असावा. जो-तो आपापल्या सीटवर परतला. मी हळूच

पाहिलं. 'अचला'देवीची समाधी जराही ढळली नव्हती. ती आणि तिचं ते महारसपूर्ण पुस्तक!

जराश्याने संग्रामनगर येईल. शेवटचं स्टेशन. मग उठावंच लागेल बाईना. ती दोघंही आपल्यासारखीच प्लॅटफॉर्मवर उतरतील. तिचे बाबा, माझे बाबा निरोपाची भाषा बोलतील. एक वेगळंच, विचित्र सोंग म्हणून कायम लक्षात राहील ती आपल्या.

स्टेशन यायची वेळ जवळ येत चालली, तसं सर्वांनी आवरतं घेतलं. वरच्या बर्थवरच्या बॅगा खाली आल्या. केसांवरून फण्या फिरल्या, शर्ट नीट आत खोचले गेले. अडकणीत अडकवलेल्या पाण्याच्या बाटल्या निघाल्या. बॅगेत ठेवण्यापूर्वी दोन घोट घशात उतरवले गेले.

स्टेशन आलं. सर्वांना उतरायची घाई. प्रत्येक जण सामान घेऊन उतरे पर्यंत दरवाजापाशी रांग उभी ठाकली. आम्हीही सामान घेऊन उभे होतो. तेवढयात तिचे बाबा एक बॅग घेऊन दरवाजापाशी आले. बाबाना लक्ष ठेवायला सांगून दुसरी बॅग आणायला गेले. त्यांनी त्या दोन्ही बॅगा खाली उतरवल्या.

"जरा बघता का माझ्या बॅगा? मी माझ्या मुलीला घेऊन येतो." म्हणत ते परत डब्यात वळले. पण परतायला बराच अवकाश लागला त्याना. मी, आई, बाबा त्यांच्या आणि आमच्या बॅगांसोबत उभे होतो. अख्खा प्लॅटफॉर्म एव्हाना रिकामा झाला होता.

तेवढयात आले तिचे बाबा तिला घेऊन. घेऊन म्हणजे अक्षरशः कडेवर घेऊन. माझे बाबा पुढे झाले. त्यांच्या आधाराने ते तिला घेऊन कसे-बसे ट्रेनमधून उतरले. समोरच्या बाकावर तिला नेऊन बसवलं. तिच्या हातात तिच्या कुबडया होत्या. ढोपरांखाली तिला दोन्ही पाय नव्हतेच.

प्लॅटफॉर्मचा ब्रीज पार करून पलीकडे जायचं होतं. स्लोप नव्हता. पायऱ्या होत्या. कशी चढणार होती ती पायऱ्या? बॅगाना चाकं होती. पण पायऱ्या म्हटल्यावर त्याही उचलाव्याच लागणार होत्या. एव्हाना हमालही गेलेले होते. पुढल्या गाडीला अवकाश असणार.

"बाबा, मी बसते इथे. तुम्ही सामान घेऊन जा आधी." मला तिच्या सोबत थांबवून आई, बाबा आणि तिचे बाबा सामान घेऊन निघाले. पलीकडे गेल्या वर पुन्हा आई-बाबांकडे बॅगा ठेवून तिचे बाबा परत येणार होते.

"कसं झालं ग असं?" मी न राहावून विचारलं.

"ट्रेनमधे चढताना प्लॅटफॉर्म आणि ट्रेनच्या मधल्या फटीतून रुळांवर पडले रे मी. पटकन रुळांच्या मधल्या जागेत अंग सरकवलं. पण पाय जवळ घ्यायच्या आत गाडी सुरू झाली." सांगतानाही अंग शहारलं तिचं.

" आणि आता इथे? "

" इथे कृत्रिम पायांचं माप द्यायला आलेय." ती धिटाईने म्हणाली. " पाय तर हवेतच ना रे? उभं राहायला? चालायला? धावायला? "

माझे पाय ट्रेनमधे बसून दुखत होते. प्लॅटफॉर्मवर उभं राहून आणखी दुखायला लागले होते. आणि ती कृत्रिम पायांवर उभं राहायच्या, चालायच्या, धावायच्या गोष्टी करत होती. तेवढयात तिचे बाबा आले. तिला उचललं आणि निघाले. तिच्या उज्ज्वल भवितव्याच्या दिशेने. त्यांच्या मागून चालताना माझी पावलं मात्र सारखी अडखळत होती.

'अचला'! तिला ठेवलेल्या त्या नावाची मला लाज वाटली. तिचं खरं नाव काय होतं कुणास ठाऊक. पण 'अचला' तर नक्कीच नसणार'. तेजस्विनी' असेल का?

(उत्तमकथा – फेब्रुवारी २०२०)

२. उसनघाटावरचे धोबी

माझा सेवानिवृत्तीचा दिवस. ज्या ऑफिसात गेली पस्तीस वर्षं नोकरी केली, त्या ऑफिसला आज कायमचा रामराम ठोकायचा. आयुष्यभर नोकरी केली, ती या म्हणजे या एकाच ऑफिसात. बरे-वाईट जे काय अनुभव आले नोकरदार म्हणून, ते या आणि याच ऑफिसात. बदलीचा योग आला नाही. बढतीचे अनेक योग आले. पदोन्नती- पगारवाढ देऊन गेले. आयुष्यात दुःखाचे-काळजीचे अनेक प्रसंग आले, तेही या ऑफीसमधल्या सहकाऱ्यांच्या-सुहृदांच्या सहवासात सुसह्य झाले. आनंदाचे प्रसंग सहकाऱ्यांच्या सहवासात आनंद व्दिगुणीत करणारे ठरले. माझं हे दुसरं घरच जणू.

इथे माझं कामाचं टेबल. टेबलाच्या पाठी माझी इतक्या वर्षांची जुनी खुर्ची. पस्तीस वर्षांत ऑफिसमधे किती वेळा डिपार्टमेंट बदललं गेलं. पण मी खुर्चीसकट स्थलांतर केलं. या खुर्चीत बसलं की मला कसं आश्वस्त वाटायचं. कामाला हुरूप यायचा. संध्याकाळी घरी जायची वेळ आली, की मी खुर्चीचाही निरोप घ्यायचो. म्हणायचो, 'घरी चाललोय ग बये, आता उद्याच भेटू. सांभाळून राहा. उगीच धडपडू नको. स्वतः मीही कधी तुला वाकडं-तिकडं केलं नाही. तू जोडणीतून खिळ-खिळी होऊ नयेस, म्हणून खूप जपलं तुला.'

वर्षा-दोन वर्षांनी ऑफिसच्या सर्व लाकडी फर्निचरला पॉलिश होतं. माझ्या खुर्चीलाही होत आलंय. त्यामुळे खुर्ची वर्षानुवर्षं आहे तशी आहे. लाकडी असल्यामुळे उन्हाळ्यात जास्त तापत नाही; थंडीमधे जास्त थंड पडत नाही. मुख्य म्हणजे खुर्चीला हात आहेत. त्यामुळे आत बसलं की अगदी सुरक्षित वाटतं. सर्व संकटांपासून सुरक्षित. पण खरं तर सुरक्षित राहाण्यासाठी गेल्या पस्तीस वर्षांत वेळो-वेळी अनेक युक्त्या- क्लुप्त्या वापराव्या लागल्यात मला. खूप सावधपणे वावरावं लागलंय. वेळी गोड बोलून, वेळी कठोर होऊन मार्ग काढावा लागलाय. पण ते तर काय, इतर कुठे नोकरी असती, तरीही करावंच लागलं असतं ना? मी मनाला समजावतो.

मुख्य म्हणजे इथल्या सर्व कर्मचाऱ्यांचे स्वभाव, वागण्याच्या पध्दती, त्यांना हाताळण्याचे आराखडे सर्व आता परिचित झाले आहेत. 'आपण नोकरी बदलत राहिलो, तर दर वेळी नवी माणसं, नवे साहेब, नवी हाताखालची माणसं. त्यांचे स्वभाव परिचित करून घेता-घेता किती वर्षं जातील. तोपर्यंत किती जण आपला फायदा घेतील. किती जणांचा फायदा घ्यावा असं आपल्याला वाटेल. मग परिचय होता-होता पुन्हा नोकरी बदलली, की पुन्हा

नव्या तडजोडी. कशी काय बुवा माणसं सतत नोकऱ्या बदलत असतात?' मला नेहमी प्रश्न पडत आलाय. मी मात्र नोकरीला लागल्या दिवसापासून ह्याच एका नोकरीला चिकटून राहिलो आणि आज इथूनच सेवानिवृत्त होतोय.

कधी कोणाशी भांडण नाही, कधी कोणावर अरेरावी नाही, कोणाचं मन दुखावणं नाही की कधी कोणाकडून स्वतःचं मन दुखावून घेणं नाही. पण एक मनजीत सोडला, तर जिवाभावाचा मित्र मात्र कोणीही नाही इथे मला. ज्याच्या बरोबर वैयक्तिक सुख-दुःखं वाटून घेता येतील असा एकटा मनजीतच. मनजीतला माझं सगळं माहीत. मला मनजीतचं सगळं माहीत. मनजीत भोळा-भाबडा. अख्खं ऑफीस त्याचा फायदा घेतं. आपली कामं त्याच्यावर सोपवून मजेत फिरून येतं. उसने पैसे मागायचे असले, की मनजीतकडेच मागायचे. तो भिडस्त. कोणालाही 'नाही' म्हणणं त्याला जड जातं. मग दिलेले पैसे परत मागणंही जमत नाही त्याला. 'कसे मागू?' तो कायम मला म्हणतो. 'अरे, तुझेच पैसे आहेत ना ते? मग मागायला कसला भिडस्तपणा? म्हणावं, घरात अडचण आहे, मुलाची फी भरायचीय, मुलीला कोर्सला घालायचंच. काहीही सांग. पण पैसे मागून घे स्वतःचे;' मी त्याला शिकवतो.

आमच्या ऑफिसचं वैशिष्ट्य म्हणजे कोणाचंही पगारात भागत नाही. घरात कोणाचा वाढदिवस असो, आजारपण असो, लग्न-मुंज असो, दसरा-दिवाळी असो, नाहीतर महिना-अखेरही असला तरी सगळे एकमेकांकडे उसने मागण्यात निष्णात. एक मनजीत मात्र कोणाकडेही कधीही पैसे मागत नाही. त्याच्याकडे मात्र सर्वांचं वाडगं पुढे. मुख्य कारण हेच, की मनजीत कोणाहीकडे पैसे-वसुलीसाठी तगादा लावत नाही. तो जितका भिडस्त, तितकेच लोक बेशिस्त. सांगितल्या दिवशी कोणी पैसे परत केले, तर आश्चर्याचीच गोष्ट.

"मनजीत, तू काही मोठा पैसेवाला नाहीस. वडिलोपार्जित गडगंज धन-दौलतही नाही तुझ्याकडे. खर्च भागवण्यासाठी तुझी बायकोही नोकरी करते. दोन-दोन शिकणारी मुलं. कशाला देतोस कोणालाही उसने पैसे?" मी कायम मनजीतला समजावत असतो. पण मनजीतमधे काडीचीही सुधारणा नाही. कोणीही पैशासाठी हात पुढे केला, की मनजीतचा हात खिशात गेलाच म्हणून समजायचा.

घरी संसार चालवताना मंदिरा, मनजीतची बायको मेटाकुटीला येते. कधीही पूर्ण पगार घरी आलाय असं होतच नाही. म्हणजे ऑफिसमधून मनजीतच्या खात्यात जातोच पूर्ण पगार. पण नंतरच्या शनिवारी मनजीत बँकेत पैसे काढायला जातो, तेव्हा त्याने फक्त स्वतःच्या घरखर्चासाठी पैसे काढलेत असं

कधीच होत नाही. "सोमवारी येताना आठवणीने आण रे माझ्यासाठी पैसे." डिमेलोने मागून ठेवलेलेच असतात. या डिमेलोकडून आधीच किती येणं आहे. "ते आधी दे. मग माग पुढचे." एवढी दोन वाक्यं बोलायलाही मनजीतची जीभ रेटत नाही.

चतुर्वेदीला तर जो कोणी देईल त्याच्याकडून हवेच असतात पैसे. त्याने आतापर्यंत ज्याच्याकडून उसने पैसे घेतलेले नाहीत, असा माणूस अख्ख्या ऑफिसात नाहीये. कोणी त्याच्याकडून आपलेच पैसे परत मागायला गेलं, तर हा इतकं केविलवाणं तोंड करतो, की आपलेच पैसे परत मागणाऱ्यालाच लाज वाटते. त्यामुळे चतुर्वेदी कोणाच्याही टेबलापाशी आला की ज्याला-त्याला धडधडायलाच लागतं. बरं रकमासुध्दा बारक्या-सारक्या नसतात त्याच्या. चार नाहीतर पाच आकडीच. कधी त्याने नव्या घेतलेल्या फ्लॅटचा हप्ता भरायला कमी पडत असतात. कधी बायकोच्या आजारपणात पुराच्या-पुरा पगार गेलेला असतो. कधी आई हॉस्पिटलात असते, तर कधी वीज-बिल न भरल्याने वीज-जोडणी कापायसाठी माणसं येणार असतात. अशा वेळी चतुर्वेदी कितीही-कसाही असला तरी त्याची दयाच येते आणि समोरचा पैसे देऊन बसतो.

खरं तर अशा वेळी आपण म्हणू, की त्याला नवा फ्लॅट घ्यायला सांगितला कोणी पैसे नव्हते तर? तर हा नवा फ्लॅट नसून चतुर्वेदीचा पहिला-वहिला फ्लॅटच आहे. आधीपासून तो चाळीतच राहातोय. आता मुलं मोठी होतायत. मुख्यतः मुलगी. त्यामुळे त्याने छोटासा फ्लॅट बुक केलाय. परिस्थिती दया येण्यासारखीच आहे. त्यामुळे त्याने वाईट तोंड केलं की सहकारी पैसे देतातच. वाईट एकच गोष्ट असते की 'उसने' म्हणून घेतलेले पैसे तो 'मदत' म्हणून घेतल्यासारखे वापरतो, इतकंच.

सगळ्यात हास्यास्पद गोष्ट म्हणजे आमचा सर्वांचा साहेब, मिश्रा. भरपूर पगार आहे त्याला. पण उसनं मागणाऱ्यांच्या रांगेत पहिल्या क्रमांकावर तो आहे. त्याचा आधी चार खोल्यांचा फ्लॅट होता, तो लहान पडतोय, म्हणून त्याने मोठा फ्लॅट घेतलाय. त्याचे हप्तेही मोठेच आहेत. मग काय, मिश्रा या ज्युनिअर स्टाफकडून आपल्या हप्त्यांची सोय करायला बघतो. परत करतो तो दोन-तीन महिन्यांत कधीतरी. पण तोपर्यंत पैसे देणारा हवेमधेच. शिवाय मोठ्या-मोठ्या रकमा बिन व्याजाने वापारायच्या? तेही आपल्या ज्युनिअर्सचे पैसे?

थोडक्यात काय, तर ऑफिसला उसने पैसे घ्यायचा जणू रोगच लागलेला. शिपाई लोकांचं तर काय विचारायलाच नको. महिन्याच्या शेवटच्या तारखेला किंवा शेवटच्या चार-पाच दिवसांत पैसे संपायला आल्यावर माणसं पैसे

मागतात, हे तर सगळीकडेच चालू असतं. पण महिन्याच्या पहिल्या तारखेलाच उसने मागणारं हेच ऑफीस! 'नाहीयेत रे माझ्याकडे. खरंच नाहीयेत. नाहीतर तू इतका गरजू आहेस हे दिसत असताना दिले नसते का मी तुला?' असं कारण इथे कोणीही कोणालाही देऊ शकणार नाहीत. किती हुशार ना एकापेक्षा एक?

तर अशा ऑफिसातला मी एक- जयवंत नाडकर्णी. आज माझा सेवानिवृत्तीचा दिवस. मलाही हे उसनं वाण सुटलंय थोडंच? लागल्या लग्नापासून जयश्री मला म्हणत आलीय, "मी पण नोकरी करतेय ना जयवंत? दोघांच्या पगारात आरामात भागतंय ना रे आपलं? मग कशाला घेत असतोस उसने पैसे ह्याच्या-त्याच्याकडून? वाईट सवय ही. माणसाने कसं, अंथरूण पाहून पाय पसरावे. आमच्या आईने बघ, कधीही कोणाहीकडून एक पैसा उसना मागितला नाही. आम्हा मुलानाही तीच सवय लागली बघ आपोआप. मी तर परवा पहाटे सेंटरवरून दूध आणलं, ते नेहमीचं नव्हतं. त्यामुळे सहा रुपये जास्तीचे लागणार होते. मी मोजून पैसे नेले होते. जास्तीचे पैसे नव्हते नेले. दूध घेऊन तर आले. पण घरी आल्या-आल्या पहिलं काय केलं, तर पर्समधून सहा रुपये काढून नेऊन दिले त्याला आधी. तो गांगरून म्हणाला, "उद्या द्यायचे ना ताई. लगेचच घेऊन आलात!" मी म्हटलं, "समजा आजच्या दिवसात माझं काही बरं-वाईट झालं, तर तुमचं कर्ज राहील ना हो डोक्यावर?"

"कशाला असं बोलताय ताई?" तो म्हणाला. पण मी कोणाचं कर्ज डोक्यावर ठेवून एक दिवसही राहू शकत नाही. आणि तू तर दर महिन्याला पैसे उसने घेत असतोस. का करतोस असं?"

"कळेल तुला जयू. मी कर्ज का घेतो ते एक ना एक दिवस नक्की कळेल." मी म्हणालो. काहीतरी गूढ कारण असल्यासारखा भाव चेहऱ्यावर आणला. पण सांगितलं मात्र नाही काहीच. बिचारी विचार करत राहिली असणार मनातल्या मनात. पण नंतर-नंतर तिने मला कारण विचारणं सोडूनच दिलं.

मुख्य म्हणजे मी फार दिवस कोणाचं कर्ज ठेवत नव्हतो. सांगितल्या दिवशी पैसे परत करत होतो. कोणी तगादा लावण्याची वेळ तर कधीही आली नव्हती. शिवाय उसनवारी करूनही रात्री छान डाराडूर झोपत होतो. कर्जबाजारी झाल्याची कुठलीही लक्षणं माझ्यात दिसत नव्हती. त्यामुळे मग मीही चिंता करणं सोडून दिलं. पुढ्यात वाढून ठेवलेलं असेल, ते खातोच ना आपण?

मनजीत मात्र केव्हाही, कोणाहीकडून घेत नव्हता उसने पैसे. तो कायम 'दाता'च होता. मला फार आदर वाटायचा त्याच्याविषयी. आमच्यासारखाच

पगार होता त्याला. आमच्यासारखाच संसार होता. आजारपणं, संकटं, बरे-वाईट दिवस त्याच्याही आयुष्यात जात-येत होते. पण उसने घ्यायची वेळ येत नव्हती त्याच्यावर कधीच. मला फार आदर वाटायचा त्याचा.

आमच्या पुरुषांच्या राज्यातली एकमेव महिला-कर्मचारी म्हणजे लतिका चंदीरामानी. तिच्याकडे उसने पैसे मागायला मात्र कोणीही जायचा नाही. पुरुषी अहंकार आड यायचा. लतिकाही फार स्वाभिमानी. तीही मागायची नाही कोणाकडे पैसे. तिला गरजही नसावी असं तिच्या राहाणीमानावरून वाटायचं. छान टिप-टॉप राहायची. कुठे दुखवट्याच्या सभेला जाऊन परस्पर आलेली असली, किंवा ऑफीसमधून परस्पर शोकसभेला जाणार असली तरीही टिप-टॉपच. फक्त कपडे सफेत असत आणि त्याना मॅचिंग सगळं सफेत. जणू स्वातंत्र्यदिन किंवा प्रजासत्ताकदिनाच्या सोहळ्याहून आल्यासारखी. इतकी उंची राहाणी असलेल्या व्यक्तीने उसने मागणंही विसंगतच दिसलं असतं ना नाहीतरी!

तर असे हे आम्ही सर्व उसनघाटावरचे धोबी. सदा दुसऱ्यांचे खिसे धुण्यासाठी तयार असल्यासारखे. आमच्या इथले तृतियश्रेणी कर्मचारी तर उसनवारीत उस्तादच. पब्लिकला गाठणार कुठे, तर वॉशरूमच्या दरवाजापाशी. तिथे जाणारा कसा अगतिकच. कार्य सिद्धीला गेल्याशिवाय परतीच्या प्रवासाला निघू न शकणारा. त्यामुळे माणसाने शुभमंगलचा 'शु' म्हणायला सुरुवात केल्यापासून सावधानमधला शेवटचा 'न' उच्चारण्याआधीच हे पैसे मागून पार. पुन्हा हे गरीब. म्हणजे भले यांच्या गावी वाड्या असोत, आमराया असोत, किती एकर शेती असो, किंवा भाडेतत्त्वावर दिलेल्या लॉऱ्या-टेम्पो असोत, आमच्या ऑफिसमधे त्यांची श्रेणी तृतीयच ना? त्यामुळे उसनवारीसाठी तोंड उघडायला त्याना कसला आलाय संकोच? बरं, लहान-सहान रक्कम मागतील तर ते गरजू म्हणून शोभतील कसे? ते गरीब. त्यामुळे त्यांच्या गरजा मोठ्या. त्यांचा वासलेला 'आ' इतका मोठा, की रक्कम ऐकली की ज्याच्याकडे मागणार त्याचा 'आ'ही वासला गेलाच पाहिजे. 'पावसात घर पार धुवून गेलंय. पुन्हा बांधायचंय.' 'गोठा धुवून गेलाय. गुरंही वाहून गेलीत. गोठा बांधून त्यात नवी गुरंही आणायचीत.' 'नवी विहीर खोदून बांधून काढायचीय.' 'शेतात दुसऱ्यांची गुरं-भुरटे चोर घुसतायत. त्यामुळे पूर्ण शेताला मजबूत आणि उंच कुंपण बांधून काढायचंय.' कामंच अशी मोठी-मोठी. त्यामुळे मागितली जायची ती रक्कमही भक्कमच असायची.

आता एक तारीख उजाडली रे उजाडली की प्रत्येकाने उघडलेल्या चोचीत जर मूठ-मूठ दाणे टाकत गेलं, तर स्वतःकडे ते कितीसे राहाणार दाणे? त्यामुळे जो

दाता असेल, तो कफल्लक होण्याच्या मार्गावरच. ज्यांनी 'महिन्याभरात परत करतो' असं म्हटलं असेल, त्यांपैकी जे शब्द पाळतील, त्यांच्या जिवावर महिना काढायचा.

एरव्ही सदा उधारीवर जगणारे आमचे कर्मचारी सेवानिवृत्त होणाऱ्या माणसाला निरोप-समारंभ करताना मात्र मुळीच रडणार नाहीत. जितकी रक्कम प्रत्येकाने द्यायची असं ठरेल, तितकी रक्कम सढळपणे द्यायचीच. कारण हा माणूस परत आपल्याकडे हात पसरायला येणार नाहीये. जे काही द्यायचंय ते आताच. यापुढे कधीही नाही. त्यामुळे द्या आणि हसतमुखाने द्या. शिवाय ऑफिसचा नियम असा, की जेवढी रक्कम कर्मचाऱ्यांकडून जमा होईल, तितकीच रक्कम ऑफीसच्या खजिन्यातूनही दिली जाणार. वस्तू वगैरे कोणी द्यायची नाही. अल्पोपहार, एक ऑफिसचं नाव कोरलेलं चांदीचं घसघशीत नाणं आणि मनगटी घड्याळांची एक जोडी- कर्मचारी आणि त्याच्या पत्नीसाठी. हा ऑफिसचा घरचा अहेर ठरलेला. तो प्रत्येक कर्मचाऱ्याला सेवानिवृत्तीच्या दिवशी मिळतोच.

तर आज माझा सेवानिवृत्तीचा दिवस, म्हटल्यावर आज हा घरचा अहेर मला निर्विवादपणे मिळणारच. शिवाय ऑफिसचे कर्मचारी जे काही गोळा करतील त्याची थैली मिळेलच. सगळे आज त्यांच्या माझ्याविषयीच्या बऱ्या-वाईट कल्पनांमधून, विचारांमधून, मतांमधून मोकळे होतील. उद्यापासून त्याना माझ्याबरोबर बोलण्या-वागण्याची वेळच येणार नाही. मला सहन करण्याची वेळ येणार नाही. मुख्य म्हणजे माझ्या वाईट सवयींमधून स्वतःचा बचाव करण्याची वेळ येणार नाही. 'सॉरी' - 'थँक्यू' असं सगळं म्हणून सामंजस्याने हे पर्व आज संपेल. पण त्या आधी सर्वांच्या मनात माझ्याविषयी असलेले सर्व किंतु-परंतु मला दूर करायचेत. खूप दिवसांपासून मनातल्या मनात मी आजच्या दिवसाची, काय बोलायचं त्या भाषणाची रंगित तालीम करतोय. मनजीत इतका माझा जिवाभावाचा मित्र आहे, पण त्यालाही माझ्या विचारांची काहीही कल्पना नाहीये.

-----"काय जयवंत? कसं वाटतंय? आज शेवटचा दिवस ना तुझा ऑफिसमधला? आनंद होतोय की दुःख होतंय?" सकाळी चहा पिता-पिता जयूने मला विचारलं. म्हटलं, "अग, गेली पस्तीस वर्षं जिथे दिवसाचे घरच्यापेक्षा जास्त तास रोज घालवत आलोय, ते ऑफीस माझं दुसरं घरच आहे. तिथली माणसं माझी दुसरी फॅमिलीच आहेत. त्याना मी उद्यापासून भेटणार नाही. वाईट तर वाटणारच ना? पण तुला माहीतच आहे, की मी

सगळ्या गोष्टी विचारपूर्वक करतो. माझ्या मनात एक आराखडा तयार करतो. कसं वागायचं, काय करायचं ह्याची नीट मांडणी करूनच मी ते करतो. त्यामुळे या दिवसासाठी मी मनाची योजनापूर्वक तयारी केलीय. मनजीत माझा जिवाभावाचा दोस्त आहे. उद्यापासून तो मला रोज-रोज भेटायचा नाही. जेव्हा कधी भेटायचं ठरवू, तेव्हा एकमेकांची वेळ जुळवूनच भेटावं लागेल. खूप चुकल्या-चुकल्यासारखं वाटेल खूप दिवसपर्यंत. एक रिकामपण, एक पोकळी जाणवत राहाणार आहे. पण तुझ्याबरोबर, मुलांबरोबर खूप वेळ घालवता येईल आता मला. खूप फिरू. मौजमजा करू. मुख्य म्हणजे रोजच्या दगदगीतून, धकाधकीच्या आयुष्यातून थोडा आराम मिळेल."

"काय संध्याकाळच्या भाषणाचा सराव करतोयस की काय?" माझं भलं मोठ्ठं भाषण ऐकून जयू हसून म्हणाली. "पण मौज-मजा करायला पैसा लागतो जयवंत. दर महिन्याला तुझ्यावर उधार पैसे घ्यायची वेळ यायची. किती साठवणूक असणार आहे तुझी? किती मौज-मजा करू शकणार आहोत आपण? तरी जबाबदाऱ्या संपल्यात. मुलांची शिक्षणं पूर्ण झालीत आणि ती मार्गाला लागलीत. काटकसरीने का होईना, आपण हे सेवानिवृत्तीचं आयुष्य सुखाने घालवू. मात्र जे काय ऋण असेल ते आज फेडून ये. माझा नवरा कोणाच्या ऋणात असलेला नकोय मला. शिवाय ते फेडायसठी तुला मुद्दामहून ऑफिसला जावं लागेल. त्यापेक्षा आज तू सर्व हिशोब संपवूनच ये."

मी मग तिला म्हटलं, "तू मला ओळखतेस ना? माझ्यावर विश्वास आहे ना तुझा? मी तुला न आवडेल असं काहीही करणार नाही. आणि खरं सांगू? आतापर्यंतही काहीही केलेलंही नाही. संध्याकाळी आल्यावर सांगीनच तुला सर्व काही. आज ऑफीसमधेही सर्वकाही निस्तरून स्वच्छ मनाने त्या वास्तूतून बाहेर पडणार आहे. मला आर्थिकदृष्ट्या सक्षम बनवलं, माझं आयुष्य घडवलं, त्या वास्तूतून सर्व आर्थिक व्यवहार पूर्ण करून बाहेर पडणार आहे मी. नव्हे, मी ते आधीच पूर्ण केलेत. सांगीन तुला आल्यावर. आता तयारी करून निघतो."

ठेवणीतले शर्ट-पँट घालून वर मी टायही बांधली. जयूने बुटानाही पॉलिश करून ठेवलं होतं. "बाबा, आज शेवटचा दिवस ना? परफ्यूम मारून जा मस्तपैकी." आलोकने परफ्यूम-स्प्रे पुढ्यातच आणून ठेवला. मग चांगला सुगंधित होऊनच पडलो घराबाहेर.

ऑफीसात दिवसभर कोणी-ना-कोणी येऊन भेटत होतं. पस्तीस वर्षांच्या नोकरीत आलटून-पालटून सर्व विभागांमधे काम केलं होतं. अख्खं ऑफीसच ओळखीचं होतं. सगळेच आपले. त्यामुळे संध्याकाळी तळ-मजल्यावरच्या

मोठ्या हॉलमधेच कंपनीने निरोप-समारंभ आयोजित केला होता. शेवटची पाच वर्षं ज्या डिपार्टमेंटमधे होतो, त्यातल्या तर सर्वानाच बोलायचं होतं. सर्वजण बोललेही. मनजीतचं भाषण ऐकून रडूच यायला लागलं मला. प्रयत्नांनी मी माझं रडं आवरलं. प्रत्येकाकडे बोलण्यासारखं काही ना काही होतंच. अगदी चंदीरामानी मॅडमनेही माझी 'शिस्तबद्ध वागणं, मृदू बोलणं आणि कामसू वृत्ती असलेली मनमिळाऊ व्यक्ती' अशा शब्दांत स्तुती केली.
योगेश शेट्टीने मात्र वर्मावरच बोट ठेवलं. म्हणाला, "हा जयवंत माझाच जोडीदार. दोघेही कायम उसनवारी करत आलो. पगारात भागवायचं कसं ते आम्हाला ठाऊकच नाही. आज जयवंत सेवानिवृत्त होतोय. दर महिन्याला माझ्यासारखीच उधारी करणारा माझा जोडीदार बरोबर नसल्याने मला त्याची अनुपस्थिती खूप जाणवेल."
शेवटी मी बोलायला उभा राहिलो. "मित्रानो, गेली पस्तीस वर्षं मी या ऑफिसात नोकरी करत आलोय. माझं दुसरं घरच आहे हे. आज तुम्ही सर्वांनी माझं कौतुक केलंत. मी सेवानिवृत्त होतोय म्हटल्यावर, आज शेवटच्या दिवशी कोण माझ्याविषयी वाईट बोलणार आहे? पण तुम्ही केलेल्या स्तुतीपैकी अगदी पाच टक्के जरी खरं मानलं, तरी मी त्याने खूप आनंदित झालो आहे. उद्यापासून तुम्ही कोणी मला रोज-रोज भेटणार नाही याचं खूप दुःख होतंय मला. उद्यापासून तर अगदीच चुकल्या-चुकल्यासारखं वाटणार आहे. योगेशने त्याच्यासारखाच उसनवारी करणारा म्हणून माझं जे कौतुक केलं, त्याने तर मी हुरळूनच गेलो." सगळे टाळ्या वाजवून हसले. त्यावर मात्र मी म्हणालो, "मित्रानो, तुमच्या या टाळ्याना मात्र मी सपशेल अपात्र आहे. का, ते सांगतो. आपलं ऑफिस म्हणजे उसनवारांचं माहेरघर. अगदी मोठ्या अधिकाऱ्यांपासून ते कामगारांपर्यंत सर्वाना हा उधारीचा रोग जडलेला आहे. सुरुवातीची काही वर्षं मी या उधारीच्या विळख्यात सापडून अक्षरशः भरडला गेलो. पगाराच्या दिवशीच कोणी ना कोणी उसने पैसे मागायचा. कधी दोघे-दोघे तिघे-तिघे जणही पैसे मागायचे. कधी सांगितल्या दिवशी परत करायचे, तर कधी महिनेच्या-महिने पैसे परत मिळत नसत. उरलेल्या पैशात घरखर्च भागवावा लागे. बायको कुरकुरायची. माझ्या भिडस्त स्वभावाची झळ घरातल्या सर्वाना पोहोचायची. शेवटी खूप विचार करून मी यावर एक तोडगा शोधून काढला. ऑफिसमधल्या तुम्हा सर्वांच्या नावांची एक यादी बनवली. म्हणजे माझ्याकडे पैसे मागणारे, मी पैसे मागितले तर मला देऊ शकणारे, अशा सर्वांच्या नावांची यादी. मग पहिल्या क्रमांकापासून सुरू केलं. दर एक तारखेला एका व्यक्तीकडे उसने मागायचे. 'पुढच्या एक तारखेला नक्की

फेडतो' अशी ग्वाही द्यायची. मग पुढच्या एक तारखेला दुसऱ्या क्रमांकाच्या व्यक्तीकडून पैसे घ्यायचे आणि पहिल्या क्रमांकाच्या व्यक्तीचे पैसे फेडायचे. तिसऱ्या महिन्याला तिसऱ्या क्रमांकाच्या व्यक्तीकडून पैसे उसने घेऊन दुसऱ्या क्रमांकाच्या व्यक्तीचे पैसे फेडायचे. हे असं साखळी पद्धतीने मी चालू ठेवलं. घरात एका नोंद-वहीत प्रत्येक महिन्याला कोणाचे घेतले आणि कोणाचे फेडले याची नोंद ठेवायची. मी जे काही करत होतो, ते योग्य निश्चितच नव्हतं. प्रत्येक महिन्याला मी एकेका व्यक्तीचे पैसे महिनाभर बिनव्याजाने माझ्याजवळ ठेवत होतो. हेही बरोबर नव्हतंच. तुम्ही म्हणाल, 'वापरायचेच नव्हते- तर घेतच होतो कशासाठी?' तर थोड्याशा चिंतामुक्त आयुष्यासाठी. मला दर महिन्याची कोणाची ना कोणाची उसनवारी झेपेनाशी झाली होती. माझे पैसे परत मिळतील की नाही ही चिंता, कमी पैशात घर चालवायची कामगिरी माझं डोकं पोखरायला लागली होती. पण मीच उलटे पैसे मागायला सुरुवात केल्यापासून लोकांनी माझ्याकडे पैसे मागणं बंद केलं. 'हाच आपल्याकडे पैसे मागतोय, म्हटल्यावर ह्याच्याकडे पैसे मागून काही फायदा नाही,' अशी तुमची सर्वांची खात्री पटायला लागली होती. माझ्यामागचा दर एक तारखेला कोणाचा ना कोणाचा तरी लागलेला ससेमिरा थांबला होता. मी दर महिन्याला न चुकता पैसे फेडतोच, ही माझी ख्याती सगळीकडे पसरलेली असल्यामुळे कोणीही मला पैसे देताना कुरकुरत नसे. अशा तऱ्हेने तुम्हाला थोड्याशा काळजीत ठेवून मी स्वतः निश्चिंत होत राहिलो. मला माफ करा मित्रानो."

सर्वजण क्षणभर स्तब्ध झाले. चकित होऊन माझ्याकडे पाहात राहिले. मग एकाने भानावर येत टाळ्या वाजवल्या. सर्वांनी अनुकरण करत टाळ्यांचा कडकडाट केला. प्रत्येकजण फसला होता. माझ्याकडून फसवला गेला होता. पण माझ्या चातुर्याचं तरीही कौतुक वाटलं होतं त्याना.

"मित्रानो, उधारी हा आपल्या ऑफिसला मिळालेला शाप आहे. सर्वच्या सर्व जण या शापाने घेरलेले आहात. आपण त्यातून स्वतःची सुटका करून घ्या. आजच मी गेल्या महिन्यात घेतलेलं शेवटचं कर्ज फेडलंय. या महिल्याला मी कोणाहीकडून पैसे उसने घेतलेले नाहीत. आज मी या उधारीच्या शापातून मुक्त होऊन मोकळ्या मनाने तुमची रजा घेतोय. आज मी माझी युक्ती तुम्हाला सांगितली. आता ती युक्ती तुम्हा सर्वानाच ठाऊक झाल्यामुळे, तुम्ही कोणीही तिचा वापर करू शकणार नाही. पण त्या युक्तीचा वापर करण्याची वेळ तुमच्यापैकी कोणावरही कधीही न येवो अशी सदिच्छा व्यक्त करतो. तुम्ही दिलेलं प्रेम यापुढेही सतत माझ्यासोबत असेल. तुमची आठवण मला सतत

येत राहील. मित्रानो, आजपासूनच उधारीमुक्त जीवन जगण्याचा संकल्प सोडा आणि तणावमुक्त जीवनाचा आनंद घ्या."

घरी आलो तेव्हा जयू माझी वाटच पाहात होती. "कसं झालं भाषण?" तिच्या प्रश्नावर मी तिच्याकडे हसून पाहिलं आणि म्हणालो, "कर्जमुक्त होऊन आलो आणि कर्जमुक्त होण्याचा संदेश देऊन आलो."

"मोठा संत-महात्माच की नाही, संदेश देऊन यायला." मी हवेत तरंगायला लागलो की एका झटक्यात मला जमिनीवर कसं आणायचं ते जयूला बरोबर माहीत आहे.

"ते नंतर सांगतो. आधी हे बघ." म्हणत मी जोड- घड्याळांचा सेट जयूला दाखवला. त्यातलं लेडीज वॉच मनगटावर चढवून जयूने हात डाव्या- उजव्या कोनांत वळवत पसंतीची मान हलवली. "सुंदर."

"हो, आता जोडीने लावून जाऊ कुठेतरी. आणि आता ऐक. मला कर्जबाजारी म्हणतेस ना? तू एवढी कमावणारी बायको जोडीने संसाराचा भार उचलत असताना मी कर्जबाजारी होईनच कसा? फक्त घराची सुख-शांती टिकून राहावी, चिंता- कटकटींना थारा राहू नये, म्हणून केलेली युक्ती होती ती."

म्हणत मी कपाटातून नोंद-वही काढली आणि तिला उघडून दाखवत म्हणालो, "साखळी-पद्धतीने उसने घेत- फेडत गेलो आणि दर महिन्याला उसनवाऱ्या करणाऱ्या कर्जबाजारींच्या ससेमिऱ्यातून स्वतःची सुटका करून घेतली."

"हो, तुझ्या तुटपुंज्या शिलकीतून आणि माझ्या पगारातून घरखर्च आणि मुलांच्या शिक्षणाचा खर्च चालवायला लागायचा आणि गृहसौख्य फुकटचं बिघडायचं. कलह-क्लेश वाढायचे. आठवतंय मला. पण ऑफिसमधल्या एकेकाला एकेक महिना पाळीपाळीने टेन्शन देत आलास ना रे?"

"हो, पण लगेचच पुढच्या महिन्यात आपले पैसे परत मिळणार अशी खात्री असायची त्याना. शिवाय साखळी-पद्धतीमुळे एकदा एकाची पाळी येऊन गेली की पुन्हा त्याची पाळी यायला खूप-खूप महिने जावे लागायचे. जेव्हापासून मीच उसनवारीसाठी हात पसरायला लागलो, तेव्हापासून लोकांनी माझ्याकडे पैसे मागणं बंद केलं. मी तीसेक वर्षं तणावमुक्त काम केलं. आज माझी युक्ती सांगितली, तेव्हा ही युक्ती यापुढे चालणार नाही, हे कळलं मला आणि सर्वांनाच. मग मी त्याना उसनं न घेता पगारात भागवायचा सल्ला दिला आणि 'तसं करून तणावमुक्त आयुष्य जगता येईल, कार्यक्षमता वाढेल, चिडचिड कमी होईल आणि कुटुंबाचं सौख्य वाढीला लागेल,' असा कानमंत्र दिला. यात मी संत-महात्मा कुठे झालो जयू? मी फक्त त्याना

अनुभवातून आलेलं शहाणपण सांगितलं आणि उसनवारीचा शेवटचा हप्ता फेडून कर्जमुक्त झालो." बोलता- बोलता मी नोंदवहीत शेवटच्या नावापुढे 'पैसे चुकते केले' असं लिहिलं आणि वही बंद करून जयूच्या पुढ्यात ठेवली. "बस्स? फक्त हजार रुपये घेत होतास तू उसने?" " हो, आणि तेही आणून वहीत ठेवायचो. आजच शेवटचे हजार रुपये सकाळी नेऊन चुकते केले."

-तेवढ्याल बेल वाजली. मनजीत आला होता. "मी रागावलोय तुझ्यावर. इतकी वर्षं तू तुझी युक्ती माझ्यापासूनही लपवलीस." मनजीत खरोखरच दुखावलेला दिसत होता. "माफ कर दोस्ता मला. आतापर्यंत ही एकच गोष्ट तुझ्यापासून लपवली. पण मला एक सांग, इतक्या वर्षांत मी आवजी-बावजींकडून पैसे उसने घेत आलो, पण तू इतका जिवाभावाचा मित्र असूनही तुझ्याकडून कधी पैसे उसने घेतले का? तू जगाला उधार देत होतास. मला तर हसत दिले असतेस. पण मी तुझ्याकडे कधीच मागितले नाहीत. तूही कधी मला म्हणाला नाहीस की 'ह्याच्या- त्याच्याकडून कशाला घेतोस? मी देतो ना तुला. माझ्याकडून घे ना.' कारण तुलाही अंतःकरणात कुठेतरी जाणवत असणार, की मला पैशाची गरज नाहीच. आणि मलाही ठाऊक होतं, की ह्याला-त्याला देऊन तू आधीच मेटाकुटीला आलायस. तेव्हा पिडिताला आणखी पिडण्यात अर्थ नाही."

"हो जयवंत. आजच तुझं भाषण झाल्या-झाल्या जेवढ्या कोणाकडे म्हणून माझे पैसे आहेत, त्यांच्याकडे भिडस्तपणा न बाळगता माझे पैसे मागितले. दोघांनी दिलेही. बाकीच्यांच्या मागेही आता तगादा लावणार आहे. आणि हो, यापुढे कितीही कठोर व्हावं लागलं तरी बेहत्तर. पण कोणालाही उसने देणार नाही."

उसने देणारा आणि उसने घेणारा दोघांनीही एकमेकाना मिठी मारली. अनेकांनी आज माझं भाषण ऐकून उसनवारी न करण्याची मनोमन शपथ घेतली असेल.

जे खूप-खूप उसनवारी करणारे आहेत, त्याना मोठा हादरा बसलाय. ते नक्कीच आज मला मनोमन शिव्या घालत असणार. पण म्हणतात ना,'कावळ्याच्या शापाने गायी मरत नाहीत.' शिवाय दुवा देणारे इतके असणार आहेत, की एखाद्याच्या शिव्यांची झळ माझ्यापर्यंत पोहोचणारच कशी?

(लोकसेवक – दिवाळी २०२३)

३. नवं बिऱ्हाड

"मानाने जगत आलेय मी आयुष्यभर. आता हे काय करायला सांगतो आहेस मला तू?" अमर हे असं काही मला कधी करायला सांगेल असं मला जागेपणीच काय, पण स्वप्नातही मनात आलं नसतं. अमर, ज्याला मी तळहातावरच्या फोडासारखं जपलं. तळहातावरच्या फोडापेक्षाही जास्तच. मला आठवतंय की चपाती भाजत असताना एकदा तळहातावर वाफ येऊन खरंच मोठ्ठा फोड आला होता. अगदी पाणीपुरीच्या पुरीसारखी पुरीच आली होती तळहातावर. पण तेव्हाही अमरचं जेवण-खाण, शाळेची वेळ, गणवेश, नेऊन सोडणं-आणणं सगळं काही केलं होतं मी. त्याला तर पत्ताही नव्हता की माझ्या तळहतावर एवढा मोठा फोड आलाय. त्याचं दप्तर पाठुंगळीला टाकून मी डाव्या हाताने त्याचा उजवा हात पकडून रस्ता ओलांडत होते, तेव्हा पटकन माझ्या डावीकडून माझ्या उजव्या बाजूला येऊन त्याने सवयीने माझा उजवा हातच पकडला. 'स्स्स्स' माझ्या तोंडून आपोआपच गेलं. पटकन माझा हात सोडून त्याने माझा पंजा उलटा करून पाहिला. तळहातावरची पुरी त्या दाबाने फुटली होती. पातळ कातडी सुरकुतून तळव्याला चिकटली होती.

"हे काय झालंय आई?"

"भाजलंय बाळा वाफेने."

"मग अशा हाताने काम करतेयस तू?" माझा हात मनगटाच्या वरच्या बाजूला पकडून त्यानेच मला रस्ता ओलांडायला मदत केली. इवल्या हातांनी माझ्या खांद्यावरचं दप्तर उतरवून आपल्या खांद्यावर घेतलं आणि म्हणाला, "मी जाईन नीट. तू घरी जा आई. रस्त्यात कुठे तुझ्या हाताला धक्का लागला, तर दुखेल तुला."

"पायांनी तर चालायचंय बाळा. शाळा दूर आहे अजून. एकटं कशी सोडू तुला?" शाळेपर्यंत त्याला सोडून मी परत यायला निघाले, तेव्हाही तो म्हणाला, "जाशील ना आई नीट? की मी येऊ तुला सोडायला?" त्याच्या प्रश्नाचं त्याही परिस्थितीत हसू आलं होतं मला. म्हणजे त्याने मला- मग मी परत त्याला- मग परत त्याने मला सोडत राहायचं. मग शाळेत कोणी जायचं? कामं कोणी करायची? पण हसता-हसता डोळे भरूनही आले होते. हे एवढंसं मूल माझं. पण या वयातही किती काळजी करतंय माझी.

हात कापडाने हलका बांधायचा. त्यावर प्लास्टिकची पिशवी बांधायची आणि कामं करायची. कामं करत राहायची. 'आधी हाताला चटके, तेव्हा मिळते भाकर.' ओळी सतत आठवत राहायच्या. चटकेच नव्हे, तर भला मोठा फोड

येऊनही भाकरीसाठी झुंज द्यावी लागत होती. आयुष्याशी झुंज. पदरी वर्षाचं मूल आणि नवरा गेला, तर काय गत होईल बाईची? छे! कोणीही विचार नाही करू शकणार. ते ज्याचं त्यालाच माहीत. जो भूका राहील, त्यालाच उपाशी पोटाचे चिमटे माहीत.

त्या वेळी मी काय नाही केलं? पाठुंगळीला आपलं बाळ बांधायचं आणि दुसऱ्यांच्या बाळाना शाळेत सोडा-आणायला जायचं. दोन घरची कामं करायची, तीही पाठुंगळीला बाळ बांधूनच. कधी कोणाकडे कोपऱ्यात जागा मिळाली, तर दुपटं पसरून अमरला त्यावर ठेवायचं आणि कामाला जुंपून घ्यायचं.

मग अमर जरा मोठा झाला आणि चपात्या करायचं काम घेतलं. आणखी जरा मोठा झाला तशी स्वयंपाकाची कामं घेतली. तो शाळेत जायला लागल्यावर खरी उसंत मिळाली मला. कामं करायसाठीची उसंत. पाठीवर त्याला बांधून, नाहीतर दुपट्यावर हात-पाय हलवत ठेवून कामं निर्धोकपणे होत नसत. पाठीवर बांधून पाठीला रग लागायची. खाली खेळत ठेवलं, तरी बाळ रडलं की उचलून खेळवायला लागायचं. पण तो शाळेत जायला लागला आणि कामं भरभर होऊ लागली.

मग संध्याकाळचं समोरच्या शिंप्याकडचं काम. फ्रॉकना-कुडत्याना हूक लावून द्यायचे. हातशिलाई करून द्यायची. हे काम तर अमर रात्री झोपल्यावरही करता यायचं. दिवाही मिणमिणताच असायचा. मोठ्या दिव्याचं बिल जास्त यायचं. म्हणून मिणमिणत्यावरच काम चालवायचं. डोळे पाण्याने भरून यायचे. दु:ख तर होतंच डोळ्यांत साठून. एकदा का दोन अश्रू आले, की त्यांचे वीस- त्यांचे दोनशे व्हायला वेळ लागायचा नाही.

त्यातल्या त्यात समाधानाची गोष्ट म्हणजे अमर शिकत होता. अभ्यास करत होता. पोटच्या बाळाची प्रगती बघता-बघता स्वतःच्या पोटाकडे बघायला वेळच मिळत नसे. पण त्या तितक्या कठीण दिवसांतही अमरला कधी लोकांकडचं उरलं-सुरलं, शिळं-पाकं खाऊ घातलं नाही आपण. जी काही भाजी-भाकरी, जो काही वरण-भात खाऊ घातला तो ताजा-ताजा. आपण छत्रीवाचून पावसात भिजलो, पण त्याच्या डोक्यावर छत्री धरली. आपण रात्री थंडीत कुड़कुडलो, पण त्याच्या अंगावर जुन्या पातळाची का होईना, चौघडी पांघरली.

म्हणता-म्हणता अमर मोठा झाला. दहावी झाला आणि म्हणाला, 'नोकरीला लागतो आई.' मी म्हटलं, 'अठरा होऊ देत पुरी. त्याआधी नोकरी करणं कायद्याने गुन्हा आहे ना रे? बारावी कर. तोपर्यंत अठराचा होशील. मग कर

लहानशी नोकरी. अर्धवेळची. पण सकाळच्या किंवा रात्रीच्या कॉलेजात जा. पदवी असली तर आयुष्य चागलं जाईल तुझं. मला ठाऊक होतं की मी दाखवलेला रस्ता दगड-गोट्यांचा, काट्या-कुट्यांचा होता. ठेचा लागणार होत्या. जखमा होणार होत्या. पण पलीकडे कदाचित फुलबाग गवसणार होती. आपल्यासारखं आपल्या मुलाचं आयुष्य खडतर असू नये, एवढीच तर इच्छा होती ना आपली?

ती इच्छा तर हळू-हळू पूर्ण होण्याच्या मार्गावरच होती. रोज थकला-भागला-झोपला तरी भल्या पहाटे उठून-आवरून सातच्या कॉलेजला जायचा. सुट्टीच्या दिवशी मान मोडून अभ्यास करायचा. नोकरी आणि शिक्षण अशी तारेवरची कसरत करत होता. म्हणता-म्हणता तीन वर्षं गेली. मी तर माझी कामं करत होतेच. पण चार जास्तीचे पैसे घरात येत होते, तर जरा चागलं-चुगलं करून अमरला खाऊ घालत होते. चार पैसे साठवून त्याच्यासाठी बरेसे कपडे-बूट घेत होते. खंगलेल्या, परिस्थितीने गांजलेल्या अमरच्या शरीरावरही थोडा समाधानाचा तजेला चढायला लागला होता.

मी मात्र मीठ-भाकर खाऊनच राहात होते. जुने-विटके कपडे टाकून नवे छानसे कपडे अंगावर चढवावेत असं वाटतच नव्हतं जिवाला. अमरचं सूख शोधत होते, पण आपल्या सुखाचा विचार कधी येतच नव्हता मनात. अमर मात्र माझ्यासाठी कधी बरीशी साडी, कधी मजबूतशा चपला घेऊन यायचा. मग तो घरात असला, की मी त्याला ती साडी नेसून आणि पायांत त्या चपला घालून त्या इवल्याशा खोलीत चालून दाखवायचे. मग त्याचा हसरा चेहरा पाहून मलाही हसू यायचं. छोट्या-छोट्या गोष्टींमधे असा मोठा-मोठा आनंद आम्ही शोधत होतो. अमरचा बाबा आपल्या लेकराचं सूख पाहायला नाही. आपल्यालाही एकटेपणाचं एवढं पहाडाएवढं दु:ख देऊन तो गेलाय, ही वेदना अखंड जिवाला जखमा करत असायची. पण अमरच्या सुखात सूख शोधत मी आयुष्याशी झुंज देत उभी होते.

खूप कष्ट काढल्यामुळे, काढत असल्यामुळे शरीर थकत होतं. पण जबाबदारीतून मोकळं झाल्याशिवाय निवृत्त व्हायची मुभा नव्हती ना मला. शरीर इतकं दमायचं, की रात्री अंथरूणाला पाठ टेकल्यावर मात्र पटकन झोप लागायची. स्वप्नंही पडत नसत इतकी गाढ झोप. पण दिवसा मात्र हात कामात असले, तर डोक्यात विचारांचे भुंगे पिंगा घालत असत.

"आता तुझं लग्न झालं, तू संसाराला लागलास की खऱ्या अर्थाने माझं आयुष्य सार्थकी लागल्यासारखं वाटेल मला." मी अधून-मधून अमरला म्हणायचे. वाडीतल्या त्या एका खोलीत जीव गुदमरायला लागला होता.

"स्वच्छ हवा-भरपूर उजेड, असं दोन खोल्यांचं का होईना, आपलं घर हवं असं वाटायला लागलंय. पण इतके पैसे कुठेत आपल्याकडे? दोन खोल्यांची भाड्याची जागा पण अचाटच महाग. लग्न केलं तरी नोकरी करणारीच मुलगी पाहावी लागेल. दोघं मिळून फेडू मग जागेचे पैसे. आधी भाड्याची जागा घ्यावी म्हटलं, तरी भाड्याचे पैसे भरता-भरता नाकी नऊ येतील. हळू-हळू पैसे साठवून, बँकेतून कर्ज घेऊन जागा घेऊया म्हटलं, तरी हप्ते फेडता-फेडता जीव मेटाकुटीला येईल." त्याचे विचार ऐकून मला धडधडायचं. आपला थकला जीव. विश्रांतीची आपली गरज अधिकाधिक वाढत चाललीय. पण जागा घेणंही गरजेचंच आहे. त्या जागेचं कर्ज फेडता-फेडता साफ म्हाताऱ्या होऊ आपण. आतापर्यंतचं आयुष्य काबाडकष्ट करण्यात गेलंय. पण जागेसाठी कर्ज घेतलं तर आपल्या काबाडकष्टाना कुठे पूर्णविरामच नको मिळायला. दोन घरची जेवणं, शिंप्याकडून आणलेले हातशिलाईचे कपडे, घरचं तर पूर्णच काम; रेटता-रेटता हात-पाय दुखायला लागायचे. पण आराम म्हणून मिळत नव्हता. त्यातच अमरला हवी होती तशी नोकरी करणारी मुलगी मिळाली. लग्न होऊन आरती घरात आली आणि आता सून आलीय आपल्याला, म्हणजे जरा तरी आराम मिळेल, अशा कल्पनेने मी मोहरून गेले.

"हल्लीच्या नोकऱ्या पार दमवून टाकतात. अगदी उसाच्या रसाच्या गुऱ्हाळात टाकलेला उस जसा चिपाड होऊन बाहेर पडावा, तसं चिपाड करून सोडतात आपल्याला." लग्न होऊन आरती आली, ती ही वाक्यं मुखी घेऊनच. सकाळी आपला डबा करून घेऊन घराबाहेर पडायची. अमरचा डबा मलाच बघायला लागायचा. संध्याकाळी आरती यायची, ती तिच्याच भाषेत सागायचं, तर गुऱ्हाळातलं चिपाड होऊनच. मदत कुठची मिळतेय? उलट तिच्यासाठी चहा करणंही माझंच काम. जेवणारं आणखी एक माणूस वाढलं. चहाची, जेवणाची भांडी वाढली. 'कालचा गोंधळ बरा होता,' हे वाक्य सतत माझ्या तोंडी यायला लागलं. माझं तर, गायी-गुरंही तोंड लावणार नाहीत असं चिपाड होऊन गेलं.

भाड्याच्या घरातून दोन खोल्यांच्या घरात आलो. कर्जाचे हप्ते फिटत होते. काटकसर आणि कष्ट तर जसे काही माझ्या पाचवीलाच पुजल्यासारखे. अजूनही स्वयंपाकिणीचं काम, शिलाईचं काम सगळं चालूच होतं. जोडीला आरतीचं एक बाळंतपण आणि घरात दुडदुडणारं एक मूल, अशी कामात भर पडत गेली. "बाळाला कोण बघणार? आई, आरती काही नोकरी सोडू शकत नाही. तिच्या जिवावरच तर जागेचे हप्ते फिटतायत. तुलाच कामं सोडावी लागणारसं दिसतंय." अमरने एके दिवशी पर्याय मांडला.

"मी कशी कामं सोडू अमर ? माझे स्वतःचे असे चार पैसे मिळतात ना मला दर महिन्याला." मी बाजू मांडली. "अग पण मी आणि आरती नाहीना सोडू शकत नोकरी. हप्ते पूर्ण फिटे पर्यंत केलीच पाहिजे आरतीला नोकरी."
मी काय बोलणार? समोर इवलंसं बाळ सोडून मी जाऊही शकत नव्हते आणि माझं आयुष्यभराचं आत्मनिर्भर असणं असं वाऱ्यावर भरकटवायलाही मला जिवावर येत होतं. पाठुंगळीला अमरला मारून मी तरूणपणी कामं केली होती. पण आता अमरचं इवलंसं बाळ पाठुंगळीला मारून कामं करण्याइतकी ताकद आणि आत्मविश्वास नव्हता माझ्यात. शिवाय लोकांच्या घरी छोट्या अमरला दुपट्यावर ठेवून नी पटापट कामं उरकायचे. पण आता माझ्या नातवंडाला कामावर घेऊन यायची मुभा कशाला दिली असती माणसांनी मला?
जरा आणखी लवकर उठून मी माझी स्वयंपाकाची कामं करून येऊ शकले असते. पण इतक्या पहाटे कुठली माणसं मला येऊन स्वयंपाक करायची मुभा देणार होती? शिवणाची कामंही हळूहळू कमी होत चालली होती. माणसं तयार कपडे घेऊन घालायला लागली होती. शिंप्याचा धंदा बसत चालला होता. मग त्याने हातशिलाईची कामं ही देणं जवळपास बंद केलं होतं. "घरीच घेऊन जातो. बायको देते हातशिलाई करून." त्याने एकदा जाहीरच केलं आणि माझं मिळकतीचं शेवटचं साधनही हातातून निसटलं.
आता माझी बिन पगारी नोकरी सुरू झाली. माझंच नातवंड सांभाळायचंय. त्याला मी नोकरी का म्हणावं? पण नातवंड सांभाळायची पूर्णवेळ नोकरीच आणि तीही बिनपगारी नोकरी असल्यासारखी ती जबाबदारी माझ्यावर येऊन पडली होती. रात्री-अपरात्री बाळ रडलं तरी त्याचे कपडे बदला, त्याला दूध-पाणी द्या, त्याला परत झोपवा. दिवसाभरात तर करायचंच. पण रात्रीही त्याचं उठून-उठून सगळं करणं जणू माझंच काम असल्यासारखी त्याची आई गाढ झोपून जायची.
मला आठवण व्हायची, ती अमर बाळ असतानाची. नवरा नुकताच गेलेला. मन दुःखी. शरीर कामं करून थकलेलं. पण रात्री-अपरात्री बाळ रडलं, तरी दोन मिनिटंही त्याला सांभाळायसाठी कोणी नसायचं घरात. आपलं मूल-आपलं दुःख आणि आपले कष्ट! आयुष्यभरासाठीच कष्ट मागे लागले तेव्हापासून. आणि आता म्हातारपणी हे नातवंड! आपल्याच थकल्या-भागल्या जिवावर त्याला सोपवून मोकळं व्हावं यांनी? नोकरी करून जागेचे हप्ते फेडत होती आरती. म्हणून बाकी सर्व कामांमधून तिची सुटका! तिची तिनेच करून घेतली होती. आणि अमरचा पूर्ण पाठिंबा तिलाच.

मग माणूस मनाची समजूत घालतोच. संकटाचं उदात्तीकरण करतो. मीही तसंच केलं. माझ्यावर आलेल्या संकटाचं उदात्तीकरण. कोणी म्हणेल, नातवाला सांभाळणं संकट वाटतंय हिला? ही कुठल्या प्रकारची आजी म्हणायची? नातवंड म्हणजे दुधावरची साय. मुद्दलावरचं व्याज. किती-किती उपमा देतात माणसं 'नातवंड' या नात्याला. पण मला ते संकटच वाटत होतं. कारण माझा कमावता हातच त्या माझ्या नातवंडाने घट्ट पकडून ठेवला होता. माझ्या स्वातंत्र्यावरच घाला घातला होता. मुख्य म्हणजे, हे मी आपणहून करत नव्हते. माझ्यावर हे लादलं गेलं होतं. महत्त्वाचा मुद्दा हाच होता. ओझं वाटत होतं ते त्या लादलेल्याचंच. मी मग त्याचं उदात्तीकरण केलं ते तसंच. मनाला समजावलं. अमरला बालपणापासून आईचंच प्रेम, पाठिंबा, मदत मिळालीय. हत्ती गेला आणि शेपुट राहिलंय. तसं तर माझं सारं आयुष्य मी त्याच्यासाठीच झिजवलंय. आता उरलेलं आयुष्यही याच्यासाठीच जगीन. कदाचित माझ्या आयुष्याचा अर्थच तो आहे. यापुढे तक्रार करायची नाही. पर्याय शोधायचे नाहीत. हातांतून निसटून चाललंय त्याची खंत करायची नाही. आपण इतकी वर्षं तक्रार केली नाही. जे करावं लागलं ते हसतमुखाने, प्रेमाने, कर्तव्यबुद्धीने केलं. नाईलाज झाल्यासारखं केलं नाही. आताही कपाळावर आठी येऊ द्यायची नाही. मनाला खंतावू द्यायचं नाही.

-- मग सगळं सोपं गेलं. नंतर-नंतरच्या टप्प्यांवर प्रत्येक वेळी कपाळावरची आठी बोटाने पुसून मी बिनतक्रार करत गेले सारं काही. मला तर असेही आई-वडील आजूबाजूला दिसत होते, जे आपल्या मुलाना आजी-आजोबांकडे फिरकायलाही देत नव्हते. इथे अख्खं नातवंड माझ्या हातांत होतं. आनंदाचा ठेवाच म्हणा. मग तक्रार कशासाठी?

अंगदही मला असा चिकटला होता, की संध्याकाळी आई- बाबा दिवसाभराने भेटले, तरी त्यांच्याजवळ जायला उत्सुक नसायचा. सकाळी त्याला उठवण्यापासून रात्री त्याला झोपवण्यापर्यंत सारं काही मीच करायचे त्याचं. तो शाळेत जायला लागला आणि त्याचा अभ्यास घेण्यासाठी त्याला आई-बाबांची गरज लागायला लागली. माझ्यापासून अंगद तुटायला लागला तो शाळेत जायला लागल्यापासूनच. अर्थात माझी तक्रार नव्हतीच. मीही जरा मोकळी होऊ पाहात होते. पुन्हा कदाचित आर्थिक दृष्ट्या सक्षम होऊ पाहात होते. कदाचित पुन्हा काही कामं हातात घेतली असती. घरच्या सततच्या कामांनी मला अगदी हिंडतं-फिरतं करतं-सवरतं ठेवलं होतं. पण माझे बेत तडीला जायचे नव्हते. "आई, आता अंगदचा अभ्यास घेणं आमच्यावर येऊन पडलंय. त्यामुळे आरतीला आणि मला जरा अवघडच

होऊन बसलंय आमची वेळापत्रकं सांभाळणं. त्यामुळे आरती घरात जे काही थोडं-फार बघत होती, ते तुलाच बघावं लागणार आहे यापुढे. ऑफीसमधून येताना बाजार-हाट होत होता आमच्याकडून. आता सरळ घरीच यावं लागणार. त्यामुळे भाज्या-फळं-किराणा माल आणणं- साफ करणं- भरून ठेवणं सगळं काही तुलाच करावं लागणार आहे." मी मान डोलावली. "आई, अंगदचा अभ्यास सोडून घरचं आणि अंगदचं बाकी सर्व तुलाच करावं लागणार."

"म्हणजे दिवसातला एखाद-दुसरा तास तुम्ही त्याला बघणार आणि त्याच्या बदल्यात इतर सर्व कामं माझ्याकडून मर-मर करून घेणार." मी हल्ली अशी वाक्यं फेकायला सुरुवात केली होती; पण मनातल्या मनातच. किंवा घरात कोणी नसलं तर मोठमोठ्याने पण बोलायचे मी अशी वाक्यं. काय व्हायचं- की मन मोकळं व्हायचं. हलकं वाटायचं- थोड्या वेळापुरता का होईना. हो, थोड्या वेळापुरताच. नंतर आपली माझी गाठोडी असायचीच माझ्या पाठुंगळीला. अजून तशी ताकद होती थोडी- फार. चार पैसे कमावू शकले असते. ताकद म्हणण्यापेक्षा जिद्दच म्हणायची.

"पण इथे माझी बिनपगारी मोलकरीण करून ठेवलीत की रे तुम्ही!" हेही मनातल्या मनातच असायचं. अमरला दुखावणं स्वतःला दुखावण्याइतकंच कष्टप्रद वाटायचं मला. शेवटी आरतीही त्याचीच बायको. अंगदही त्याचाच. म्हणजे माझेच की सगळे. कोणाला दुखावू शकणार मी? आणि कशी? पण दोर माझ्या हातातून सुटत चालला होता. शिड फाटलेल्या गलबतासारखं भरकटत चाललं होतं माझं आयुष्य. पूर्वी हातात चार पैसे तरी असायचे. आता नातवाला एखादं चॉकलेट घेऊन द्यावं वाटलं, तरी तितके पैसेही नसायचे जवळ.

होता-होता नातू चॉकलेट घेऊन द्यायच्या वयातूनही पुढे सरकला. चॉकलेटसाठी कुठे वय असतंय? ते तर कोणालाही आवडतं. मलाही कोणी दिलं घेऊन, तर खाईन की मी आवडीने. तरूण वयातही कधी दिलंय कोणी चॉकलेट घेऊन? बायकोचे लाड करायच्या अधीच नवरा गेला. जमले तेवढे लाड आपणच केले अमरचे. पैशाची टंचाई होती. पण अगदीच ठरवलं, तर वाढदिवसाला का होईना, चॉकलेट घेऊन देऊ शकतच होतो आपण अमरला. पण अंगदचे लाड करायला पैसेच नाही राहिले हातात. केलं जे काही, ते चॉकलेटपेक्षाही मोठं केलं आपण. पण त्याचं मोजमाप नाही ना झालं! देह झिजवला. अक्षरशः झिजवला. आता तर झिजवायच्याही पलीकडे जाऊन पोहोचलाय देह. समजा, अंगदचं आणि घरचं सगळं करण्यामधून सुटका

झाली, तर दोन घरचं जेवण करून कनवटीला चार पैसे बांधू शकू का आपण? घराचे हप्ते अजूनही फिटतायत. पण त्यातूनही कमावणारे हात करतायत हौस- मौज थोडीफार. अंगदचे पुरवतायत लाड. ते तर आपणही जमतील तितके पुरवायचोच ना अमरचे ! पण आपण मात्र विटकी पातळं नेसायचो. दोन घरी मिळालेलं उरलं- सुरलं खाऊन राहायचो. अमरला कधीही शिळं-पाकं, दोन घरचं मिळालेलं दिलं नाही आपण. पण आज अंगदला जेवढं मिळतंय तेवढं नाही देऊ शकलो आपण अमरला. एक कमावता हात आणि दोन कमावते हात यांत तफावत असणारच ना? आजही आपल्या अंगावर विटकी पातळंच आहेत. दंडांवर झिजकी पोलकीच आहेत. वाडीतून दोन खोल्यांच्या घरात आलोय आपण. हप्ते आपण फेडलेले नाहीत. पण आपल्या जिवावरच केल्या ना नोकऱ्या? मूल आणि घर दोन्ही आपणच सांभाळलं ना यांचं? मग घराचे हप्ते फेडण्यात आपलाही हात आहेच ना?

-- गेले दोन दिवस कसलेसे बेत चाललेले ऐकू येत होते. "आपल्या इमारतीखाली नको. पलीकडच्या इंद्रप्रस्थ सोसायटीच्या दाराबाहेर फूटपाथवर जागा आहे. इंद्रप्रस्थ आणि शुभम् दोन्हीच्या मधोमध आहे थोडी जागा. तिथे बसलं तर नाही उठवायचं कोणीच." कसला सँडविचचा वगैरे स्टॉल टाकायचा बेत दिसतोय. नोकरी सांभाळून जमणार आहे का यांना? मी आहेच म्हणा. उरली-सुरली कामं माझ्यावर सोपवली की झालं. पण स्टॉलचं काय? चालला नाही तर गळ्यात पडेल ना केलेली तयारी!" माझा मनाशीच संवाद.

पण तयारी काही विशेष दिसली नाही. घरात नवी झाडू आली की जुनी कशी जिना झाडायला बाजूला काढून ठेवतात, तशी झाडू, एक मोठी प्लास्टिकची बाटली, जुन्या गोणपाटाची चौघडी- कधी किराणा मालाबरोबर आलेली. एक जुनं वाडगं. यात कसलाच स्टॉल बसत नव्हता. कशाची तयारी चालली होती? शेवटी रविवारी- सुट्टीच्या दिवशी काय ते कळलंच.

" आई, आजपासून पलीकडच्या इंद्रप्रस्थ आणि शुभमच्या मधल्या फूटपाथवर तू रोज सकाळी बसायचं. नऊ ते एक. मग घरी ये. कामं आवर. मग परत चार-पाच वाजता जाऊन बसायचं. ते रात्री नऊला ये परत. या गोणपाटाच्या घडीवर बस. पुढ्यात हे वाडगं ठेव. आधीच दोन-चार नाणी टाकून ठेव. म्हणजे वाडगं वाजवलं, तरी लोकाना कळेल की कशाला बसलीयस तू. दिवसाकाठी जे काय कमावशील, त्याने थोडा तरी हातभार लागेल घरखर्चाला. असंही तुझ्याच्याने घरात काम होतच नाही. 'थकले' म्हणतेस. तर तिथे जाऊन नुसतं बसायचंच आहे. तुलाही आराम मिळेल. चार पैसेही मिळतील."

"म्हणजे?" या वेळी मनातल्या मनात बोलण्याइतकं भानही राहिलं नाही मला. "भीक मागायला बसू म्हणतोस? मी? तुझी आई? आयुष्यात एक रुपया पण उसना मागितला नाही कोणाकडे. मदतीची अपेक्षाही नाही केली कोणाकडून. कष्टाचं कमावलं आणि वेळी स्वतःच्या पोटाला चिमटा घेऊन तुला पोटभर वाढलं. तुमच्या संसाराची वाढती कामंही अंगावर घेत राहिले; तुम्हाला जागेचे हप्ते सुरळीत फेडता यावेत म्हणून. आणि आता या वयाला भीक मागायला बसू?"

"मग या वयाला दोन घरचा स्वयंपाक जाऊन करू शकतेस का तू?" अमर कसा धजावला कोण जाणे. "अरे, सवयीने केलं असतं. पण तुम्हीच सवय मोडायला लावलीत. पण घरचं सगळं-सगळं करतच होते ना?"

"पण आता अंगद मोठा झालाय. त्याला काही तुझ्या सततच्या निगराणीची गरज नाही ना राहिली! शिवाय घराचे काही हप्तेही फिटायचेत अजून."

"म्हणून भीक मागू?"

"'भीक' नको म्हणूस आई. 'मदत' म्हण. म्हणजे तितकंसं वाईट वाटायचं नाही."

"मांडी घालून बसायचं नाही, असं डॉक्टरनीच सांगितलंय मला. मग इतके तास खाली कशी बसू?"

"मांडी नको घालूस. पाय सोडून बस. स्टूल घेऊन बसू शकली असतीस. पण स्टुलावर बसलीस तर कोण काय देणार तुला? ही झाडू. फूटपाथचा तेवढा भाग झाडून घे. मग पाणी शिंपड तेवढ्या भागावर. आणि रस्ता सुकला, की मग मांड ही चौघडी. पाय सोडून बसणार असलीस, तर दोन पदरी घडीच घाल. पण पाय सोडून बसलीस, तर माणसाना जायला-यायला अडथळा होईल. हो, अशी आडवी इमारतीच्या कुंपणाला समांतर बसलीस, तर तुलाही बरं आणि लोकानाही बरं." सगळ्या प्रश्नांची उत्तरं होती अमरकडे. पण माझ्यासारख्या स्वाभिमानाने जगलेल्या बाईला लाचार व्हायला सांगत होता तो. त्यासाठी कसलं स्पष्टीकरण होतं त्याच्याकडे? नुसतं बसून कोण भीक घालणार होतं मला? लोकांचं लक्ष वेधायचं म्हणजे 'गरिबाला मदत करा' सारखं परवलीचं वाक्य बोलत राहायला हवं होतं. वाडगा हलवत त्यातली नाणी खुळखुळत ठेवायला हवी होती. कल्पनेनेच घशाशी आवंढा आला. उसनं अवसान आणून कपडे बदलायला म्हणून गेले, तर म्हणाला, "याच कपड्यांत जा. गरजू वाटली पाहिजेस ना?"

मी आजू-बाजूला पाहिलं. आरती ओट्याशी खुडबुडत होती; तिचा या संभाषणाशी संबंधच नसल्यासारखी. मी अंगदकडे पाहिलं. तो पुढ्यात पुस्तक

धरून बसला होता. आजीची बाजू मांडायसाठी एक शब्दही नव्हता त्याच्यापाशी. मी झाडू-बाटली-गोणपाट सगळा सरंजाम उचलला आणि निघाले, इंद्रप्रस्थ आणि शुभम् मधल्या दोन फूट बाय तीन फूटच्या जागेत माझं नवं बिऱ्हाड थाटायला, आयुष्यात प्रथमच लाचार होऊन.

---"राधाबाई, इथे काय करताय?" चंदाची आई मला शोधत-शोधत आली. चंदा जाते इथून रोज. कोपऱ्यावर बँक आहे तिची. तिने सांगितलं मला, की तुम्ही इथे----"

पुढे काहीच बोलली नाही ती. चंदा अमरएवढीच. खूप वर्षं स्वयंपाकाचं काम केलंय मी त्यांच्या घरात. मी तोंड लपवलं. पण चंदाची आई समोरच उभी राहिली. विटक्या-विरलेल्या साडीत तोंड लपवणार तरी किती आणि कसं?

"काय अवतार करून घेतलाय हो तुम्ही! चार घरची कामं करत होतात, तेव्हाही कशा टापटीप असायचात." मी खाली मान घालून चूप.

"चला, उठा बघू. माझ्या चंदावर खूप प्रेम केलंत तुम्ही. तुमच्या हातचं जेवून चंदा मोठी झाली. अजूनही तुम्ही केलेल्या जेवणाची आठवण येते आम्हाला. चला, आजपासून माझ्याकडे जेवण बनवायचं तुम्ही."

"मला आता तेवढी ताकद नाही राहिली, सलग दोन-तीन तास उभं राहून जेवण बनवायची."

"ते तर दिसतंच आहे राधाबाई. पण इथे उन्हा-तान्हात इतके तास बसायचं नाही तुम्ही. चंदा सांगत होती, बँकेतून परत येते तेव्हाही इथेच असता तुम्ही. आम्ही 'मैत्रीण' नावाची संस्था काढलीय. त्यात पोळी-भाजी केंद्र आहे. नोकरी करणाऱ्या बायकांच्या बाळांसाठी पाळणाघर आहे. नव्या मुली जेवण बनवतात. सणावाराला पक्वान्नं बनतात. दिवाळीचा फराळ बनतो. त्या मुलींना अजून अंदाज आलेला नाही. कधी चुका होतात. तुम्ही देखरेख करायची. त्याना सूचना द्यायच्या. अंदाज घ्यायला शिकवायचं. चला." चंदाच्या आईच्या आधारानेच मी उठले. ती मला तिच्या 'मैत्रीण' केंद्रात घेऊन गेली. "आता इथेच राहायचं. हेच तुमचं नवं बिऱ्हाड समजायचं."

"आत्ता नको. या अवतारात नको. मला कधी असं पाहिलंय तुम्ही? हा अवतार लोकानी भीक घालावी म्हणून केलाय. उद्या येते." मी घरी गेले. दुसऱ्या दिवशी सकाळी आंघोळ करून स्वच्छ कपडे अंगावर चढवले. माझ्या धडक्या साड्या-ब्लाऊज, माझा साबण, फणी, तेल, ब्रश असं सगळं रात्रीच बांधून ठेवलं होतं. मी निघाले तेव्हा घरात कोणी नव्हतंच. कोणाला काही सांगावं, असं नातंही उरलं नव्हतं. त्याना काळजी वाटेल, शोधाशोध करतील, अशी शक्यताही कमीच होती. शिवाय भिकारणीचा अवतार कोपऱ्यात गुंडाळून

ठेवलेला होताच. 'करतील त्यांच्या कुवतीप्रमाणे अंदाज.'
मधल्या लाचार दिवसांचं मळभ गेलं होतं. आज उगवलेला सूर्य वेगळ्याच तेजाने तळपत होता.

(लोकसंवाद यथार्थ – एप्रिल २०२४)

४. गाडी

"वहिनी, या दिवाळीला मला साडी नका घेऊ." गिरिजाने राधावहिनींना म्हटलं.

"का ग? ड्रेस हवाय का?" राधावहिनींच्या या प्रश्नावरही तिने आडवी मान हलवली.

"मग साडी का नको म्हणतेस? पैसेच देऊ का?" राधावाहिनींनी पुन्हा विचारलं. मग मात्र नुसती आडवी मान न हलवता गिरिजाने 'काय हवं' ते सांगितलंच.

"वहिनी, मितूबाबासारखी गाडी, घासून मागे नेली की पुढे धावणारी, ती द्याल घेऊन? साडीच्या पैशांएवढ्या पैशांत येईल का तसली गाडी?" गिरिजाने धीर करून जे काही सांगायचं ठरवलं होतं, ते एका दमात सांगूनच टाकलं. पुन्हा-पुन्हा धीर करण्याइतका धीर तरी कुठून आणायचा?

"कुठली गाडी ग? दिवे लागणारी? अडथळा आला की मागे जाऊन, मग वळसा घेऊन पुढे जाणारी? ती ॲम्ब्युलन्ससारखा नाहीतर पोलीसाच्या गाडीसारखा आवाज करणारी? ती गाडी इथली नाहीये. ती बाहेरून, म्हणजे दुसऱ्या देशातून येताना आणली होती कोणी मितूसाठी."

"नाही राधावहिनी, तसली मोठी गाडी नाही. त्या गाडीला तर 'सेल' पण घालाव्या लागतात ना? त्या आणि कुठून घालायच्या आम्ही? आणि एवढी मोठी गाडी मी मागीन तरी कशी? ती बारकी गाडी नाही का आहे लाल रंगाची? अगदी बोटाएवढ्या लांबीची? जमिनीवर जरा मागे खेचून सोडली की पळते तुरुतुरू? ती पण कुठे आपटली, तर वळते आणि जाते दुसऱ्या बाजूला? ती नाही का मितूबाबा अभ्यास करताना, जेवताना पण बाजूला ठेवतो. तसली छोटी गाडी येईल ना वहिनी, तुम्ही मला साडी घेणार असाल तेवढ्या पैशात?"

राधावहिनींनी मान होकारार्थी हलवली. त्यांनी पुढे काही विचारायच्या आत गिरिजा पुढे म्हणाली, "माझ्या वैभवने त्या दिवशी पाहिली ना माझ्याबरोबर आला होता तेव्हा! तेव्हापासून मागे लागलाय माझ्या, तसली गाडी हवी म्हणून. मी समजावलं, 'आपल्याकडे जागा कुठे आहे गाडी फिरवायला?' म्हणून. पण म्हणाला, 'मी फिरवणार नाही. नुसती बाजूला ठेवीन.' मग काय बोलणार? खरी गाडी कधी घेऊ शकणार नाही आम्ही. पण लेकराची एवढी इच्छा तरी करुया म्हटलं पूर्ण! आता मी कुठे जाणार तसली गाडी बघायला? म्हणून तुम्हालाच सांगतेय."

गिरिजाचं बोलणं फेकून राधा वाहिनी म्हणाल्या, "बघते तशीच गाडी मिळते का ते! त्याना 'मॉडेल' गाड्या म्हणतात. वेगवेगळ्या गाड्या येतात त्यात. पण तुझ्या वैभवला वेगळी कसली आणून नाही आवडली तर? मुलांचं काही सांगता येत नाही ना!"

नशिबाने राधावाहिनीना मिळाली त्याच रंगाची, तशीच 'मॉडेल' गाडी. छोट्याशा पुठ्ठ्याच्या खोक्यात, अगदी त्याच आकाराची. "खूप जास्त पैसे झाले का?" गिरिजाने राधावाहिनींना विचारलं. "नाही ग, बस तुझ्यासाठी साडी आणते ना, तेवढ्या पैशात आली गाडी."

गिरिजाने वैभवच्या हातात गाडी ठेवायची खोटी, की वैभवने लगेच खोका उघडला आणि गाडी बाहेर काढली. "आई, अगदी मितूच्या गाडीसारखीच आहे ना गाडी?" त्याचे डोळे आनंदाने लुकलुकताना पाहून गिरिजालाही आनंद झाला. मुलाच्या आनंदात आपला आनंद- असंच असतं ना आईचं मन? दुसऱ्याच क्षणी वैभवने गाडी जमिनीवर ठेवली. मितू कशी गाडी मागच्या बाजूला खेचतो, तशी खेचली आणि दिली सोडून. गाडीने पळायला सुरुवात केली खरी. पण गिरिजाच्या इवल्याशा खोलीत गाडी दोन सेकंदपण नीटपणे चालली नाही. ती जाऊन धडकलीच बाजूच्या सामानावर. तिथून वळली ती सरळ बाजूच्या भिंतीवर आणि तिथून वळली, ती उभ्या असलेल्या आईच्या पायावर. "शी! गाडी पळतच नाहीये. मितूची गाडी कशी झूम-झूम पळते. माझी गाडी का नाही पळत आई?" वैभवच्या या प्रश्नाचं उत्तर गिरिजाला माहीत आहे. पण ती छोट्या वैभवला काय सांगणार? 'अरे, आपलं घर इवलंसं आहे. इतकं इवलंसं, की या इवल्याशा गाडीलाही जागा नाही या घरात पळायला.' असं सांगून तिला त्याला अधिक दुःखी करायचं नाहीये. राधावहिनींचं भलं मोठ्ठं घर. घराच्या कुठल्याही एका खोलीत गाडी घेऊन खेळावं. गाडी धडकली, की कशी वळते हे पाहायलाही एखाद्या भिंतीच्या जवळच बसून सोडावं गाडीला. तरच ती कशी उलटी वळते आणि पुन्हा पळते, ते पाहाता येईल. या उलट जर खोलीच्या मधोमध बसून तिला खेचून सोडलं, तर ती भिंतीपर्यंत पोहोचेपर्यंत आपोआपच थांबून जाईल.

'मी गाडी चालवणार नाही. नुसती बाजूला ठेवीन,' असं वैभवने आपल्या आईला सांगितलं होतं खरं. पण तसं वागणं त्याला जमणार नाही, हे गिरिजालाही ठाऊक होतं. संध्याकाळी आपण कामाहून आलो, की त्याच्यासाठी घरात एक छोटासा कोपरा रिकामा करायचा. सामान जरा बाजूला सरकवायचं. घर्षणावर चालणारी गाडी आहे. ती घासून मागे खेचली, की कशी पुढे जाते ते पाहाण्यातच खरा आनंद आहे. ती बाजूला ठेवून

तिच्याकडे बघत बसलं, तर कसला आनंद मिळणार आहे? "मी आल्यावर जागा करून देईन," असं म्हणून गिरिजा कामाला निघून गेली. पण ती परत येईपर्यंत वैभवला धीर थोडाच धरवणार? त्याने घरातल्या सर्व काना-कोपऱ्यांत गाडी चालवून पाहिली. पण सोडली की अडकली, वळली की अडकली— मग सरळ थांबलीच; असंच होत राहिलं. शेवटी गाडीला घेऊन तो घरापुढच्या बोळकांडीत आला. इथली जमीन तर दगड-मातीचीच. बोळकांडीत गाडीचा कसला निभाव लागतोय? पण वैभवच्या लक्षात असलं काही आलंच नाही. तो पुन्हा-पुन्हा गाडी घासून सोडत राहिला. घरात जागा नाही. पण इथे तर बऱ्यापैकी जागा आहे ना? मग इथे का पळत नाहीये ही. शेवटी वैभव थकला. गाडीही थकली. वैभवला रडूच यायला लागलं. गाडीही रडतच होती. पण तिचं रडणं वैभवला ऐकू येत नव्हतं इतकंच. वैभव गाडी घेऊन घरात आला. 'घरातच चालवू या,' असा विचार करून त्याने घरात गाडी चालवायला सुरुवात केली. आता तर गाडी घरातही चालेना. वैभवला खूपच रडू यायला लागलं. शेवटी त्याने गाडी पुन्हा खोक्यात घालून ठेवली आणि रडत-रडत झोपी गेला.

काम करून गिरिजा थकली होती. पण घरी आल्यावर आपल्या लेकरासाठी उत्साहाने कामाला लागली. घरात पायाला माती-चरचर लागत होती. गिरिजाने खोली झाडली, पुसली, लखलखीत केली. एका बाजूचं सर्व सामान हलवून एक कोपरा छान रिकामा केला. वैभवला उठवलं. खोक्यातून गाडी काढली. 'अरे! ही गाडी इतकी जुनाट का दिसतेय? धुळीने भरलीय. चाकांकडे खरचटलंय.' मग गिरिजाने गाडी ओल्या फडक्याने स्वच्छ पुसली. वैभवकडे गाडी देऊन म्हटलं, "हा कोपरा बघ, तुझ्यासाठी रिकामा केलाय." वैभवने गाडी जमिनीवर ठेवून मागे घासून खेचून सोडली. गाडी अडखळत-अडखळत क्षणभर धावून थांबली, ती थांबलीच. गिरिजाने पुन्हा गाडीची चारही चाकं पुसून-पुसून स्वच्छ केली. पण गाडी तरीही चालेना.

"काय झालं रे? गाडी का चालत नाहीये? गाडी दिसतेय पण जुनकट. काय झालं रे गाडीला?" गिरिजाच्या प्रश्नांना उत्तरं देण्याऐवजी वैभवने सरळ रडायलाच सुरुवात केली. "सांगशील तरी का काय झालंय ते." गिरिजाने वैभवच्या पाठीवरून हात फिरवला. मग मात्र वैभवला रडू आवरेनाच. "आई मी तुझं ऐकलं नाही. तू मला आल्यावर गाडी फिरवायसाठी जागा करून देणार होतीस ना? पण मला राहावलं नाही. तू यायची वाट न पाहाता मी घाई केली आई. गाडी अंगणात घेऊन गेलो चालवायला. मग मी चप्पल न घालता बाहेर गेलो की माझ्या पायाना होतं, तेच गाडीच्या चाकाना झालंय. माझी नवी

गाडी कशी जुनी होऊन गेलीय बघ. माझं चुकलं ना आई? मी तुझं ऐकायला हवं होतं ना?"
"तुझी चूक नाही बाळा. ही आपल्या गरीबीचीच चूक आहे. आपल्या घरात गाडी चालवायला जागा नाही म्हणून तू बाहेर गेलास. मितूच्या घरासारखी जागा आपल्याकडे असती, तर तू बाहेर का गेला असतास?" गिरिजाच्या डोळ्यांत पाणी आलं.
"पण मी थांबायला पाहिजे होतं ना तू घरी येईपर्यंत." वैभव रडत-रडतच म्हणाला.
"तुला पहिल्यापासून अशी छान- छान खेळणी मिळत राहिली असती, तर गाडी चालवायची घाई झाली नसती ना तुला? मितूला वाढदिवसाच्या मोठ्या-मोठ्या भेटवस्तू येतात. कधी- कधी त्या दुसऱ्या दिवसापर्यंत उघडून पाहायच्या पण राहून जातात. मलाच कधी-कधी आश्चर्य वाटतं, की त्या रिबिनी सोडून, वरचा छानसा कागद काढून, आत काय आहे हे पाहायची त्याला घाई कशी नाही होत?" बोलता-बोलता गिरिजाही रडायला लागली.
"आता बघ ना, इतकी छान गाडी आली तुझ्याकडे. पण ती गाडी चालवायसाठी जागाही तशीच छान लागते ना रे?"
"काय चाललंय माय-लेकराचं बोलणं? आणि हे या भिंतीकडचं सामान कुठे गेलं?" कृष्णाने घरात शिरता-शिरता विचारलं. घाम पुसत-पुसत कृष्णा घरातल्या एकुलत्या एका खुर्चीवर बसला. गिरिजाने पुढे होऊन त्याच्या हातातलं सामान घेतलं. "काय आणलंय बघ तुझ्यासाठी." वैभवकडे पाहून कृष्णा म्हणाला. "पिशवीत वरतीच आहे बघ."
रडता-रडता वैभव हसला. आईच्या हातातल्या पिशवीत डोकावत म्हणाला, "बघू ना आई, काय आणलंय बाबांनी ते." पिशवीत छान कागदात गुंडाळलेला छोटासा खोका होता. 'खोका गाडीचा असला, तरी आत गाडीच असेल असं नाही.' वैभवचा आता आपल्या नाशिबावर अजिबात विश्वास नाही. विचार करत-करतच त्याने खोका उघडला. आत गाडी. तशीच. पण निळ्या रंगाची गाडी. तशीच मागे खेचली, की पुढे जाणारी. "हे बघ, गाडीचे दरवाजेही उघडता येतायत. गाडीचं बॉनेट- म्हणजे हे पुढचं झाकण आणि मडगार्ड- म्हणजे हे पाठचं झाकण उघडता येतंय बघ." बाबांनी सर्व काही उघडून आणि बंद करून दाखवलं. मग घराच्या रिकाम्या केलेल्या कोपऱ्यापाशी वैभवने गाडी चालवून पाहिली. मजा आली. भिंतीपाशी आल्यावर गाडी वळली. मग अशी वळून-वळून, फिरत-थांबत, फिरत-थांबत राहिली. "पण बाबा, तुम्हाला कसं कळलं, मला कसली गाडी हवी होती ते?" खेळता-

खेळता मधेच थांबून वैभवने विचारलं.
"अरे, किती दिवस तू आईकडे गाडीची वर्णनं करतोयस. ती कानांवर पडतात ना रे माझ्या?" कृष्णा म्हणाला. वैभवला नेहमी वाटायचं की 'आपल्या बोलण्याकडे कोणाचं लक्षच नसतं.' पण बाबांनी तर आपण केलेलं वर्णन बरोब्बर ऐकून त्याप्रमाणेच आणली गाडी. त्यांनी तर मितूची गाडी पाहिली देखिल नव्हती. किती प्रेम करतात आई-बाबा आपल्यावर. आणि आपण मात्र वेड्यासारखेच वागतो खूपदा.'
"बाबा, खूप महाग आहे ना ही गाडी? पण मी आता जपून वापरीन." वैभवने शहाण्या मुलासारखं म्हटलं. आईने आणलेली गाडी बाबाना दाखवली. अंगणात गाडी चालवल्यामुळे झालेली गाडीची दशा दाखवली. गाडीला पडलेले चरे तर जाणार नव्हते. पण चाकांचं नीट निरीक्षण केल्यावर कृष्णाच्या लक्षात आलं, की चाकांमधे बारीक कचरा, धूळ अडकलीय. बारीक चिमटा घेऊन कृष्णाने चाकांमधे अडकलेला बारीक कचरा काढला. गाडी पुन्हा एकदा स्वच्छ केली. घराच्या रिकाम्या कोपऱ्यात नेऊन गाडी खेचून पाठी नेली आणि सोडली. चक्क पुन्हा पळायला लागली गाडी. अगदी पहिल्या सारखी.
"बरं झालं बाबा, तुम्ही निळी गाडी आणलीत. नाहीतर माझ्याकडे दोन सारख्या गाड्या झाल्या असत्या. आता मी गाड्यांची शर्यतही लावू शकतो. पाहूया, आईची लाल गाडी जिंकते की बाबांची निळी गाडी." वैभव खेळात रमून गेला.
"कुठून जमवले इतके पैसे?" गिरिजाने कृष्णाला विचारलं. "अग, जास्तीचं काम करत होतो ना आठवडाभर? त्याचे दिले साहेबांनी. आणि तू?"
"माझी दिवाळीची साडी नको म्हटली मी राधावहिनींना."
"आई-बाबा, तुम्ही दोघंही जिंकलात. दोन्ही गाड्या एकाच जागी जाऊन थांबल्या बघा." वैभवने हाक मारून सांगितलं. खरंच दोन्ही गाड्या बाजू-बाजूला जाऊन थांबल्या होत्या. वैभव टाळ्या वाजवत होता. त्याला आनंदात पाहून गिरिजा आणि कृष्णालाही केलेल्या खर्चाचं सार्थक झाल्यासारखं वाटत होतं.

(कलामंच – दिवाळी २०२३)

५. 'आई'चं चित्र

गुरू कॉलनीतल्या पालेकरांच्या घरी गेला होता, ते फक्त सांगायला, की 'आईला खूप ताप आलाय. तशीच जाऊन ती डॉक्टरांकडून औषध तर घेऊन आलीय, पण बिछान्यात पडून आहे. सर्दी, खोकला, अंगदुखी, डोकेदुखीने आई अगदी हैराण झालीय.' पण झालं असं, की पालेकरांच्या मितालीचा वाढदिवस असल्यामुळे घरात खूप काम. चार पदार्थ जास्तीचे केल्यामुळे खूप भांडी घासायची पडली होती. संध्याकाळी मितालीचे मित्र-मैत्रिणी येऊन गेले, त्यांच्या खाण्या-पिण्याची भांडी पडली होती.

"अरे, आज तरी भारतीने सुट्टी घ्यायला नको होती ना! बघ, घरात कसं काम पडलंय," पालेकर काकी म्हणाल्याच.

"आईला खूपच बरं नाहीये काकी." गुरूने पुन्हा आईची बाजू मांडायचा प्रयत्न केला. पण पालेकर काकी काहीही ऐकायच्या मन:स्थितीत नव्हत्याच. सकाळपासूनची भांडी स्वैंपाकघरातल्या मोरीत खच्चून भरलेली होती. भारती उशिराने का होईना, येईलच, अशा आशेने काकींनी एक चमचाही धुवून घेतलेला नव्हता. त्यात आता संध्याकाळच्या वाढदिवसाच्या कार्यक्रमाने भरच पडली होती. तरी कागदी बश्या, कागदी ग्लासं, असं सगळं वापरून फेकायचं सामान वापरल्यामुळे ती भांडी कमी होती इतकंच. पण ती सर्व कागदी भांडीसुद्धा इतस्ततः पडली होती. पालेकरकाकाही खुर्चीवर बसून पेपर वाचत होते. काकीही सुस्तावलेल्याच दिसत होत्या.

गुरूला त्यांच्या वागण्याचा रोख कळला. मग त्याने हातात झाडू घेतली आणि खोली झाडायला सुरुवात केली. मग आतल्या खोल्याही झाडून धूळ, फुटलेले फुगे, वेफर्सचे तुकडे, केकचे कण, चॉकलेटच्या चांद्या असा सर्व कचरा सुपात गोळा करून-करून कचऱ्याच्या डब्यात नेऊन टाकला. मग टीपॉय, टेबल-खुर्च्या, सोफा, जेवणाचं टेबल, सगळीकडे पडलेल्या कागदी बश्या, प्लास्टिकचे चमचे, कागदी रुमाल सर्व गोळा केलं. ते एका कागदी पिशवीत भरून ती पिशवीही कचऱ्याच्या डब्याच्या बाजूला नेऊन ठेवली. बालदीतून पाणी आणून फडका घेऊन घर स्वच्छ पुसून काढलं. बारा-तेरा वर्षांचं ते वय. एवढं करूनही हात दुखायला लागले होते त्याचे. एरव्ही तो फक्त शाळा आणि अभ्यास एवढंच करतो. भारती त्याला काहीही काम करू देत नाही. पण आज आई आजारी आहे, हे पाहून तो घरीही जमेल आणि सुचेल तेवढं काम करून आला होता.

–अजूनही पालेकरकाकी जागेवरून हलल्याही नव्हत्या. मग गुरूने

स्वैंपाकघरात जाऊन मोरीतल्या भांड्यांचा समाचार घ्यायला सुरूवात केली. एकदम तर सगळी भांडी धुणं शक्यच नव्हतं. मग त्याने ओट्यावरची सर्व भांडी एका बाजूला करून मोरीच्या जवळच्या ओट्याच्या भागावर पाण्याचा हात फिरवून घेतला. मग आठ-दहा भांडी घासायची, तेवढीच धुवून ओट्यावर उपडी घालायची, अशा टप्प्या-टप्प्यांनी त्याने भांड्यांचा फडशा पाडायला सुरुवात केली. काचेची आणि चिनी मातीची भांडी खूप काळजीपूर्वक हाताळावी लागत होती. 'फुटलं एखादं तर आईच्या पगारातूनही कापतील हे लोक पैसे', ही भीती मनात होतीच. सकाळपासून पडून राहिलेली भांडी, नव्या भांड्यांच्या तेलकटपणामुळे बाहेरूनही चिकट-तेलकट झाली होती. त्याना दोन-दोनदा साबण लावावा लागत होता.

भांडी घासून होता-होता पालेकरकाकी स्वैंपाकघरात अवतरल्या. बालमजुरीला कायद्याने बंदी आहे, हे ठाऊक असल्यामुळे कुठलंही काम 'कर' असं स्वतःच्या तोंडाने सांगत नव्हत्या त्या. पण त्यांच्या एकंदर उभं राहाण्याच्या आणि बघण्याच्या पद्धतीवरून त्याना काय म्हणायचंय ते गुरूला कळतच होतं.

"ही ग्लासं या कपाटातली आहेत. त्या बश्या वरच्या खणातल्या. ती स्टीलची भांडी ओट्याखालच्या कपाटातली आहेत. चमचे या स्टँडमधे असतात."

"तू कर" एवढंच फक्त न म्हणता, सगळ्या जागा दाखवून देऊन पालेकरकाकी पुन्हा जाऊन सोफावर विसावल्या.

'ती मिताली आपल्या एवढीच तर आहे. पण कशी मजेत भेटवस्तूंची खोकी उघडत बसलीय. आपण मात्र आपल्या आईच्या वाटचं काम करतोय. आपली आई आजारी असूनही आपल्याला चार घास मिळावे म्हणून उठून-उठून थोडं-थोडं जेवण बनवत होती आणि या पालेकरकाकी कशा मजेत बसल्यात. परिस्थिती माणसाला काय-काय करायला लावते.' गुरूचे लहानसे हात कामांचा फडशा पाडत होते आणि त्याच्या डोक्यात असले मोठे-मोठे विचार थैमान घालत होते.

"बघतोस ना, मशीनमधे धुतलेत मी कपडे. पण सुकत घालायचे पडलेत तसेच. मी एकटी तरी काय-काय करणार रे?" भांडी पुसून ठेवून झालेली पाहाताच पालेकरकाकींनी पुढच्या कामाची पुडी सोडली. उंचावरच्या दांड्यांवर कपडे सुकत घालणं गुरूसाठी फार त्रासाचं होतं. उंची कमी पडत होती त्याची. पण उंच स्टुलावर चढून त्याने कपडे सुकतही घातले. किती वेळा त्याला खाली उतरावं लागलं. स्टूल सरकवावं लागलं. पुन्हा चढावं लागलं. पण त्याने तेही केलं निमूटपणे. नाही म्हणायला त्या खाली उभ्या राहून एकेक

कपडा हातात देत होत्या. "हे रुमाल-सॉक्स, हे छोटे कपडे इथे या दोरीवर घालायचे सुकत." अशा बारक्याशा कामाला सुद्धा त्यांनी हातभार लावला नाही.

"आईला बरं नाहीये. ती येऊ शकणार नाही."हे सांगायसाठी गेलेला गुरू दोन-अडीच तासांनी घरी परत जायला निघाला, तेव्हा मात्र मुलाना वाटायसाठी आणलेल्या पिशव्यांपैकी एक पिशवी काकींनी गुरूच्या हातात ठेवली. एका डब्यात केक, वेफर्स, चॉकलेटस्, शीतपेयाची छोटी बाटली असं सगळंही गुरूला दिलं. मग तो पायांत चपला सरकवून घराबाहेर पडता-पडता एक शंभरची नोट त्याच्या हातात ठेवून म्हणाल्या," हे तुझ्या कामाचे."

"ते तुम्ही देताच ना आईला पगाराचे?" गुरू हात मागे करत म्हणाला.

"हो. पण घरात असं जास्तीचं काम असतं, तेव्हा भारतीलाही देतेच मी. हे घे." असं म्हणून गुरूने पाठी नेलेला हात पुढे आणून काकींनी त्याच्या हातात ती नोट कोंबलीच.

गुरू घरी आला तेव्हा, केलेल्या थोड्या-फार श्रमांनी थकून भारती झोपली होती. गुरूने तिच्या कपाळाला हात लावून पाहिलं. अंगही थोडं गरम लागत होतं. तिच्या अंगावर पांघरूण नीट पसरून गुरू वळला. त्याच्या चाहुलीने भारतीला जाग आली. "कुठे होतास बाळा इतका वेळ? केव्हाची वाट पाहातेय रे मी तुझी. खूप उशीर झाला बाळा तुला. नुसता सांगून येणार होतास ना? काळजी वाटायला लागली होती रे." भारती म्हणाली.

"आई, तुझ्या त्या पालेकरकाकी तुझी वाटच बघत होत्या. सगळं काम तसंच पडलं होतं. त्यांच्या मुलीचा आज वाढदिवस होता ना? माणसं येऊन गेली होती. पसारा पण पडला होता. हे बघ आई, त्यांनी मला हे काय-काय दिलंय."

"ते दिलेलं जाऊ दे रे. ते नंतर पाहू. पण तुला उशीर झाला, म्हणजे त्यांचं सगळं काम करून आलास की काय तू?"

"म्हणजे सरळ-सरळ 'कर' असं म्हणाल्या नाहीत. पण 'हे बघ पडलंय,' 'ते बघ राहिलंय,' असं म्हणत राहिल्या. शिवाय ती तिघंजणं तर बसलेलीच होती. मग मी केलं नसतं, तर उद्यापर्यंत, तू जाईपर्यंत तसंच ठेवलं असतं ना त्यांनी ते काम? म्हणून करूनच आलो मी." "बाळा, आधीच त्यांचं घर मोठं. एरव्हीही खूप काम असतं. त्यात आज खूप माणसं येऊन गेली असणार. घरही खूप घाण झालं होतं असणार. बाळा, इतकं सगळं काम तू एकटा करून आलास? भांडी पुसून लावणं, कपडे सुकत घालणं–हे पण करून घेतलं का रे तुझ्याकडून?" बोलता-बोलता भारतीच्या डोळ्यांतून घळा-घळा अश्रू वाहू

लागले. बारा-तेरा वर्षांचं आपलं मूल शाळेतून येऊन, अभ्यास करून, थकून-भागून तिकडे निरोप सांगायला काय गेलं आणि दोन-अडीच तास काम करून काय आलं.

"हे बघ आई, त्यांनी वेफर्स, केक, चॉकलेटस् असं काय-काय दिलंय. शिवाय या खोक्यात बघ, कंपासपेटी, चित्रकलेची वही, रंगपेटी–असंही काय-काय दिलंय." थकल्या-भागल्या गुरूचा चेहरा आनंदाने उजळला. "आई, माझ्या रंगपेटीतले रंग संपतच आलेत. कंपासपेटीही जुनी झालीय माझी. माझ्या कामाच्याच वस्तू दिल्यात आई त्यांनी." गुरूने खिश्यातून शंभरची नोट काढून आईच्या हातात दिली.

एरव्ही भारतीला कोणी पन्नास-शंभर रुपये दिले की उजळतो तिचा चेहरा. घरातली एखादी गरज पूर्ण करायला तेवढाच हातभार लागतो ना? पण आपल्या मुलाचा थकला-भागला-घामेजला चेहरा पाहून तिला भडभडून आलं. गुरूने अभ्यास करावा. खूप शिकावं. यशस्वी व्हावं. आपल्या आणि आपल्या नवऱ्याच्या वाट्याला आलेल्या हाल-अपेष्टा, गरीबी आपल्या लेकाच्या वाट्याला येऊ नयेत, म्हणून तीन-तीन घरची कामं करते ती. त्याला घरातलं इतकंसं कामही सांगत नाही ती. आज ती आजारी पडल्यामुळे त्याला घरातही थोडं-फार काम करावं लागलं होतं. शिवाय नंतर पालेकरांच्या घरात जाऊनही कामाचे गाडे उपसावे लागले होते. आज ती शंभरची नोट पाहून उजळण्याच्या ऐवजी, आधीच तापामुळे काळवंडलेला तिचा चेहरा अधिक काळवंडला.

"जा बाळा, हात-पाय स्वच्छ धू आणि अंगावरचे कपडेही बदल. मळलेत बघ ते. घामानेही भिजलेत. जा बाळा." तिने गुरूला म्हटलं.

"नको आई. आता पुन्हा कपडे बदलले, तर उद्या तुला दोन-दोन जोड्या धुवाव्या लागतील. आता काय जेवून झोपायचंच आहे. उद्या आंघोळ करूनच घालीन स्वच्छ कपडे. आज त्या पालेकरकाकींनी मशीनमधे धुतलेले कपडे नुसते सुकत घालायलाही किती वेळा स्टुलावर चढावं-उतरावं लागलं मला. नुसते सुकत घालायला इतके श्रम. धुवायला तर किती श्रम असतात ना आई? आता हे शंभर रुपये तुझ्या पाकिटात ठेवतो मी." गुरू पैसे ठेवायसाठी आईचं पाकीट घ्यायला गेला.

"नको बाळा, तुझ्या डब्यात टाक ते पैसे. तुझ्या श्रमाचे आहेत ते. माझं बाळ बिचारं. नुसतं राबवलं त्याला." भारतीच्या डोळ्यांत पुन्हा अश्रू जमा झाले.

"तुझे आणि माझे पैसे वेगळे आहेत का आई? तू तर घरासाठीच–आपल्या तिघांसाठीच वापरणार ना ते पैसे?" आईचे डोळे पुसत त्याने आईच्या

हातातच ठेवली ती शंभरची नोट. मग भारती उठलीच. ताप-बीप, थकवा-बिकवा, दुखणं-बिखणं सगळं विसरली ती. आपल्या हाताने तिने ती नोट गुरूच्या पैशांच्या डब्यात ठेवली. म्हणाली, "जेव आधी. थकलायस. बसल्या-बसल्या पेंगायला लागशील आणि न जेवताच झोपून जाशील."

शेवटी कपडे न बदलताच, हात-पाय धुवून गुरू जेवायला आला. तेवढ्यात गुरूचा बाबा भास्करही आला. लगेचच हात-पाय धुवून जेवायलाच बसला. वरण-भात-माठाची भाजी असं साधंच जेवण तापातून उठून भारतीने केलं होतं. भाकऱ्या करायसाठी ताकदच नव्हती तिच्यात. त्यातून तोंडही कडू झालं होतं. केकचा तुकडा, वेफर्स, चॉकलेटही गुरूनेच तिघांच्याही पानांमधे वाढलं.

"केक छान आहे ना आई?" गुरू म्हणाला."हो. खरंच चवीष्ट आहे केक."बाबाही म्हणाले. पण केकचा तुकडा भारतीच्या तोंडात मात्र फिरत राहिला. आपल्या बारा वर्षांच्या मुलाकडून किती काम करून घेतलं असेल, त्याची जाणीव होऊन मन सारखं-सारखं उदास होत राहिलं.

"आई, जेव ना ग पटापट. झोप आलीय. पण भांडी घासूनच झोपणाार आहे मी." गुरू म्हणाला. पण भारतीच्या घशाखाली घास उतरतच नव्हता पटपट. शिवाय आपला मुलगा आणि नवरा वाट पाहाता-पाहाता झोपून गेले, तर आपणच घासू भांडी, असाही बेत होता तिचा.

पण तिचं वाढून घेऊन झालंय पाहिल्यावर गुरूने उरलं-सुरलं छोट्या भांडयांमधे काढून झाकून ठेवलं आणि भारतीचं जेवून व्हायची वाट न पाहाता बाकी सगळी भांडी घासून-धुवून-पुसून त्यांच्या-त्यांच्या जागांवर ठेवलीही. शेवटी स्वतःचं ताट घासून-धुवून-पुसून जागेवर ठेवताना चारही बाजूंनी हरल्याची भावना भारतीचं मन व्याकूळ करत होती.

दुसऱ्या दिवशी गुरू शाळेला निघाल्यावर भारतीने आजारपणाची सर्व वस्त्रं उतरवून ताकदीची नवी वस्त्रं अंगावर चढवली. अर्थात ते सर्व वरवरचं होतं. पण मनाच्या ताकदीला आव्हान करून ती मैदानात उतरली.'आजपासून तीनही घरांतली सगळी कामं गुरू घरी येण्यापूर्वी संपवायचीच. नाहीतर आपल्याला बरं नाही, म्हणून पुन्हा मैदानात उतरेल तो.' तिने निग्रह केला. मग मात्र तिला ताप, बरं न-वाटणं, हात-पाय दुखणं– हे जाणवलंच नाही अजिबात.

'इतक्या लहान वयात जर अशी शंभरची नोट हातात येत राहिली, तर त्याला पैसे कमावण्यातच गोडी वाटू लागेल. अभ्यासावरचं लक्ष उडेल त्याचं. शिकून मोठं होण्याआधीच पैसे मिळू शकतात हे ठाऊक झालं, की अभ्यासाने मोठं होण्यात गोडी वाटेनाशी होईल.' भारती ती शंमरची नोट पाहिल्यापासून

अस्वस्थ झाली होती. हे कॉलनीवाले आपल्या मुलाना व्यवस्थित शिकवतात. पण आम्हा गरिबांच्या मुलांकडून अंगमेहनतीची कामं करून घेऊन त्याना पैशाची चटक लावतात. आपण आता आजारी म्हणून पडायचं नाही. आपण बिछान्यात पडून राहिलो, तर गुरूला जावंच लागेल ना आपल्या वाटणीची कामं करायला. पण आजारी न पडणं काय आपल्या हातांत आहे? आपल्या घरचं काम, बाहेरची तीन घरची कामं- तीही पाण्यातली, मग आजारी पडणं काय कठीण आहे? शिवाय सकस आहार तरी कुठे मिळतो आपल्याला? कॉलनीतल्या लोकांनी दिलेल्या उरल्या-सुरल्या अन्नावरच पोट भरतो आपण. आपल्या मुलासाठी-नवऱ्यासाठी ताजं जेवण बनवतो आपण. पण तेही भाजी-भाकरी किंवा वरण-भात असं साधंच. गुरूचं जेवून झाल्यावरच आपण जेवायला बसतो. आपण दोघं तर किती वेळा अर्धपोटीच राहातो. कुठून ताकद येणार आपल्यात?'

गुरूला मात्र त्या शंभरच्या नोटेचं स्वप्न पडण्याऐवजी चित्रकलेच्या वहीचं आणि रंगपेटीचं स्वप्न पडलं. तेही पहाटे-पहाटे. पालेकरकाकींनी दिलेल्या कंपासपेटीत एक छान टोक काढलेली पेन्सिल होती. त्या पेन्सिलीने त्या वहीत चित्रं काढायची. रंगपेटीतल्या रंगांनी रंगवायची. रंगपेटीत एक छान ब्रश आहे. आपण वापरतो त्या आपल्या ब्रशचे किती तरी केस गळून पडलेत. त्या 'टकलू' ब्रशने नीट रंगवताही येत नाही. आता यापुढे मात्र चित्रकलेच्या तासाला आपण छान-छान चित्रं काढू शकतो. रंगवूही शकतो.

पहाटे पडलेली स्वप्नं खरी होतात, असं परवा कुणाल सांगत होता. तेव्हा सर्वांनीच त्याची मस्करी केली होती. पण या वेळी गुरूला पहाटे पडलेलं चित्रांचं स्वप्न मात्र खरं होतंयसं दिसलं. शाळेत पहिल्याच तासाला बाईंनी चित्रकला-स्पर्धेविषयी सांगितलं. 'आंतरराष्ट्रीय चित्रकला स्पर्धा!' तीन विषय होते. 'खेड्यातील संध्याकाळ', 'माझा आवडता पक्षी' आणि 'माझी आई'. कुठल्याही एका विषयावर चित्र काढून द्यायचं होतं. जास्त चित्रं काढलेलीही चालणार होती. कागद शाळा पुरवणार होती. पण बाकी साहित्य ज्याचं त्याने वापरायचं होतं. एरव्ही गुरूला प्रश्न पडला असता, पण आता त्याच्याकडे सर्व साहित्य होतं. घरी आल्यावर गुरूने पटापट गृहपाठ आटपला आणि नव्या चित्रकलेच्या वहीत सरावाला सुरुवात केली. संध्याकाळी सेळायलाही तो बाहेर पडला नाही. चित्रकलेची आवड असल्यामुळे तो नेहमीच छान-छान चित्रं गोळा करायचा. आईला कोणी कॅलेंडर दिलं, तर त्यावरची चित्रं. बाबाना त्यांच्या कामाच्या ठिकाणी कसली चित्रं मिळाली तर ती चित्रं. कोणाला नको झालेली ग्रीटिंग-कार्ड गुरू गोळा करून ठेवायचा. गुरू तो चित्रांचा गठ्ठा काढून

बसला. एका कॅलेंडरच्या बाराही पानांवर खूप संध्याकाळचे देखावे होते. त्या चित्रांवरून कल्पना घेता येणार होत्या. एका ग्रीटिंग-कार्डवर चक्क मोराचा फोटो होता, छान पिसारा फुलवलेला. 'आई' चं चित्र काढायसाठी तर कुठल्याही चित्राची गरजच नव्हती. प्रत्यक्ष आईच समोर होती. मग गुरूने पेन्सिलीने चित्र काढायला सुरुवात केली.

देखावा आणि मोर लवकरच रेखाटून झाले. आई कामात होती. सारखी इकडून-तिकडे फिरत होती. मग तिचं चित्र काढणार तरी कसं? शेवटी तिची फिरून करायची सगळी कामं संपल्यावर आई स्वयंपाक करायसाठी शेगडीच्या पुढ्यात बसली. भाजी चिरायला, पीठ मळायला, चपात्या करायला सुरुवात केली. तेव्हा कुठे गुरूला आईचं चित्र काढायसाठी उसंत मिळाली. चित्रावरून चित्र काढणं तसं बऱ्यापैकी सोपं असतं. पण समोर बसलेल्या आईचं चित्र काढणं किती कठीण. किती वेळा खाडाखोड-खाडाखोड करत आईचं रेखाचित्र काढायचं काम संपलं. रंग भरायचं काम तर त्याहूनही कठीण. तरीही देखाव्यातले रंग जरा इथे-तिथे झाले, तर चालणार होतं. म्हणजे डोंगर जरा उंच झाला, नदी रोडावली जराशी, गवत थोडं जास्त वाढलं, पक्षी संख्येने कमी-जास्त झाले तरी चालण्यासारखं होतं. त्यामुळे खेड्यातली संध्याकाळ रंगवताना मोकळ्या मनाने रंग भरता आले. मोर रंगवणंही तसं सोपंच गेलं. मुळात मोराचा फोटोच सुंदर, पिसारा फुलवून नाचतानाचा! इतका सुंदर फोटो पुढ्यात असताना आणि मुळातच गुरूची चित्रकला इतकी छान असताना मोर रंगवायला तशी मजाच आली.

आईचं चित्र मात्र काढायला जितकं कठीण, त्यापेक्षा रंगवणं जास्तच कठीण गेलं. कारण बसून काम करत होती, तरी आईच्या हालचाली सतत चालूच होत्या. भाजी चिरत होती, फोडणीला टाकत होती, चपाती लाटत होती, तव्यावर टाकत होती, परतत होती, डब्यात काढत होती. हातांच्या हालचालींबरोबर मानही हलत होती. पदराने घामही पुसत होती ती. बरं, आईला 'हलू नको' सांगायचं, म्हणजे उपाशी राहायचं. त्यापेक्षा आईच्या कला-कलाने घेत-घेतच चित्र रंगवणं योग्य. शेवटी तीनही चित्रं काढून-रंगवून झाली. रंगाचा शेवटचा हात मारणं, बारकावे भरणं तेवढंच बाकी होतं.

बाईंना तीनही चित्रं आवडली. मग बाईंनी तीन नवे कागद स्पर्धेसाठी पुरवले. मग 'आपण स्पर्धेसाठी चित्र काढतो आहोत',याचं भान ठेवून गुरूने मूळ छापील चित्रं आणि स्वतः वहीत काढलेली चित्रं अशी जोडीने पुढ्यात ठेवून नव्या चित्रांचं काम सुरू केलं. पूर्ण आठवड्याने नवी तीन चित्रं जन्माला आली. इतक्या दिवसांत त्या चित्रांवर गुरूचं मन असं जडलं होतं, की ती चित्रं

बाईंच्या सुपूर्द करताना गुरूला अगदी भडभडून आलं. आपला प्रिय मित्र किंवा आपलं भावंडच आपण बाईंच्या हवाले करतोय असं दुःख झालं गुरूला. गुरूची तीनही चित्रं बाईंनी स्पर्धेसाठी लंडनला रवाना केली. मग सुरू झाली ती प्रतीक्षा. निकालाची प्रतीक्षा. अख्ख्या जगभरातून चित्रं यायची होती. जगभरातल्या पाच नामवंत चित्रकारांचं परीक्षक-मंडळ चित्रांचं परीक्षण करणार होतं. तीन उत्कृष्ट चित्राना मोठ्या रकमेची बक्षिसं मिळणार होती. शिवाय दोन उत्तेजनार्थ बक्षिसंही होती. इतक्या जगभरातल्या चित्रांमधून आपलं चित्र बक्षीसपात्र ठरणं किती अवघड आहे, याची कल्पना गुरूला होतीच. पण त्यामुळे निकालाची वाट पाहाणं बंद थोडंच होणार होतं?

लंडनमधे तिथल्या काही घडामोडींमुळे चित्रांचं परीक्षण जरा लांबलंच. पण मग चित्रं परीक्षकांच्या सुपूर्द करण्यात आली. त्यांनी चित्रांचं मूल्यमापन करायला सुरूवात केली. गुरूची तीनही चित्रं सुंदर होती. पहिल्या फेरीत तीनही चित्रं निवडली गेली. दुसऱ्या फेरीत मात्र 'गावातील संध्याकाळ'ला गाशा गुंडाळावा लागला. कारण जगभरातून संध्याकाळची चित्रं जरा जास्तच आली होती. शिवाय थोड्या-फार फरकाने जगभरातल्या संध्याकाळी सारख्याच होत्या. तेच डोंगर, त्याच नद्या, तेच गवत. परीक्षकांच्या डोळ्यांचं पारणंच फिटलं. जवळ-जवळ सर्वच संध्याकाळचे देखावे दुसऱ्या फेरीत बाद झाले. पक्ष्यांच्या चित्रांमधे मात्र वैविध्य आढळलं. निरनिराळ्या देशांतल्या निरनिराळ्या बाल-चित्रकारांनी आपापल्या देशांतल्या पक्ष्यांची वर्णी लावली होती. मोर आधीच सुंदर. त्यात गुरूच्या पेन्सिलीतून आणि नंतर ब्रशमधून उतरलेला मोर दुसऱ्या फेरीतही निवडून आला. 'आई' विषयक चित्रंही आपापले पेहेराव, आपापल्या केशभूषांमुळे वैविध्याने नटली होती. शिवाय गुरूची आई जमिनीवर बसून जुन्या प्रकारच्या शेगडीवर स्वयंपाक करणारी. तिचं वेगळेपण अबाधितच. एकाच मुलाची दोन-दोन चित्रं शेवटच्या फेरीपर्यंत निवडून यावी, हा स्पर्धेच्या इतिहासातला पहिलाच प्रसंग. साहजिकच शेवटी क्रमांक लावण्यापूर्वीच दोनांपैकी एक चित्र वगळायचं ठरलं आणि मोराच्या चित्राचीही योग्यता होती, पण त्याला वगळलं गेलं.

शेवटच्या फेरीत मात्र रशियन 'आई' ला पहिला क्रमांक आणि गुरूच्या 'आई' ला दुसरा क्रमांक मिळाला. जागतिक पातळीवर दुसऱ्या क्रमांकाचा पुरस्कार मिळवल्याबद्दल गुरूचा मोठ्ठा गौरव झाला. लंडनहून मोठ्ठी ट्रॉफी, मानपत्र आणि रोख पन्नास हजार रुपये (मूळ पौंड रुपयांमधे परिवर्तित करून) गुरूला पाठवण्यात आले. एवढी मोठी रक्कम एकाच वेळी दिसण्याचा गुरूच्या घरात हा पहिलाच योग असेल. या वेळी तर भारतीला खात्रीच झाली, की गुरूचं

अभ्यासातलं लक्ष उडणारच. पण तसं झालं नाही. नव्या वर्षाच्या शाळा सुरू झाल्या होत्या. पण चित्रकलेतलं यश पचवून गुरू नेहमीप्रमाणे पुढल्या वर्षाच्या अभ्यासात गढून गेला होता. भारतीच्या कुशंका फोल ठरल्या होत्या.
त्या दिवशी रात्री तिघंही जेवायला बसली तेव्हा भारती म्हणालीच,"तुला पालेकरकाकींनी शंभर रुपये दिले ना गुरू, तेव्हाच धास्तावले होते मी, की तू आता पैसे कमावायच्या मागे लागतोस की काय. पण तसं झालं नाही. आता तर एवढी मोठी रक्कम आलीय. ती रक्कम सरळ बँकेत गेली म्हणा. पण पैसे पाहून डोळे दिपले नाहीत बाळा तुझे."
"आई, पैसे तर मोठा झाल्यावर कमावायचेच आहेत ना आई? पण आत्ता माझं अभ्यास करायचं, शिकायचं वय आहे. तू आणि बाबा मला शिकवायसाठी किती कष्ट करताय, ते दिसतंय ना मला! शिकून मोठा होईन, तेव्हाच पैसे कमावायला लागीन मी. पालेकरकाकींकडच्या शंभरच्या नोटेपेक्षा त्यांनी दिलेली वही-रंगपेटीच मला महत्त्वाची वाटली. तसं तर चित्रकला माझ्या आवडीचा विषय आहे. ती तर मी सोडणार नाहीच. पण 'विद्यार्थीदशेत विद्या-धनच सर्वात श्रेष्ठ धन असतं,' असं तूच नेहमी म्हणतेस ना आई?"
तिघांच्याही हातांत जेवणाचे घास होते. पण ते घास तोंडापर्यंत न्यायचंही सुचत नव्हतं तिघानाही."जेवण गार होतंय." शेवटी भारतीलाच भान आलं."जेवा आधी. गप्पांनी पोट भरू नका." या वेळी केक-बिक नसूनही भारतीला जेवण गोड लागलं. दुसऱ्या दिवशी पालेकरकाकीना पेढे न्यायला विसरली नाही ती. म्हणाली,"तुमच्या वही-रंगपेटीचा मोठा हिस्सा आहे माझ्या गुरूच्या यशात." आज भारतीच्या कामाला दुप्पट वेग आला होता. 'आजपासून गुरू यायच्या आधी सर्व कामं उरकायचीच. शिवाय दुपारी तो घरी येईल तेव्हा त्याला आपल्या हातांनी वाढायचंच.' असं तिने निश्चित केलंय. आपलं बाळ गुणी आहेच. पण आजपासून त्याला एकटेपणाही भासू द्यायचा नाही, असा निर्धार केलाय तिने. पालेकरकाकी कशा परीक्षेच्या दिवसांत आणि एरव्हीही मितालीच्या आसपास असतात. नेहमीच काही तिचा अभ्यास घेत नाहीत. पण त्यांच्या अवती-भवती असण्याने किती मोठा आधार वाटत असेल ना तिला! तसा आधार आपण देऊ शकलो नाही आपल्या गुरूला. कायम तो एकटाच येऊन जेवायचा. पण या पुढे मात्र आपण लवकर कामं उरकून, गुरू येईपर्यंत मोकळं व्हायचं. तो अभ्यास करत असेल , तेव्हा त्याच्या अवती-भवती राहायचं. आपल्या शरिराने मात्र आपल्याला साथ दिली पाहिजे, इतकंच.
(लोकसेवक – दिवाळी २०२०)

६. शबरीची बोरं

हा कोरोना आला, तेव्हा वाटलं थोडंच होतं की इतके महिने चालेल हे प्रकरण? आता जाईल-मग जाईल म्हणता-म्हणता ठिय्याच मांडून बसला पाहुणा. आता तर तो पाहुणा म्हणायचा, की आपणच पाहुणे आहोत म्हणायचं हे कळेनासंच झालंय. कारण तो स्थायिक झालाय आणि आपलंच स्थान डगमगायला लागलंय. सुरुवातीला वाटलं, आत्ता पंधरा-वीस दिवसांत सुरू होईल आपलं हॉटेल. पण दिवस जायला लागले, तशी आशाच मावळत चाललीय. साधं रेस्टॉरंट असतं, तर निदान 'पार्सल', 'टेकअवे' अशा सिस्टीम्स तरी चालू झाल्या असत्या. पण आमचा पडला बार. त्यातून आमच्याकडेच रोजचं खाणं-जेवण समोरच्या रेस्टॉरंटमधून येतं. मग सरकार आम्हाला काय परवानगी देणार? लोकाना आम्ही कसली पार्सलं देणार? पब्लिक आमच्याकडून काय 'टेकअवे' करणार? –असा सगळा घोळ. मुळात वाईन-शॉप पण बंद होती ना इतके दिवस! आत्ता-आत्ता उघडायला दिली परवानगी. आमचा सगळा 'स्टाफ' कर्नाटकातून आलेला. कॅशवरचा दयानंद, बार सांभाळणारा नित्यानंद, भांडी धुणारा शिवा, ऑर्डर घेणारा बालाजी आणि मुळात मी स्वत:पण कर्नाटकातूनच आलो ना नशीब अजमावायला. आधी मी पण दुसऱ्याच्या हॉटेलमधेच काम केलं–बार सांभाळायचं- कॅशचं आणि नंतर धीर करून छोटं उडिपी खोपटं चालू केलं. धंद्यात बरकत होत गेली आणि खोपटाचं हॉटेल आणि आता हे 'बार अँड रेस्टॉरंट' सुरू होऊन सुद्धा दहा वर्षं झाली. आता सगळं सुरळीत चालू होतं, तर हे कोरोना प्रकरण सुरू झालं. धडाधड दुकानं-हॉटेलं-सगळं-सगळं बंद होत गेलं. सगळा स्टाफ हॉटेलातच पाठच्या बाजूला राहातो. एकट्या मी तेवढा वेगळा फ्लॅट घेतलाय. लग्न केलंय. बाकी सगळे सडेच. मुलं आहेत मात्र गुणी. सर्वांना आपापल्या घरी पैसे पाठवायचे असतात. सर्वात लहान रामकृष्ण. तो हल्लीच दोन वर्षांपूर्वी आलाय. घरची खूप गरीबी आहे. मी दिलेली सर्व रक्कम घरी पाठवतो. पण हे लॉकडाऊन झाल्यापासून 'खाऊन-पिऊन-राहून' तत्त्वावर चाललंय सगळं. मीच कोणाला पगार देत नाहीये. तर घरी काय पाठवणार बिचारे? 'खोपटं' असल्यापासूनचे जे आहेत, त्याना सर्वकाही येतं बनवता. इडली-वडा-डोसा-उत्तप्पा-सांबार-चटणी बनवतात, खातात आणि राहातात. तेवढंच देतोय मी त्याना. जेवढं कमावलं इतक्या वर्षांत, त्यातूनच उकरून-उकरून घर आणि रेस्टॉरंटचा स्टाफ सर्वांचं पोट भरतोय. स्टाफला पण आवडत नाहीये बसून खायला.

" मालक, आपण कसला तरी धंदा सुरू करूया." किराणा माल आणि औषधं या दोनच गोष्टींची दुकानं सुरू झाली, तेव्हाच दयानंद मला म्हणाला. पण किराणा मालाचं दुकान काय अचानक सुरू करता येणार? रेस्टॉरंटचं 'इंटिरीयर' नुकतंच करून घेतलं होतं आम्ही. त्याची मोड-तोड करून किराणा-मालासाठी कपाटं बनवायची म्हणजे दुष्काळात तेरावा महिना. शिवाय आज ना उद्या लॉकडाऊन उठेल आणि बार पुन्हा चालू होईल. वाईन वाहायला लागली की पैशाची गंगाही परत वाहायला लागेल, ही आशा होतीच. पण दिवस-महिने जात राहिले. हळू-हळू इतर वस्तूंची, कपड्यांची, इलेक्ट्रॉनिकची दुकानं सुरू व्हायला लागली. दुकानं उघडी ठेवायच्या वेळेतही वाढ व्हायला लागली, तरी आमचं 'शटर' उघडेना, तशी सरिता पाठी लागली. 'काहीतरी सुरू करायलाच हवं,' ती म्हणाली. स्टाफ तर केव्हापासूनच पाठी होता. समोरचं रेस्टॉरंट- जिथून आमच्याकडे खाणं बनवून यायचं, त्यांचं तर 'पार्सल', टेकअवे' केव्हाच सुरू झालं होतं. टेम्पोतून भाज्या, फळं, किराणा माल सगळं येत होतं. मग एक दिवस टेम्पो आल्यावर जाऊन भेटलोच टेम्पोवाल्याला. दर तीन दिवसांनी टेम्पो ताजा माल घेऊन येतो. ऑर्डर दिली. माल मागवला आणि रेस्टॉरंटवर आलो. 'शबरी' नाव ठेवलं होतं रेस्टॉरंटचं, तेव्हा सरिता म्हणाली , " 'पवित्र' व्यक्तींची नावं अशा अपवित्र धंद्याला ठेवणं बरं नाही." पण मी ऐकलं नव्हतं. आता ते सगळं जुनं-जुनं आठवत राहायचं रिकामपणी. तर शबरीवर आलो आणि कामाला लागलो. सगळी टेबलं-खुर्च्या एका बाजूला केली. रेस्टॉरंटची जागा मोकळी केली. चार टेबलं तेवढी एकाला एक जोडून दरवाजाच्या बाजूलाच लावली. मोठीच्या मोठी ताडपत्री आंथरली. तिसऱ्या दिवशी टेम्पो आला, तेव्हा आम्ही सर्वजण दारात वाट पाहात उभेच होतो. मालाची पोतीच्या पोती उतरवून घेतली, तेव्हा सर्वांचीच मनं साशंक होती. पहिल्या दिवशीच माणसं यायला लागली. कारण कोरोना-प्रादुर्भावाच्या काळात मार्केटपर्यंत न जाता, हाताशीच सर्वकाही मिळतंय, तर हवंच होतं पब्लिकला. पण पोत्यांतून माल निवडणं अवघड होतं गिऱ्हाइकांसाठी.
रोज सकाळी टेबलं आतून काढून रेस्टॉरंटच्या बाहेर कॅनोपीच्या खाली लावायची, असं ठरलं होतं. मग तातडीने माल पोत्यांतून बाहेर काढून टेबलांच्या जोडणीवर मांडायला सुरुवात केली. सटासट माल खपायला सुरुवात झाली. परत टेम्पो यायच्या आत केव्हाच माल संपतोय पाहिल्यावर जास्त माल मागवायला सुरुवात केली. भाज्या आणि फळांच्या जोडीला आटा, बेसन, साखर, डाळी, कडधान्यं, तांदूळ असंही मागवायला सुरुवात केली. आणखी चार टेबलं दरवाजाच्या आतल्या बाजूलाही मांडली. मी स्वतः

टेम्पो यायच्या आधी पहाटे येऊन हजर राहू लागलो.

चार महिन्यांनी अर्धा-अर्धा का होईना, प्रत्येकाच्या हातात पगार देताना खरंच किती समाधान वाटत होतं सांगू! शिवाय शिल्लक राहिलेल्या भाज्या, टोमॅटो, काकडी सगळं खराब होण्याआधी स्टाफच्या जेवणासाठी वापरलं जात होतं. मुलीच्या शाळेचा ऑनलाईन चाललेला अभ्यास सोडून सरितालाही बाहेर पडावं लागत नव्हतं. आलेल्या मालापैकी गरजेपुरता माल मी घरी जाताना रोज घेऊन जात होतो.

'शबरी रेस्टॉरंट' जेव्हा झालं होतं, तेव्हा त्याचं रूप पाहून आसपासच्या गरिबांच्या वस्तीतून कोणीही आत डोकावायचंही धैर्य दाखवलं नव्हतं. दरवाजात सिक्युरिटीचा माणूस उभाच असायचा. रेस्टॉरंटच्या बाहेर पॉश-पॉश गाड्या आणि बारसाठी आतुरलेल्या तरुणांच्या बाईक्स. पण आज इतक्या वर्षांनी गोर-गरिबांना रेस्टॉरंटमधे शिरून आतलं भव्य-दिव्य इंटिरियर निरखता आलं होतं. जो-तो पहिल्यांदा यायचा , तेव्हा भाजी-किराणा घ्यायच्या आधी हे ऐश्वर्यच निरखायचा. "कोरोनाने गरीब-श्रीमंत भेदभावच मिटवून टाकलाय." सरिता म्हणाली. मी मान डोलावली. अनुभवतच होतो ना रोज हे सगळं!

हल्ली सरिता खूप खूश असते. तिला पैशापेक्षा मनाची शांती हवी होती. ती तिला मिळालीय. मयूरीच्या वर्गातल्या शाश्वतचा बाप म्हणे रोज आमच्या बारमधे यायचा. पिण्यात पैसा उडवायचा. घरच्यांचे हाल व्हायचे. 'पेरेंटस् मीटींग' च्या वेळी शाश्वतची आई सरिताला सगळं सांगायची. फोनवरही दोघींची बोलणी व्हायची. सरिताला अपराधी वाटायचं. ती मला दूषण द्यायची. मी चिडचिडायचो.

"हे बघ सरिता, जम बसलेलं रेस्टॉरंट त्या शाश्वतच्या बापासाठी बंद करू का मी? बरं, समजा केलाच मी तो वेडेपणा, तर तो प्यायचा थांबणार आहे का? अग तो दुसऱ्या बारमधे जाईल. तिथे पैसे उडवेल. तिथून झिंगून परतेल. आपण काय आमंत्रण दिलंय का त्याला, की आमच्या 'शबरी' मधे ये म्हणून?"

'शबरी' शब्द ऐकला, की सरिताचा राग पुन्हा उसळी मारायचा. "शबरी म्हणे! अशी पवित्र नावं पापी धंद्याला ठेवणंच मुळात चुकीचं आहे." अगदी नावापासून ते आतल्या मालापर्यंत सरिताला शबरीचं काहीच पसंत नव्हतं.

लॉकडाऊन झाल्यापासून पैशाच्या टंचाईतही सरिता खूश असायची. का? तर लोकांच्या उद्ध्वस्त संसारांच्या पापाचं वाटेकरी होण्यापासून आपण दूर झालोय म्हणून. आपल्या नवऱ्याचं उत्पन्न थांबलंय याच्या काळजीपेक्षा दुसऱ्यांच्या नवऱ्यांचं, मुलांचं, बापांचं पिणं थांबलंय याच्यातच ती खूश. "मी

नोकरी करीन. संसाराला हातभार लावीन. पण तू बार बंद कर," असं तिचं सांगणं. "नाहीतर पूर्वीसारखं फक्त हॉटेल केलं तरी चालेल. पण बार बंद कर." ती वारंवार सांगायची. आता या कोरोनामुळे बार आपोआपच बंद झाला. सरिता खूश.

इथे कोरोनाचा प्रादुर्भाव वाढतच होता. समाधानकारक गोष्ट एकच होती, की रोगाचा सामना करण्यासाठी नेमकं काय करायला हवं, ते हळू-हळू ज्ञात होऊ लागल्यामुळे रोग्यांची संख्या वाढत असली, तरी बरं होणाऱ्यांची संख्याही वाढत होती. मृत्यूंचं प्रमाण दिवसेंदिवस कमी-कमी होत चाललं होतं. जाता-येता ॲम्ब्यूलन्सच्या सायरनच्या आवाजाने जिवाचा थरकाप व्हायचा. थोड्या-थोड्या वेळाने ॲम्ब्युलन्स जा-ये करतच असायच्या. पण संकट कितीही मोठं असलं, तरी बुडणारा माणूस जसा शेवटपर्यंत हात-पाय मारत पाण्याबाहेर पडण्याचा प्रयत्न करत राहातो, त्याप्रमाणे माणसं भूक-तहान यांचा बंदोबस्त करण्यासाठी मास्क बांधून घराबाहेर पडत होती. दूध-केंद्रावरून दूध, भाज्या-फळांच्या दुकानांतून भाज्या-फळं घेऊन पोटापाण्याची व्यवस्था करतच होती. साहजिकच आमच्या 'शबरी'च्या जागेत भरलेल्या भाज्या-फळांच्या विक्री-केंद्रावर छान विक्री होत होती.

'शबरी'चा स्टाफ पहिल्यापासूनच गणवेशात वावरलेला. आता त्याच्या जोडीला नाका-तोंडावर मास्क बांधून आम्ही विक्री करत होतो. बाकी कुठे-कुठे माणसं रांग-मास्क अशी कसलीही शिस्त न बाळगता दुकानं आणि विक्री-केंद्रं चालवत असल्यामुळे 'शबरी'च्या पुढ्यातली शिस्तबद्ध रांग आणि मास्कची सक्ती माणसाना प्रभावित करत होती. आमच्या नियम-पालनामुळे, गिऱ्हाइकानाही नियम-पालन करायला लावण्यामुळे पोलिसाना 'शबरी'च्या पुढ्यात दंडुका घेऊन यायची वेळ येत नाव्हती. भाव वाजवी असल्यामुळे आजू-बाजूच्या गरिबांच्या वस्तीमधूनही माणसं आवर्जून आमच्याकडेच माल घ्यायला येत होती. गहू, तांदूळ, आटा, बेसन, कडधान्य, साखर, मीठ हेही स्वच्छ आणि बंद पिशव्यांमधे मिळत असल्यामुळे कोरोनाच्या भयशंकित करणाऱ्या वातावरणात माणसाना आमच्या मालाच्या शुद्धतेविषयी खात्री वाटत होती. नि:शंकपणे गरीब-श्रीमंत आमच्या 'शबरी'तून माल घेऊन जात होते.

आता 'स्टाफ'लाही पूर्ण पगार मिळू लागला होता. घरच्याना पैसे पाठवल्यामुळे त्यानाही मानसिक समाधान मिळू लागलं होतं. मला मार्केटला जायची वेळ आली, तर क्वचित सरिताही मयूरीला घेऊन स्टाफच्या मदतीला येऊ लागली होती. तिने मयूरीला घेऊन घराबाहेर पडणं तसं सुरक्षित नव्हतंच.

अर्थात फारच कमी वेळा यायची तशी वेळ. सांगायचं कारण असं की 'बार' झाल्यापासून 'इंटिरियर' पाहायलाही ती कधी आली नव्हती. तिने कधी मयूरीलाही यायला दिलं नव्हतं. 'बार'च्या उद्घाटनालाही आली नव्हती ती. आजूबाजूच्या रेस्टॉरंटस्-हॉटेल्स मधे तिचं हे न येणं हा चर्चेचा विषय झाला होता तेव्हा. पण सरिताने तत्त्वांशी तडजोड केली नव्हती.

गेल्या कित्येक वर्षांत मी घरी गेल्यावर गल्ला किती जमलाय याविषयी सरिताला सांगतोय, दुसऱ्या काही बेवड्यांच्या गमती तिला सांगतोय असं कधीच झालं नव्हतं. घर आणि शबरी हे माझ्या आयुष्याचे दोन वेगवेगळे भाग होते आणि या दोन भागांचा एकमेकांशी जराही संबंध नव्हता. त्यामुळे घरी जायचं, जेवायचं आणि झोपायचं इतकंच असायचं. सुट्टीच्या दिवशीही 'शबरी'चा विषय वर्ज्य होता. त्यामुळे जगणं यंत्रवत झालं होतं जणू. पण आता तसं नव्हतं. आता जणू मी एक कुटुंबवत्सल पती आणि पिता झालो होतो. रात्री घरी यायला कितीही उशीर झाला तरी माझं सुहास्यवदने स्वागत होत होतं. शबरीच्या गमती ऐकायला मयूरीलाही परवानगी असायची. एखाद्या कर्नाटकच्या शेट्टी कुटुंबातल्या हॉटेलवाल्याच्या घरातल्या वातावरणाशी अत्यंत विसंगत असं हे चित्र होतं आताचं.

हळू-हळू लॉकडाऊनचे नियम शिथील होत चालले. जीवनावश्यक वस्तूंच्या व्यतिरीक्त इतर मालाची दुकानंही एक दिवस आड- अर्धा दिवस- असं करता-करता पूर्ण वेळ उघडायला सुरुवात झाली. आता लवकरच हॉटेलं पूर्ण वेळ उघडतील. त्यानंतर आमचं 'शबरी'बार ॲन्ड रेस्टॉरंट. बालाजी सर्वात जास्त आतुर होता. 'टिप्स' त्यालाच मिळायच्या ना? बार सुरू झाल्यावर सर्वात फायदा त्यालाच होणार होता.

"आता लवकरच आपला 'बार' चालू होईल ना?" कॅशवरचा दयानंद मला म्हणाला. नव्या दुकानाची 'कॅश' सांभाळायचं काम तो करत होताच. पण बारच्या 'कॅश काऊंटर'वर जी कॅश जमा व्हायची, त्या मानाने नव्या दुकानाची कॅश नगण्यच म्हणायची. वाईनचा वास आणि सिगारेटस् चा धूर कायम आमच्या अंगाला चिकटलेला असायचा. आम्हीच प्यायल्यासारखा. आम्हीच फुंकल्यासारखा. त्या उलट आता नवा भाज्यांचा वास, फळांचा सुगंध, बटाट्यांच्या पोत्यांबरोबर येणारी माती, पालेभाज्यांच्या जुड्यांबरोबर येणाऱ्या ओल्या मातीचे डाग, हे आमच्या जीवनाचा भाग बनत चालले होते. बारमधे शारीरिक श्रम कमी होते. बाटल्यांचे कार्टन्स एकदा जागेवर लावले, की मग फक्त त्यांतून बाटल्या काढून बारमधे मांडल्या जायच्या. पेग-पाणी-सोडा-बर्फ एवढ्याच गोष्टी 'सर्व्ह करणं' मोठं काम नसायचं. टेबलं-ग्लासं-प्लेटस् साफ

करायला वेगळा माणूस.

–इथे मात्र भाज्या नुसत्या लावायचं काम नसायचं. त्या खराब होऊ नयेत म्हणून काळजी घ्यावी लागायची. जुना माल बाजूला करून नव्या मालाला जागा करायची. जुना आधी विकला गेला पाहिजे. भाज्यांवर जास्त पाणी मारलं, तर भाज्या कुजायच्या. सुक्या ठेवल्या तर सुकून जायच्या. पालेभाज्यांचे तर नखरेच. मुळांमधली माती पानाना लागता कामा नये, काकडी पिवळी पडता नये, बीट ओलं राहाता नये, गाजर कुजता नये. कोथिंबीर तर जणू राणीच. तिची कितीही बडदास्त ठेवा. कधी तोंड काळं करेल सांगता येणार नाही. बटाटा तर असा की एक कुजला, तर पोत्यातल्या किती जणाना कुजवेल सांगता येणार नाही. कांद्याला तर कोणी कुजवायची गरजच नाही. तो कुजण्यात स्वयंभू. उगीच नाही वाईट वागणाऱ्याला 'कुजका कांदा' म्हणत.

भाज्यांच्या जोडीला फळं आली आणि आमच्या 'स्टाफ'ला पळता भुई थोडी झाली. आंब्याचा मोसम संपला होता. त्यामुळे तो एक मोठ्ठा प्रश्न पुढल्या वर्षापर्यंत पडणार नव्हता. पण केळी काळी पडत, संत्री नरम होऊन नासत, पपई कडक असायची आणि अचानक उचलायला जावं तर बोटं सालाच्या आतच जायची. कलिंगड तर असलं आतल्या गाठीचं, की कसं निघेल सांगताच येणार नाही. मोसंबी त्यातल्या त्यात टिकाऊ. सिताफळं आंबट होत. पीच-प्लम-पेर ही तर सगळी परदेशी मंडळी. त्यांचा रुबाब आणि भाव न परवडणाराच. सफरचंदं त्यातल्या त्यात गुणी. पण तीही वेळच्या वेळी विकली गेली नाहीत, तर काही खरं नाही. नारळ तर कधी 'नासका निघाला' सांगत पब्लिक परत घेऊन येईल असं टेन्शन असायचंच कायम. किराणा मालही सांभाळावा लागायचा. किडे-टोके पडत नाहीत ना, ते पाहावं लागायचं. नवा माल खाली टाकून जुना वर काढावा लागायचा. म्हणून तर स्टाफला वाटत होतं, की बार परत सुरू करावा. बारला अशी कोणतीच टेन्शनं नहती. पण एकच मोठं टेन्शन असायचं. घरी गेल्यावर सरिताचं मौन सहन करावं लागायचं.

मग मी स्टाफची मीटिंगच घेतली सोमवारी. तेवढ्यासाठी सुट्टीच्या दिवशीही 'शबरी'त आलो. स्टाफला समजावलं. म्हणालो, "एक तर कोरोनाने ग्रासलंय. घराघरात तणावपूर्ण वातावरण आहे. सरकार परवानगी देतंय म्हणून आपण रेस्टॉरंट उघडू. काही दिवसांनी बार उघडायची परवानगीही मिळेल. पण कोरोना गेलाय कुठे? रोज शेकडो लोक 'शबरी' मधून पिऊन जातील. महागाई अचाट वाढलीय. पैसा सांभाळून वापरायची गरज आहे. पण बारमधे

पैसा उडवल्यावर घरखर्चासाठी पुरेसा पैसा राहील का त्यांच्याकडे? इतकी वर्षं सरिताच्या इच्छेविरुद्ध मी बार चालवत राहिलो. घराघरांतल्या सरिताही मला इतके दिवस शिव्या घालत असणार. पण तिथेही दुर्लक्ष करत आलो. पण आता लोकांच्या दुःखात भर घालणं बंद करायचं ठरवलंय मी. स्वच्छ निर्मल पैसा कमावुया आता आपण. लोकांच्या शिव्या-शापांत बरबटलेला पैसा नको."

बारचं नेहमीचं गिऱ्हाईक जाता-येता विचारायचं, "कधी उघडणार बार?" मी उत्तर देणं टाळत होतो. पण बार न उघडण्याचं मी नक्की केलं होतं. कच्ची केळी, केळफूल, चिंचा, आंबाडे, करमरं असा खास वसईच्या आसपासचा मालही हळू-हळू यायला लागला. आमच्या परिसरात हा माल आतापर्यंत कोणाहीकडे मिळत नव्हता. पब्लिक एकदम खूश झालं. गावठी बोरांची टोपली टेम्पोतून उतरली, तेव्हा मीही चकित झालो. स्टाफपण चकित झाला. आजच नेमकी सरिताही मयूरीला घेऊन 'शबरी'त आली होती. बोरांची टोपली पाहून तीही चकित झाली. ओंजळभर बोरं स्वच्छ धुवून-पुसून मयूरीला देत म्हणाली, "खा." "हे काय आहे आई?" "बोरं." "फळ आहे का हे? असंच खायचं अख्खं?" "नाही. तोंडात टाकायचं. नीट चावून चघळायचं आणि आतली बी या बशीत टाकायची." सरिताने एक बोर खाऊन दाखवलं. आंबट-गोड-तुरट बोरं खायला खूप मजा वाटली मयूरीला. "जास्त खायची नसतात ही बोरं. सर्दी होते. आधी एक चावा घेऊन बघ; आत कीडही असते कधी-कधी." "हीच बोरं का ग शबरीने रामाला दिलेली? तू मला गोष्टीत सांगितली होतीस ती?" मयूरीने विचारलं.

"हो. हीच ती. शबरीने आंबट असलेली बाजूला करून गोड तेवढी प्रभू रामचंद्राना दिली." सरिताने लेकीला सांगितलं. मी ऐकत होतो. स्टाफ ऐकत होता. मयूरी सर्वांची लाडकी. ती 'शबरी'त आली की स्टाफ तिच्या अवती-भवतीच रेंगाळत असतो. मग मयूरीने सगळीच बोरं मला धुवायला लावली. सर्वांना हात धुवायला लावले. ओंजळ-ओंजळ बोरं दया, नित्या, शिवा, बालाजी, रामकृष्ण सर्वांच्या ओंजळींत ठेवून म्हणाली, "प्रभू रामचंद्रांची बोरं आहेत. खा." सर्वांची बोरं खाऊन होईपर्यंत आलेल्या गिऱ्हाइकांचा समाचार सरिता एकटी घेत होती. वजन-पार्सल-कॅश–सर्व.

'शबरी'मधे 'शबरीची बोरं' आली होती. 'बार बंद का करायचा' हे मग स्टाफला समजवावं लागलंच नाही. यथावकाश 'शबरी रेस्टॉरंट ॲन्ड बार'चं 'शबरी फूड मॉल' झालंच. रामचंद्रांच्या कृपेने.

(अक्षर संवेदना – दिवाळी २०२१)

७. नवं कुटुंब

"बघितलंस ना? तुझ्या आजारपणात दोघांपैकी एक देखिल येऊ शकला नाही. आपण मारे गावाकडला बंगला इतका वाढवून घेतला. विचार केला, सगळेच एकदम जमलो दिवाळीला किंवा मे महिन्याच्या सुट्टीत, तर कोणाची गैरसोय होऊ नये. लग्नं झालीत, मुलं झालीत. एक खोली एका मुला-सुनेला, एक नातवंडाना. एक दुसऱ्या मुला-सुनेला, एक त्या नातवंडाना आणि एक आपल्याला. शिवाय मनोहरचं कुटुंब वर्षानुवर्षं आपल्या बंगल्याची, बागेची देखभाल करत आलंय. एरव्ही ते आऊट-हाऊसमधे राहायचे. पण आता मनोहर-मंजूपण साठीच्या आसपास आलेत, म्हणून त्यांच्यासाठी पण स्वयंपाकघराच्या बाजूला एक झोपायची खोली अशा सहा झोपायच्या खोल्या, त्याही स्वयंपूर्ण बांधून घेतल्या. मग तेवढ्याच वरही चढवल्या. तळाच्या स्वयंपाकघराच्या बरोबर वर दुसरं स्वयंपाकघर. काय उपयोग? येतंय का कोण?" सुजाताने सुस्कारा सोडला.

"खंत करू नकोस सुजू. पक्ष्यांसारखंच झालंय हल्ली माणसांचं. मागे वळून पाहाताच येत नाही त्यांना. पण आता आपण मात्र जायचंच. निसर्ग सौंदर्य अनुभवायला माणसं कोकणात जाऊन हॉटेलात राहातात. आपलं तर स्वतःचं इतकं मोठं घर आहे. मला तर डॉक्टरही म्हणाले, "गावी का जात नाही तुम्ही? तिथली प्रदूषण-विरहीत हवा, फिरायसाठी मोकळी जागा, हिरवाई यांनी खूप फरक पडेल तुम्हाला. मुख्य म्हणजे तुम्ही खंतावलेलेही दिसता. जरा ताजे-तवाने व्हाल." मग संजय-सुजाताने थेट गाव गाठलंच. मनोहर-मंजूने घर अगदी लखलखीत ठेवलंय. तरीही बारा झोपायच्या खोल्या असलेल्या घरात संजय-सुजाता आणि मनोहर-मंजू! दिवसा बागेत आणि घरात छान वेळ जायचा.

नारळाची झाडं, आंब्याची झाडं, फणसाची झाडं. शिवाय जास्वंदीची दोन झाडं- एक गुलाबी, एक लालभडक. मदनबाण छान मोठ्या-मोठ्या फुलांनी डवरलेला, सुगंधाने घमघमलेला. शिवाय नीरफणस, अननस. कढीलिंब, कोथिंबिरीचा छोटासा वाफा. वर्षानुवर्षं मनोहर मशागत करत आलाय. वेळोवेळी आंबे-नारळ बसने पाठवत आलाय. कधी वास्तूचा किंवा बागेतल्या उत्पन्नाचा गैरफायदा घेतला नाही त्याने. रातांब्याची दोन झाडं आहेत. त्याचीही फळं काढून, सुकवून कोकमं पाठवायचा. गावचं घर आणि बाग पाहून दोघंही अगदी-अगदी सुखावली.

"सेवानिवृत्त होऊनही वेड्यासारखे बसलो होतो चार खोल्यांच्या बंदिस्त घरात.

बरं झालं आलो." त्या दिवशी संजय म्हणाला. "हो रे! पण संध्याकाळ झाली की मन उदास होतं. मुलं-नातवंडं नांदली असती घरात, तर घर भरल्यासारखं वाटलं असतं. मनोहरच्या मुली पण लग्न होऊन गेल्या ना! त्यामुळे भारीच शुकशुकाट वाटतो. पूर्वी तुझे मित्र यायचे. माझ्याही मैत्रिणी यायच्या. नातलग यायचे कधीतरी. आता जो-तो मुलांची मुलं सांभाळायला फॉरेनला धावतो." सुजाताच्या बोलण्यावर संजयला हसूच आलं.
" त्याना कसली हसतेस सुजू? आपणही नाही का धावायचो मुलांच्या अडी-अडचणीला? पण पोचलं का कोणी आपल्यासाठी? ते आता आपापल्या करिअरमधे आणि मुलांच्या शाळा- कॉलेजांत बुडलेत. व्हिडिओ कॉलवरून बोललं-पाहिलं की झालं, असं वाटायला लागलंय त्यांना."
"काय दादानू? कसल्या गजाली चालल्यात?" मनोहरच्या प्रश्नाने दोघेही आपल्या विचारचक्रातून बाहेर आले. "काही नाही रे, संध्याकाळ झाली की जरा एकटेपणा वाटतो." संजय म्हणाला."दिवस जातो मजेत. पण संध्याकाळला कातरवेळ म्हणतात ते उगीच नाही. मन सैरभैर होतं, कारणाशिवायच." सुजाताही म्हणाली.
"एक सांगू?" मनोहरने जरा दबकतच विचारलं.
"बोल रे! तुला कधीपासून परवानगी हवी झाली?" संजयच्या प्रश्नावर मनोहरने म्हटलं, "नाही. सूचना जरा गंभीर आहे. म्हणून विचारात पडलोय."
"बोल-बोल. उगीच उत्सुकता ताणू नकोस."
"नाही. आपला बंगला असा रिकामाच आहे. आता नवीन इंजिनीयरिंग कॉलेज निघालंय ना पलीकडच्या रस्त्याला. त्यातल्या फरच कमी विद्यार्थ्यांची राहायची सोय झालीय. बाकी मुलं अशीच कुठली हॉटेलं , कुठली लॉजिंग-बोर्डिंग अशी राहाताहेत. काहींची तर कॉलेजपासून इतक्या लांबच्या ठिकाणी राहायची सोय झालीय, की प्रवासातच जातोय त्यांचा किती-किती वेळ. मुलींचे तर खूपच हाल होतायत. त्या वाटेल तिथे नाही ना राहू शकत! खात्रीचंच ठिकाण हवं त्याना राहायला."
"अरे, ते देवळाच्या बाजूचं कॉलेज का? आपल्या इथून पाचच मिनिटांवर तर आहे."
"हो ना! म्हणूनच म्हणतोय, आपल्याकडे वर सहा आणि खाली चार अशा दहा जणांची सोय करू शकतो आपण. मुलगे वर राहातील. मुली खाली आपल्या देखरेखीत राहातील. दोन-दोन मुलं एकेका खोलीत पण राहू शकतात ना? घरगुती जेवण पण देऊ शकतो आपण. मंजूला एकटीला नाही जमायचं. पण हाताखाली मुलगी ठेवली तर होऊन जाईल." मनोहरने

मनातल्या मनात मनोहारी चित्र पूर्णपणे रंगवून ठेवलं होतं.
"विद्यार्थ्यांना खोल्या भाड्याने देणे आहेत." मनोहरने ताबडतोप पाटीवर लिहून पाटी गेटवर अडकवली देखिल. कोणी एकाने पाहायची खोटी. हां-हां म्हणता मुलं यायला लागली. भाडं तर अत्यंत वाजवी होतं. 'पैसे कमावणं ' हा मूळ हेतू नव्हताच. शिवाय राहातं घर म्हटल्यावर मुलांची आणि पालकांचीही पहिली पसंती होती या बंगल्याला. हां-हां म्हणता खोल्या भरायला लागल्या. एकेका खोलीत दोन-दोन मुलं राहायला तयार होती. भाडंही विभागलं गेलं असतं. शिवाय आधार आणि सोबतही झाली असती.
"हल्ली मुलांमधे अभ्यासाचा ताण सहन झाला नाही, की आत्महत्या करण्याचं प्रमाणही वाढलंय ना! दोघं-दोघं राहातील, तर एकमेकांबरोबर बोलून ताणही कमी होईल ना."
सुजाताचं म्हणणं बरोबरच होतं.
पालक स्वतः येऊन बंगला, बंगल्यातली माणसं पाहून जात होते. परत येताना मुलं- मुलांचं सामान असं सगळं घेऊनच येत होते. विद्यार्थिनींच्या तर आयाही येत होत्या बरोबर. मुलीला कुठे ठेवायचं म्हणजे जोखीमच. तावून-सुलाखून घेतलेलंच बरं. हां-हां म्हणता बंगला गजबजून गेला. मुलं तर अजूनही येतच होती. पण आता त्यांना जागेअभावी निराश होऊन परतावं लागत होतं.
कॉलेज सुरू झालं. दिवसभर कॉलेजात असलेली मुलं संध्याकाळी परत येत. त्यांच्या किलकिलाटात तिन्हीसांजेची कातरवेळ कधी उलटून जायची, कळायचंही नाही. मुली तर 'काकी-काकी' करत सुजाताच्या मागे-पुढे नाचत असायच्या. सुट्टीच्या दिवशी तर मुलं मंजूला स्वयंपाकात मदत करायलाही तत्पर असत. परीक्षा असली की जो-तो चिडीचूप. आपापल्या पुस्तकांत-वह्यांत मुंडी खुपसून बसलेला. कधी रात्री-अपरात्री मुलाना अभ्यासासाठी जागरण करायची हुक्की यायची. मंजूला उठवण्याऐवजी मग सुजाताच त्यांची खुडबूड ऐकून स्वयंपाकघरात जायची आणि कॉफी करायची मुलांसाठी.
-- मग तिला आपले अमीत-सुमीत शिकत होते तेव्हाच्या आठवणी यायच्या. कसे आपण मुलांबरोबर जागायचो. नोकरी करत असूनही, दिवसाभराचे थकलेले असूनही त्यांच्या बरोबर रात्रीची जागरणं करायचो, त्याना कॉफी करून पाजायचो. कसं ' चारला उठव हं ' सांगून मुलं झोपायची आणि कसं त्याना चारला उठवायचंय या तणावाखाली आपण चार वाजायची वाट बघत जागत बसायचो. मुलं शिकली-सवरली, नोकरी-धंद्याला लागली आणि भुर्र उडून गेली. शेवटी पती-पत्नींना एकमेकांची साथ-सोबतच खरी.
संजयच्या आजारपणात सुजाता खरीखुरी खचली. मुलं तिच्या मदतीला

पोहोचलीच नाहीत. आता पुन्हा मुलं- त्यांच्या परीक्षा- त्यांचे ताण-तणाव, त्यांचे अभ्यास, त्यांची जागरणं, त्यांची कॉफी. पण ही मुलं तिची नाहीत. तिच्या बंगल्यात भाड्याने राहाणारी मुलं आहेत.

दिवस जात होते. दोन सेमिस्टर्स झाल्या आणि मुलं मोठ्या सुट्टीसाठी गाशा गुंडाळून आपापल्या घरी गेली. मुलीही माहेरी परतल्या जणू. पुन्हा संजय-सुजाता, मनोहर-मंजू. मग सुट्टीत देऊळ, आसपासची लेणी, समुद्रकिनारा असं सगळं अनुभवायला पर्यटक येऊ लागले. मनोहरने पुन्हा गेटवर पाटी लावली. खोल्या भाड्याने मिळतील. कॉलेज सुरू होईपर्यंत महिना-दीड महिना पर्यटक येत राहिले. साथ-सोबत मिळत राहिली. बंगला गजबजलेला राहिला. सुट्टी संपता-संपता मुलं पुन्हा हजर झाली. मागील अंकावरून पुढे चालू. सुरुवातीला रिमझिमत राहिलेल्या पावसाने पाहाता- पाहाता रौद्ररूप धारण केलं. कडकडाट-गडगडाट. आकाशात वीज चमकायला लागायची- इथे गावातली वीज जायची. मिट्ट अंधार. पंखे बंद. मुलांचा अभ्यास बंद. इनव्हर्टर लावला होता. पण त्याचं कार्यक्षेत्र मर्यादितच. जोडीला जनरेटर लावला. त्याचाही आवाज. तीन दिवस सतत हैदोस घातला पावसाने. तिसऱ्या रात्री अचानक संजयला दरदरून घाम सुटला. छातीत दुखायला लागलं. पहिल्यासारखीच सगळी लक्षणं. सुजाता थरकली. गेल्या वेळी शहरात होतो. आता या गावात. डॉक्टर- हॉस्पिटल किती दूर! ॲम्ब्युलन्स बोलावली तरी येईपर्यंत काय---

" मनोहर---, मंजू---"सुजाताने हाका मारल्या. दोघंही धावली. मनोहरही वयस्कच. शिवाय अननुभवी. वरच्या मजल्यावरच्या यशने ऐकलं. यशचे वडील डॉक्टर. यश, सात्त्विक, प्रणव, सुजय धडाध्धड दहा-बारा जण हजर झाले. मुली आधीपासूनच होत्या. गाडी होतीच. मुलांनी अलगद उचलून संजयला गाडीत ठेवलं. सुजाता थरथरत होती. ती कसली गाडी चालवणार? प्रणवला गाडी येत होती. त्याने पटकन चावी हातात घेतली. दहा मिनिटांत हॉस्पिटल. पटापट सूत्रं हलली. अँजोग्राफी झाली. दोन ब्लॉकेजेस निघाली. अँजोप्लास्टीचा निर्णय झाला. स्टेंटस् टाकल्या गेल्या. तीन दिवस संजय-सुजाताबरोबर मुलं रात्रंदिवस आलटून-पालटून सेवेला हजर होती. मनोहर-मंजूनी घरची सगळी सूत्रं हातात घेतली होती. सुजाताला जेवण पाठवणं, वापरलेले कपडे घरी नेऊन नवे कपडे पुरवणं सगळं सुरळीत चालू ठेवलं होतं.

चौथ्या दिवशी संजय घरी आला. दाराला फुलांचं तोरण बांधून मुलं वाट पाहात होती. मुलींनी कुंकुमतिलक लावून, ओवाळून दोघांचं घरात स्वागत केलं.

सर्वांनी टाळ्या वाजवून आनंद व्यक्त केला.

---- रात्री अमीत-सुमीत बरोबर व्हिडियो-कॉल झाले." कसा आहेस बाबा?"
" कशी आहेस आई?" " मी आलो असतो रे. पण जरा-----" दोघांकडेही न
येऊ शकण्याची कारणं होती.

' काही हरकत नाही. आमच्या बरोबर आमची मुलं आहेत. आमचा बंगला
मुला-बाळांनी गजबजलाय. मनोहर तुझा निर्णय किती योग्य होता. तू
आम्हाला नवं कुटुंब मिळवून दिलंस. तू ग्रेट आहेस मनोहर. यू आर ग्रेट !'

(ज्येष्ठविश्व – दिवाळी २०२२)

८. बिघडलेल्या फोनवर 'सॉरी' चा उतारा

तशा मी आणि ज्योती बालमैत्रिणी नव्हतोच. पण आमची मुलं बाल-मित्र होती, तेव्हापासूनच्या मैत्रिणी. मुलं एकाच वर्गात आणि घरं पाठच्या-पुढच्या इमारतींत. त्यामुळे गेली सुमारे पस्तीस वर्षं आमचं सख्य. विळ्या-भोपळ्या सारखं नव्हे हं. अगदी वेलीवरून उतरवून बाजू-बाजूला ठेवलेल्या भोपळ्यांसाररवं. शाळेच्या दर महिन्याच्या पालक-सभा, शाळेच्या सहलीसाठी मुलाना शाळेत नेणं-आणणं, वार्षिक संमेलनं, वार्षिक निकालाचा दिवस--सगळं आम्ही जोडी-जोडीने पार पाडलं. मग मुलं मोठी झाली. त्यांनी शिक्षणाची वेगळी-वेगळी क्षेत्रं निवडली. लग्न झाल्यावर तिचा प्रतीक दुबईला गेला. माझा सिध्दार्थ मुंबईतच राहिला. नंतर प्रतीकचे बाबा गेल्यावर तर प्रतीक ज्योतीला स्वतःबरोबर दुबईलाच घेऊन गेला.

ज्योतीचा कायमचा व्हिसा नाही. शिवाय तिचं पेन्शनही आहे ना? त्यामुळे वर्षातून एकदा, नोव्हेंबर महिन्यात तिला जीवित असल्याचं प्रमाणपत्र तिच्या बँकेत नेऊन द्यावंच लागतं. त्यासाठी दर वर्षी नोव्हेंबरमधे ज्योती भारतात येते. ती आली की आम्ही एकदा-दोनदा तरी भेटतोच. भरभरून बोलतो. व्हॉटस्‌ॲपवर बोलण्याचं समाधान मिळत नाही ना? त्याप्रमाणे आता ज्योती आलीय. महिनाभर राहाणार आहे. आली की मसाला करणं, प्रतीक आणि कुटुंबियांसाठी खरेदी करणं ही कामं तर असतातच, पण मुख्य काम असतं की स्वतःच्या सगळ्या तपासण्या करून घ्यायच्या, औषधांमधे डॉक्टर काय फेर-बदल सुचवतायत का ते पाहायचं. नवं दुखणं, नवा डॉक्टर, नवी औषधं. मग जाताना वर्षभर पुरतील एवढी औषधं घेऊन जायची. ज्योतीच्या मागे सतरा दुखणी. त्यामुळे डॉक्टरकडच्या फेऱ्यांमधेही तिचा पुष्कळसा वेळ जातो.

नोकरी करत होती, त्यामुळे तिच्या ऑफीसमधल्या मैत्रिणींचाही मोठा व्हॉटस्‌ॲप-ग्रूप आहे. ही बडबडी. त्यामुळे ग्रूपमधल्या मैत्रिणींबरोबर तिथे असताना आणि इथे आल्यावरही ग्रूपवर कायम कृतीशील असते. तर त्या ग्रूपमधल्या कोणा मैत्रिणीला हिच्यासारखेच आजार असावेत. मग हिने आपल्या त्या मैत्रिणीला आपल्या नव्या औषधांच्या प्रिस्क्रीप्शनचे फोटो काढून व्हॉटस्‌ॲपवर पाठवले. त्या मैत्रिणीच्या आणि माझ्या नावाच्या स्पेलिंगमधे साम्य असणार. हिने नाव नीट न पाहाताच क्लिक केलं असणार. तर फोटो आले आपले मला व्हॉटस्‌ॲपवर. मी आपली पाहातेय ती प्रिस्क्रीप्शनं स्क्रीनवर लहान-मोठी, लहान-मोठी करून. मला कळेनाच, की ज्योतीने हे फोटो मला का बरं पाठवले असतील?

--पहिल्यापासूनच मी आपली अघळ-पघळ आहे बोलण्यात. त्यातून माझी आणि ज्योतीची सुमारे पस्तीस वर्षांची मैत्री. मग तिच्याशी बोलताना कसले शब्द निवडत बसायचे?–असं आपलं माझं मत. तर ते प्रिस्क्रिप्शनचे फोटो मला आलेले पाहिल्यावर मला आपलं वाटलंच, की जिला कोणाला मिळायला पाहिजेत, तिला मिळाले नसणार हे फोटो. मग मी आपला केलाच ज्योतीला फोन. फोनवरून आठवलं. माझा स्मार्ट फोन काही दिवसांपासून जरा बावळटलाय. म्हणजे असं, की फोन केला, किंवा आला की स्क्रीनवर त्या व्यक्तीचं नाव आणि कसले-कसले पर्याय दिसतात ना? मग फोन कानाला लावला की ते पर्याय जातात. पण फोन पुन्हा कानापासून खाली धरला, की दिसतात ते पर्याय परत. पण हा गडी मात्र फोन आल्या-आल्या, किंवा केल्या-केल्या क्षणभरच दाखवतो नाव-बिव काय ते आणि मग जे तोंड काळं करतो ते काळंच. मग कितीही खाली-वर करा त्याला. गडी काळा तो काळाच. बोलून संपलं, की कॉल कसा डिस्कनेक्ट करायचा ते समजतच नाही. स्क्रीन पूर्ण काळाच ना?

–तर केलाच मी ज्योतीला फोन. विचारलंच गमतीने, "काय ग? डोकं-बिकं चालत नाहीये का? ते प्रिस्क्रिप्शनचे फोटो मला कशाला पाठवलेयस?"

"तुला पाठवले? तुला कसे ग पाठवले? तुला गेले का ते? चुकून गेले ग ते. अग, ते आमच्या ऑफीसमधल्या अर्चनाला पाठवायचे होते. असं कसं झालं ग?" एकच प्रश्न वेग-वेगळ्या पद्धतींनी विचारायची तिची आपली जुनीच पद्धत. मग मीच म्हटलं, "अग, मुद्दाम कळवलं. नाहीतर ज्याना कोणाला 'पाठवते' म्हणाली असशील, ते वाट पाहात राहातील ना, तू अजून कसे पाठवले नाहीस म्हणून?"

"हो ना ग! तुला पाठवले गेले, म्हणजे तिला नाहीच ना ग पाठवले गेले. बघते-बघते."

"हो-हो. कळव तिला आधी." म्हणत मी बोलणं संपवलं. पण माझ्या आडमुठ्या फोनने संवाद संपवला नाही. त्याचा पडदा काळा तो काळाच, म्हटल्यावर डिस्कनेक्ट करणार तरी कसा? तिकडे ज्योतीने डिस्कनेक्ट केला असता, तरी झाला असता माझा फोन डिस्कनेक्ट. पण ती तिथे 'आपण असं-कसं केलं?' या विवंचनेत. शिवाय मी 'डोकं-बिकं चालत नाहीये का?' असं विचारल्याने हिचं डोकं आणखीच बिथरलेलं. सुटली आपली बडबडत.

"असं कसं म्हणू शकते ग ही मला? म्हणे डोकं-बिकं चालत नाहीये का? हे काय बोलणं झालं का ग हिचं चारुता? किती चुकीचं आहे ना ग हिचं हे

बोलणं?" इथे आपला माझा डिस्कनेक्ट होऊ न शकलेला फोन आपला मला ऐकवतोय सगळं इमाने-इतबारे. मी त्याच्या कुठे-कुठे टपलीत मारून पाहिलं. पण तो डिस्कनेक्ट होईल तर शप्पथ. शेवटी मी इयरफोनचा प्लग आणून त्याच्या डोक्यात अडकवला, तेव्हा कुठे त्याचा पडदा उजळला. मग केला एकदाचा त्याला डिस्कनेक्ट. पण तोपर्यंत मला हा एवढा मनस्ताप झाला तो झालाच.

–खरं तर ज्योतीला फोन केला तेव्हा मी एक विनोदी कथा लिहीत बसले होते. ह्या ज्योतीला फोन करणं, म्हणजे तासाभराचा खो करणं, हे माहीत असूनही ते कथा लिहिणं बाजूला ठेवून ज्योतीच्या भल्यासाठी किंवा तिची कोण ती अज्ञात अर्चना, तिच्या भल्यासाठी मी तो फोन केला होता. फोन थोडक्यात आटपला होता खरा, पण सामंजस्याने नाही. त्यामुळे फोन थोडक्यात आटपूनही विनोदी कथा पुढे सरकेनाच. सारखं रडूच यायला लागलं. अशीही संजय गेल्यापासून खूप एकटी पडलेय मी. सिध्दार्थ-समिधा आपापल्या व्यापात. लिहायसाठी मन एकाग्र करताना खूप कष्ट पडतात. मारून-मुटकून, मुसक्या बांधून कागद-पेनालाही काबूत आणावं लागतं. त्यात आता हा मोठा व्यत्यय.

मग मी सरळ मोठ्ठा ब्रेकच घेतला. उठले. जेवण गरम केलं. नेहमी जो पाहाते, तो अर्ध्या तासाचा एक कार्यक्रमही पाहिला. पण चित्त थाऱ्यावर येईना. ज्या ज्योतीला आपण आपली जवळची मैत्रीण समजून थट्टेत बोललो, त्या ज्योतीची ही अशी प्रतिक्रिया अवाक करणारी होती. अस्वस्थ-अस्वस्थ करून सोडलं मला तिने. मी आठवायला लागले, की गेल्या तीस-पस्तीस वर्षांत अशी गमतीने किती-काय बोलले असीन मी ज्योतीला. मग दर वेळी ती अशीच प्रतिक्रिया व्यक्त करत असेल का कोणा ना कोणाकडे?

संजयने आणि मी मिळून खूप स्वप्नं पाहिलीत. ती स्वप्नं मला आता एकट्याने पूर्ण करायचीत. असा-तसा घालवायला माझ्याकडे वेळच नाहीये. प्रत्येक दिवसाकाठी मला काही-ना-काहीतरी प्राप्त करायचंच असतं. मनावरचं भूत उतरवल्याशिवाय मी काय दगड लिहिणार? त्यातून उदास मन:स्थितीत विनोदी लिहिणं म्हणजे अतीच कठीण.

मग केला फोन. इयरफोन्सचा प्लग फोनच्या डोक्यात खोचला होता, ते विसरूनच गेले होते. त्यामुळे काहीच ऐकू येईना. फोनची रिंगसुद्धा ऐकू येईना. त्यामुळे दोन-चार कॉल्स फुकटच गेले. शेवटी लक्षात आल्यावर प्लग काढून केला फोन. म्हटलं,"सॉरी म्हणायला केला ग फोन.'डोकं-बिकं चालत नाही का?' असं विचारलं ना मी तुला? मी गमतीने म्हटलं ग. पण तुला लागलं

असणार ते. तुला वाटलंच असणार की अशी कशी बोलू शकते मी तुला?"
"नाही ग! त्यात काय लावून घ्यायचं? काही नाही वाटलं ग मला. तू मला माझ्याच चांगल्यासाठी केलास ना फोन? नाहीतर अर्चनाला, माझ्या ऑफीसमधल्या मैत्रिणीला पोहोचलाच नसता माझा मेसेज." ती बोलत होती ते सगळं खोटं होतं. ते खोटं आहे हे मला ठाऊक होतं. पण ते मला ठाऊक आहे, हे ज्योतीला ठाउक नव्हतं. ती बोलतेय ते खोटं आहे आणि खरं काय आहे, हे माझ्या बिघडलेल्या फोनने मला वेळीच ऐकवलं होतं. इथे ज्योती माझ्याशी फोनवर बोलत असताना पाठून चारुता तिला 'काय झालं?'काय झालं?' असं विचारत होती. कारण माझ्या दोन-चार फुकट गेलेल्या फोनकॉल्सच्या रिंग्ज ऐकल्यामुळे, मी इतका फोन लावायचा प्रयत्न का करतेय, अशी उत्सुकता तिला वाटली असणार.
इथे ज्योतीने तिला मोठ्ठ्याने सांगितलं, "सॉरी म्हणायसाठी फोन केलाय." त्यावर चारुताने 'सॉरी कशाबद्दल' वगैरे काही विचारलं नाही. म्हणजे 'सॉरी' म्हणणं बरोबरच असल्यासारखं. यावेळी माझं बोलणं संपल्यावर ज्योतीने लगेचच काळजीपूर्वक फोन 'डिस्कनेक्ट' केला. तिच्चाकडे आता चारुताला सांगण्यासारखं बरंच काही होतं ना? मी मात्र एका जिवाभावाच्या मैत्रिणीला कायमची मुकले होते. आता आम्हा दोघींमधलं नातं निदान माझ्या बाजूने तरी वर-वरचं असणार होतं. नाही म्हणायला 'सॉरी' म्हणून झाल्यामुळे मन शांत झालं होतं खूपसं. मी मग त्याला दामटवून आणखी शांत केलं आणि माझी विनोदी कथा लिहून पूर्ण केली एकदाची.
आता दोन दिवसांचा 'ब्रेक' घेऊन निवांतपणे वाचून पाहीन ती कथा. तेव्हाच कळेल की कथा खरोखरीची विनोदी झालीय, की आपली माझ्या लिहितानाच्या मूडसारखी बिघडूनच गेलीय पूर्णपणे.

(लोकसंवाद यथार्थ – विशेषांक २०२१)

९. शांतीची गोष्ट

किती-किती दिवसांपासून इराने हातात पेन म्हणून धरलं नव्हतं. काही नवं असं सुचतच नव्हतं. रोज किती किती लिहायचो आपण. कागदावर पेन टेकलं, की लिहायला सुरुवात. मनात विचार येत जायचे. कागदावर उतरत जायचे. शब्दाना पंख असायचे. सुंदर रंगित पंख. कुठे खाडाखोड नाही, कुठे काट-छाट नाही. मनात अख्खी कथा कधीच नसायची. कधी-कधी तर मध्यवर्ती कल्पनाही नसायची मनात. पण पेनाची काय विशाद की ते थांबेल? कागदाची काय बिशाद की तो कोरा राहील? जात्यात दाणे टाकावेत आणि झरझर पीठ झरत राहावं, तसे जणू पेनातून झरत राहायचे दळदार शब्द.

कधी कोणाचे सल्ले मानण्यात कमीपणा मानला नाही. आई म्हणायची, "किती क्लिष्ट लिहितेस. छोटी-छोटी वाक्यं लिहावीत." मग तिने प्रयत्नपूर्वक छोटी वाक्यं लिहायला सुरुवात केली. मैत्रीण म्हणायची, " नुसती कथा सांगत जातेस. नुसती वर्णनं येत राहातात. जरा संवादात्मक लिहीत जा." मग तिने आपल्या कथांमधे संवाद आणले. एकदा तर साराही म्हणाली," किती खडबडीत लिहितेस आई." मग तिने भाषेत, शैलीत प्रवाहीपणा आणला. मग ती लिहीत गेली-- लिहीत गेली. फक्त पुढे पाहात गेली. दुःखं-संकटं पचवत-रिचवत. तब्येतीच्या कुरबुरी- स्वतःच्या- घरच्यांच्या. नियतीचे घाव पेलत राहिली- झेलत राहिली. त्यांतूनच ताकद मिळत राहिली. कित्येकदा मनाची पाटी एकदम कोरी-करकरीत होऊन जायची. मग पुढ्यातला कागदही कोराच राहायचा. लेखणीतली शाईही गोठून जायची. प्रयत्नपूर्वक काही लिहायला जावं, तर कागदावर उमटायच्या फक्त रेघोट्या.

पण हे असं फार वेळ टिकत नसे. नव्याने विषय सुचायला लागत. आशयघन, अनुभवसंपन्न, शैलीदार- पल्लेदार लेखन पुन्हा ठिबकू लागे लेखणीतून कागदांवर. कधी कथा- कधी कादंबरी- कधी कविता- कधी ललितलेख. अगदी काहीच नाही, तर एखादी बालकथा, बालकविता अवतरायची. वाचकांच्या मनांवर अधिराज्य गाजवत राहायची.

पण या वेळी हा दुष्काळ जरा जास्तच लांबला. आवडीच्या लेखकांच्या कथा आणून वाचल्या. आवडत्या कवींच्या कविताही रिचवल्या. पण कशा-कशानेही हलेना मनाच्या पाटीवर घट्ट बसलेला कोरा दगड. साहित्य-वर्तुळातल्या आवडत्या साहित्यिकांबरोबर कारणं शोधून गप्पाही मारल्या. पण त्याने तर कोरेपणा वाढलाच. त्यांच्या तुलनेने स्वतःची खिन्न उदासी मनाला वेढून उरायला लागली. अगदी जाऊन चित्र-प्रदर्शनंही पाहिली. तोही

प्रतिभेचाच आविष्कार ना? यू-ट्यूबवर जुने गाजलेले- कालौघात टिकून राहिलेले नृत्य-संगीत-अभिनयसंपन्न चित्रपटही पाहिले एक- दोन. पण या वेळी कशाचाही अपेक्षित परिणाम साधला जाईनाच.

माणसं वाङ्मयचौर्य का करत असावील ते उमगल्यासारखं वाटायला लागलं. आपली आता जी स्थिती झालीय, तशी कायमच असणार त्यांची. कोरा कागद- रुसलेली लेखणी- फसलेले, दिवसांमागून उगवणारे-मावळणारे दिवस. मग करतील काय? कसं- ना- कसं, काही- ना- काही लिहितीलच ना?'By hook or by crook?'

"इंग्रजी पुस्तकं वाचायची. त्यांतून उचलायच्या चांगल्या प्रतिमा, चांगल्या कल्पना. चांगलं कथानकही मिळतं. अख्खंच्या- अख्खं उचलायचं. त्याचं देशांतर करायचं, वेषांतर करायचं. किती मराठी वाचकांनी वाचलेलं असणार आहे मूळातून ते इंग्रजीसाहित्य?" एकदा भार्गव तिला म्हणाला होता. भार्गव हा आजच्या तरुण साहित्यिकांच्या पिढीचा प्रतिनिधी. म्हणाला," मला ठाकूरसरच म्हणाले, 'वेड्या, अरे इंग्रजी पुस्तकं आणून वाच. बघ किती सोप्पं होतं सगळं.' पण ताई, माझं नाही ना हो इंग्रजी चांगलं. नाहीतर मीही आणून वाचली असती धडाध्धड इंग्रजी पुस्तकं आणि पाडल्या असत्या कथा- कादंबऱ्या- कविता."

मग इराने मोठमोठ्या इंग्रजी प्राध्यापकांचं इंग्रजी साहित्य आठवून पाहिलं. किती झटकन नावारूपाला आले ते. नुसतेच नावारूपाला नाही आले. साहित्य-वर्तुळातला त्यांचा बोलबाला टिकूनही रहिलाय दीर्घकाळ. त्यांच्या लेखनातला वेगळेपणा वाचकाना भुरळही पाडत राहिलाय दीर्घकाळ. भार्गव सांगतोय तशी उचलेगिरीच करत असतील का ते? किती सोप्पं काम. ते दूरस्थ साहित्यिक आपल्या भाषेत लिहीत राहाणारच. इंग्रजी भाषेने व्यापलेला लेखकवर्गच किती मोठा. आपण फक्त त्यातले हेरायचे, त्यांच्या साहित्याचं मराठीकरण करायचं आणि ढकलत राहायचं आपल्या नावावर.

इराला काही ते पटेना. आई- बाबांनी आपल्यावर केलेले संस्कार? आपण कधी घरातल्या घरात एकमेकांच्या पानातली आंब्याची फोडही नाही उचलली. मग इतक्या परक्या माणसांचं साहित्य कसं उचलायचं आपण? साहित्य हे अपत्यच असतं ना प्रत्येक साहित्यिकाचं आपलं-आपलं. दुसऱ्याचं साहित्य उचलणं म्हणजे त्याचं मूलच आपलं म्हणण्यासारखं आहे. इराला आई- बाबांचाही राग आला. कशाला जपायला शिकवली नैतिक मूल्यं वगैरे? आज किती छान उचलेगिरी केली असती ना आपण?

इराला आठवलं, मध्यंतरी त्या चारुताच्या एका बालकवितेने किती भारावलो

होतो आपण. किती थोर कल्पनाशक्ती आहे चारुताकडे. खरी प्रतिभावती आहे चारुता. आणि मग आपण ती बालकादंबरी वाचली. साराने कोणाला भेट देण्यासाठी 'ऑनलाईन' मागवली होती. मग इराने म्हटलं, "द्यायच्या आधी मला दे ग वाचायला." खास सुरेख गुंडळलेला कागद कापून साराने दिली तिला वाचायला. ताठ बसून, चुरणार नाही अशी काळजी घेत, एकेक पान अलगद उलगडत इराने वाचली ती बालकादंबरी--' एलीस इन वंडरलँड'. पुस्तक शे-दोनशे वर्षांपूर्वीचं. म्हणजे वाङ्मयचौर्य असलं तर ते चारुताचंच असणार. अर्थात कधी-कधी कोणाचं चौर्य न करताही आपण एखाद्या लेखकासारखा- कवीसारखा विचार करू शकतो म्हणा. पण इतका सारखा विचार? इराला जरा गरगरलंच होतं त्या वेळी, की ज्या चारुताला आपण प्रतिभावती समजत होतो, ती इतकी बुद्धीमती, इतकी चौर्यमती निघाली त्याचं.

पण आता आपली मती कुंठित झालीय. आपली लेखणी थांबलीय. तर आपल्या मनातही हे भलते- सलते विचार येत आहेतच ना? पण इराने निग्रहाने मान झटकली. मनात विचार येणं वेगळं आणि ते आचरणात आणणं वेगळं.

आपण हल्ली कुठे जात- येत नाही. शेजारी- पाजारीही जाऊन बसत नाही. हल्ली मैत्रिणींबरोबरही तासंतास गप्पा मारत नाही. जगात काय उलाढाली चालल्यात त्या फक्त वर्तमानपत्रातूनच कळतात आपल्याला. एरव्ही आपण बातम्यांच्या वाहिन्याही लावून बसत नाही. मग कथा- कादंबऱ्या- कविताना नवनवीन विषय सुचणार कसे आपल्याला? टी.व्ही. वरच्या मालिका बघणं तर कधीचंच सोडलंय आपण.

शांती कामाला येते. पण तिलाही शेजार- पाजारच्या बातम्या पुरवायची संधी आपण देत नाही. शांतीला स्वतःलाही ते नको असतं. आपण बरं आणि आपलं काम बरं. वेळेचा अपव्यय न झाल्याने एक जास्तीचं काम करायलाही वेळ मिळतो तिला. त्यामुळेच तर आपलं दोघींचं छान जमतं. ती येते, कामाचा फडशा पाडते आणि निघूनही जाते. पण कधी आपल्या आणि तिच्याही मनात येईल आणि पोटात राहाणार नाही असं वाटेल, ते सांगतोच आपण एकमेकीना. पण आपल्या-आपल्या सुख-दुःखांच्या गोष्टी. उगीच जगातल्या आजू-बाजूच्यांच्या, शांती ज्या इतर कामाना जाते त्यांच्या विषयीच्या गोष्टी कधीच करत नाही आपण.

नोकरी करत होतो तेव्हा रोज बाहेर पडणं व्हायचं. ईश्वरच्या ऑफीसातल्या गोष्टीही कानांवर पडत. साराच्या शाळेतल्या गोष्टी, तिच्या मित्र-परिवाराच्या

गोष्टी; रोज काही-ना-काही घडत असायचं. लेखणीला विषयांचा तोटा नसायचा. वेळ मात्र काढावा लागायचा. ईश्वर सेवानिवृत्त झाला. इरानेही स्वेच्छानिवृत्ती घेतली. सारा लग्न होऊन गेली. आता काही घडतं ते अभावानेच. त्यामुळे लेखणी रुसलीय. तिला विषय मिळत नाहीत. इराकडे विषय नाहीत, तर तिच्या लेखणीकडे कुठून असणार? घरात मुलगा असता, सून आली असती, नातवंडं असती तर लेखणीला नित्य नवे विषय मिळाले असते. आनंदाचे, सुखाचे, उत्कर्षाचे, यशाचेच असते असं नाही. दुःखाचे, त्रासाचे, अवनतीचे, अपयशाचेही असते. पण विषय तरी असतेच. बरं, सारा जरी कुठे आसपास असती, तरी तान्हुल्या शांभवीला घेऊन आली असती. तिचे लाड-कोड, रुसवे-फुगवे, वाढदिवस, परीक्षांचे निकाल. रोज नवा दिवस, नवे-नवे विषय, नवे-नवे आशय, नव्या संकल्पना, प्रतिभेला नवे धुमारे. पण असं होणं नव्हतंच. लग्न होऊन सारा अमेरिकेला गेली. आता फक्त व्हॉटसॲप वरच भेटी होतात. पण जीवन अनुभवसंपन्न नाही होत त्याने. लेखणी मरगळून पडलीय.

-- सकाळपासून अशीच उदासवाणी बसलीय इरा. दोन माणसांचं काम ते कितीसं? स्वयंपाक तो कितीसा? तरी गेले आठ दिवस शांती कामाला येत नाहीये. सुरुवातीला फोन तरी उचलत होती. आता तर फोनही 'स्विच्ड ऑफ' येतोय. सुरुवातीला शांतीचा मुलगा शिव आजारी आहे, ताप आलाय एवढं कळलं होतं. पण आता ताप उतरलाय की नाही, हे कळायलाही मार्ग नाही. फोन वाज- वाज वाजतो आणि बंद होतो. ' स्विच्ड ऑफ' तरी असतो किंवा ' डिस्कनेक्ट' तरी केला जातो. शांती येईनाशी झाल्यापासून इराने बाहेर चालायला जाणंही बंद केलंय. घरातल्या कामांमधे भरपूर व्यायाम मिळतोय. शांती यायला लागली की परत चालायला जायचं. पण शांती का येत नाहीये, हीच काळजी लागून राहिलीय.

शेवटी इराने शांतीकडे जाऊनच यायचं ठरवलं. शांतीचा शिव आपल्या सारापेक्षा दहा- बारा वर्षांनी मोठा असेल. सारा तान्हं बाळ होती, तेव्हा नगरपालिकेच्या शाळेत जाणारा शिव, शाळेत जायला लागला की खालून हाका मारायचा.'आई- आई'. दोन हाका यायचा अवकाश, की शांती धावायचीच गॅलरीत. शिवला शाळेत सोडायला आई हवी असायची आणि शांतीला कामं आटपायची असायची. मग शांती धावत जायची खाली. दुकानातून बिस्किटांचा पुडा घेऊन शिवच्या हातांत द्यायची, नाहीतर त्याच्या दप्तरात घालायची आणि त्याच्या पाठीवरून हात फिरवून द्यायची त्याला एकट्यालाच पाठवून शाळेत. शांतीला हा एकच मुलगा. सावत्रही मुलगा आहे

मोठा- शंकर. नवऱ्याच्या पहिल्या बायकोचा. त्याचं लग्न होऊन त्याला मुलं-बाळंही आहेत. चांगली नोकरीही आहे त्याला. शिवचं मात्र लग्न नाही केलेलं शांतीने. तरी पस्तीस- छत्तीस वय असेल शिवचं. पण धड नोकरी नाही. अख्खा दिवस मित्रांबरोबर फिरत असतो म्हणे. इराने खूप दिवसांत पाहिलंही नाहीये त्याला. म्हणजे पाहिलं असेल, पण ओळखलं नसेल हीच शक्यता जास्त. हल्ली तो शांतीला हाका मारत नाही ना!

शांतीच्या घराभोवती स्मशानशांतता होती. इरा गेली घर शोधत- शोधत. छोटे-छोटे बोळ आणि दुतर्फा छोट्या- छोट्या झोपड्या. विचारत- विचारत गेली तेव्हा कुठे सापडलं घर. तशी ती आधी एकदा शांतीचा नवरा गेला तेव्हा गेली होती. पण बरीच वर्षं झाली त्याला. पोचल्यावर पाहिलं, तर ही स्मशानशांतता. शांततेचे पण किती प्रकार असतात ना! तृप्त शांतता-- जी बाळ झोपलं असलं, की त्याला जाग येऊ नये म्हणून घरभर पसरलेली असते. भारलेली शांतता-- जी एखादा फर्डा वक्ता किंवा एखादी जातिवंत शिक्षिका बोलत असताना त्यांचे शब्द-न-शब्द कानांत साठवण्यासाठी एखाद्या हॉलमधे किंवा शाळेच्या वर्गात साठून राहिलेली असते आणि एक ही शांतता-- एखाद्या रुग्णालयात असावी तशी भयानक.

झोपडीत पाऊल टाकल्यावर इराची रात्रीच पटली, की काहीतरी भयंकर घडलंय. शंकर शांतीच्या बाजूच्या झोपडीतच राहातो. त्याची बायको, शांतीची सावत्र सून शांतीच्याच झोपडीत होती. झोपडीत दाराच्या बाजूच्याच भिंतीला टेकून खाली जमिनीवर शांती बसली होती. स्तब्ध-शांत. इराला पाहून ती उठली आणि इराला मिठी मारून रडायलाच लागली. "वहिनी, वहिनी माझा शिव -माझा शिव गेला- गेला मला सोडून." काळजात चर्र झालं इराच्या. शांतीचा नवरा जाऊन पाच- सहा वर्षं झाली. आता शांतीचा असा फक्त शिवच. शंकरही 'धाकटी आई- धाकटी आई' करत मानतो शांतीला. पण तरीही शिववर जीव असणारच ना शांतीचा? ह्या शिवला लहानाचा मोठा करण्यासाठीच तिने पाच- पाच, सहा- सहा घरची कामं केली. कामांची वणवण झेपेना तेव्हा जेवणाचे डबे द्यायचं सुरू केलं. एक इराचं आणि एक दुसरं अशी दोनच कामं आणि पहाटे उठून जेवणाचे डबे. ज्या वयात शिवने शांतीला पोसायचं, त्या वयात अजूनही शांतीच शिवला पोसतेय. म्हणजे आता 'पोसत होती' म्हणायचं. इराने शांतीला खाली बसवलं. स्वतः तिच्या बाजूला बसली. तिच्या पाठीवरून मायेने हात फिरवला. "रडू नकोस शांती. आपल्या हातांत असतं का काही?" बस, एवढंच बोलली इरा. जास्त काही बोलून तिला शांतीच्या दुःखाचा अपमान करायचा नव्हता. गरीब असो वा श्रीमंत. सुशिक्षित

असो वा अशिक्षित. दुःख सर्वांना एकाच पातळीवर आणून सोडतं. दुःखाची एकच भाषा असते-- वेदना. दुःखाचा एकच रंग असतो-- काळा. शांतीच्या दुःखाचा सन्मान इराने मूक राहूनच केला. थोडा वेळ बसून इरा निघाली.
शांतीची सावत्र सून राधा, इराला बोळाच्या कोपऱ्यापर्यंत सोडायला आली. "काय झालं होतं ग? ताप कशाने येत होता?" इराच्या प्रश्नावर राधाने जे सांगितलं, ते इराला स्तिमित करणारं होतं. शिव शिकला-सवरला नाही, धडपणे नोकरी केली नाही, हे ठाऊक होतं इराला. पण तो अख्खा अख्खा दिवस पिऊन पडत होता, हे ठाऊक नव्हतं इराला. तो शिव, जो शाळेत जाताना आई बरोबर हवी म्हणून हाका मारायचा. तो शिव, ज्याला बालवयात आई हवी , पण आई पाच- पाच सहा- सहा घरची कामं करायची, शिवच्या पोटाला जेवण मिळावं, त्याच्या जीवनावश्यक गरजा भागवता याव्या म्हणून. "पिऊन-पिऊन लिव्हर फुटली म्हणतात. सिरोसिस की कायसं झालं होतं म्हणतात." राधाने तिला समजत होतं तेवढं सांगितलं इराला. शिवची एक गरज 'आई' ही देखिल होती. मायेची ऊब, मायेचा स्पर्श त्याला हवा असायचा आणि तो मायेचा स्पर्श शांतीकडून इराच्या बाळाला- साराला मिळत होता. चार-दोन पैशांच्या बदल्यात शांतीची माया इराने खरीदली होती. रात्रीच्या भांड्यांसाठी शांती यायची तेव्हा इरा- ईश्वर जेवत असायचे. सारा त्यांच्या खुर्च्यांचे पाय पकडून त्यांच्यापैकी कोणाच्या तरी मांडीवर चढून बसायच्या प्रयत्नात असायची. मग त्याना सुखाने जेवायला मिळावं म्हणून शांती साराला मांडीवर घेऊन बसायची. शांतीची साडी कितीदा भिजवायाची सारा. पण शांती नुसती हसायची. मग साराला इराच्या सुपूर्द करून बाथरूममधे जाऊन साडीचा तेवढा भाग धुवून पिळून मग तशीच ओल्या कपड्यांत इराची भांडी घासून घरी जायची. त्या वेळी शिव, रात्री 'आई कधी येतेय' म्हणून घरी तिची वाट पाहात असेल.
इराच्या साराचं बालपण सुखाचं जावं म्हणून शिवचं बालपण शांतीच्या मायेला, त्याच्या हक्काच्या आईच्या मायेला वंचित झालं. त्याच सुमाराला कधीतरी, आई शाळेत सोडायला येत नाही म्हणून शिवने शाळेला दांडी मारली असेल. मग कधीतरी शाळा सोडूनच दिली असेल. मग अशाच, शाळा सोडून घरी बसलेल्या मुलांबरोबर वेळ घालवता-घालवता त्याला दारू प्यावीशी वाटली असेल. मग तो 'एकच प्याला' त्याला दारूत बुडवायला कारणीभूत झाला असेल. आज इराची सारा अमेरिकेत सुखाने नांदतेय. शिव मात्र जिवालाही मुकला.
"आता शांती एकटी झाली." अभावितपणे इराच्या तोंडून नको ते शब्द आले.

"असं का म्हणता वहिनी? आम्ही सर्व जण आहोत ना?" राधा पटकन म्हणाली. इराला तिची चूक लक्षात यायला वेळ लागला नाही.
"तसं नाही म्हणायचं ग मला. पण पोटचा मुलगा होता ना तो तिच्या?" इराने म्हटलं. राधानेही मान डोलावली. मग तिच्या पाठीवर सांत्वनाचं थोपटून घरी आली इरा. घरी आली खरी, पण ' आई-आई' म्हणून खालून हाका मारणारा छोटासा शिव सारखा-सारखा आठवत होता तिला. दुष्काळात तेरावा महिना यावा तसा इराचा 'साहित्यिक दुष्काळ'ही संपत नव्हता. त्याही दिवशी तसाच चालू राहिला तो.
मग दुसऱ्या दिवशी पासून तिने शांतीची वाट पाहात न बसता आपणच पटापट कामं उरकायला सुरुवात केली. आणखी सात-आठ दिवस तरी शांती यायची नाही. नंतर तरी कशाला येईल म्हणा? आता तिला जास्त कमावायची गरजच नव्हती. डबेच थोडे वाढवले असते, तर डब्यांसाठी केलेल्या जेवणातून तिचं दोन वेळचं जेवण निघालं असतं. बाकी अशा काही गरजा तिला नव्हत्याच. शिवाय शंकर आणि राधाने काय बघितलं नसतं तिला? सावत्र असला तरी गुणी आहे शंकर, असं ऐकून माहीत होतं इराला. राधाशी तर ती त्या दिवशी बोलून आलीच होती. त्यांची मुलंही ह्या आजीवर प्रेम करतात, हेही ठाऊक होतं इराला. शांतीच्या बोलण्यात संजू-मंजूच्या गोष्टी कायम असायच्या. वात्सल्यमूर्तीच होती शांती. सारावर पण वात्सल्याचा वर्षाव केला होता तिने. मग नातवंडांवर करणारच ना? शांतीच्या दु:खाने इराचं मन पुन्हा उदास झालं. ही उदासी तिचं मन व्यापून- व्यापून उरली होती. दिवस तिला खायला उठत होता. तिच्या साराच्या बालपणामुळे शिवच्या बालपणावर अन्याय झाला होता. अप्रत्यक्षपणे का होईना, इराच्या कामाच्या वेळा शिवच्या गरजेच्या आड येत राहिल्या होत्या आणि त्याच्या अकाली मृत्यूला कारणीभूत झाल्या होत्या, ही खंत मनाला पोखरत होती. अपराधी भावना मनातून जाता जात नव्हती.
शेवटी पाचव्या दिवशी काम आटपल्यावर इरा जी बसली ती बसलीच. दुपारी इरा- ईश्वर जेवले, त्यानंतरही बसलेली इरा थेट चहाला, मग रात्रीच्या जेवणालाच उठली. हे असं मग चालूच राहिलं. इतक्या दिवसांचं लंघन जणू पंच-पक्वान्नांच्या जेवणाने भरून काढावं, तशी इराची लेखणी झरझर झरझर शांतीचे अश्रू कागदावर उतरवत होती. ती शांती, जी गेली पंचवीसहून अधिक वर्षं इराच्या आयुष्याचा अविभाज्य हिस्सा होती. ती शांती, जिने इराची नोकरी आणि संसार अशी दुहेरी कसरत, साराचं बालपण, साराचं लग्न हे सगळे महत्त्वाचे टप्पे पार पाडायला इराला साथ-सोबत केली होती. पण स्वत:चं

दु:ख, काळज्या, चिंता यातलं काहीही इराला समजू दिलं नव्हतं. आज इराला त्या दु:खाची, काळजीची, चिंतेची कल्पना करता येत होती. कल्पनेला प्रतिभेची जोड मिळाली आणि प्रकरणां मागून प्रकरणं उलगडत गेली.
पंधराव्या दिवशी कादंबरी लिहून पूर्ण झाली. शांती अजूनही कामाला येत नव्हती. तिच्या आयुष्याचा अर्थ, उद्दीष्ट सारंच संपलं होतं जणू. खरं तर इराला शांतीशिवायही झेपत होतं सगळं. पण शांतीला तिच्या दु:खातून बाहेर काढणं तिला स्वत:चं कर्तव्यच वाटत होतं. तिची नैतिक जबाबदारीच वाटत होती. तसं केल्याशिवाय तिची अपराधी भावना कमी होणार नव्हती.
-- इरा शांतीकडे पोहोचली, तेव्हा शांती त्याच जागी तशीच बसली होती, जशी गेल्या वेळी. जणू मधले दिवस घडलेच नव्हते.
"चल शांती. तुला न्यायला आलेय मी." "नको वहिनी. आता नाही होणार मला कामं." "कामं कोण सांगतंय तुला करायला. कामं सगळी होतायत व्यवस्थित. तू फक्त चल. दिवसातून एकदा तरी हजेरी लावायची आहेस तू माझ्याकडे. नाहीतर फोन करणार मी तुला." इरा मग शांतीला घेऊनच आली आपल्याबरोबर. घर खरंच लखलखत होतं. ओट्यापासून ते दारातल्या पायपुसण्यापर्यंत शांतीच्या गैरहजेरीच्या कुठल्याही खुणा नव्हत्या. इराने शांतीला तिच्या आवडीचा मसाला चहा करून पाजला. बरोबर मस्का-खारीबिस्कीटं. शांतीचे डोळे या प्रेमाने पुन्हा ओलावले. सुख- दु:खाच्या गोष्टी झाल्या. इतक्या वर्षांत कधीही मोकळं न केलेलं मन आज शांती मोकळं करत होती. रडत होती. डोळे पुसत होती. पुन्हा रडत होती. पुन्हा डोळे पुसत होती. शांती घरी जायला निघाली तेव्हा इराबरोबर ईश्वरही दाराशी आला होता.
--इराचा फोन न चुकता येतो. आता शांतीने पुन्हा डबे सुरू केलेत. इरावहिनीकडे जायचंय हे ठाऊक असल्याने शांती डब्यांची कामं लवकर उठून करतेच. आपण गेलो नाही, तर फोन येईल हे जाणून असते ती.
--इरावहिनींचा फोन? दोन तासांपूर्वीच तर जाऊन आलो ना आपण? " काय झालं वहिनी?" हल्ली शांतीला वाईटच मनात येतं. काय झालं असेल? " शांती, ये बघू चटकन." शांतीने मग फक्त केसांवरून फणी फिरवली- साडीच्या निऱ्या सारख्या केल्या- पदर नीट केला आणि चपला सरकवल्या पायांत. दारात इरा वाटच पाहत होती. अगदी दार उघडं ठेवून. "शांती, हे बघ काय." इराच्या हातात पत्र होतं. सरकारी पत्रं असतात तसं खाकी रंगाचं पाकीट. अशी पत्रं तर आधी पण आलीत वहिनींना. मग आज? "अग , आतापर्यंत मिळालेत पुरस्कार, ते मुलांच्या पुस्तकाना. पण आता मिळालाय तो मोठ्यांच्या पुस्तकाला. हे बघ पुस्तक. या पुस्तकाला."

"शांतीची गोष्ट." शांतीने पुस्तकाचं नाव वाचलं. एवढं तर येतंच तिला. म्हणून तर शिव खूप शिकावा अशी इच्छा होती तिची. शांतीचे डोळे भरून आले. तिने इराकडे पाहिलं. तिच्या डोळ्यांत प्रश्नचिन्ह होतं. "होय शांती, तुझ्यावरच लिहिलंय हे पुस्तक. याच पुस्तकाला मिळालाय हा पुरस्कार. मोठा मानाचा आहे हा पुरस्कार. तुलाच सांगायची होती ही बातमी सर्वात आधी. आत्ताच पत्र आलं. मग तुलाच केला पहिला फोन. पुरस्कार सोहळा दिल्लीला आहे. तुला नेणार आहे बरोबर. आपण तिघांनीही जायचंय. अंहं! रडू नकोस. तिकिटाचे पैसे नाही घेणार तुझ्याकडून. जेवणा- खाणाचेही नाही घेणार आणि पावसानंतरच नोव्हेंबर महिन्यात आहे समारंभ. काही भिजायची नाहीस."

शेवटच्या वाक्यावर शांतीही हसली. "भिजल्या साडीला कोण घाबरतंय वहिनी? साडी तर साराही भिजवायची. आठवतंय ना? या वेळी डोळे भिजायची पाळी इराची होती. त्याप्रमाणे ते भिजलेच.

(माहेर – डिसेंबर २०२२)

१०. मळभ

अनिकेत आणि आयुषी लंडनला पहिल्यांदा गेले, ते कसल्याशा प्रोजेक्टवर काम करण्यासाठी. दोघेही एकाच ऑफीसमधे इंजिनीयर म्हणून कार्यरत. एकमेकाना पसंत केलं आणि विवाहबद्ध झाले. प्रेमात पडले वगैरे म्हणणं चुकीचंच ठरेल. तसं काही तेव्हा पाहाणाऱ्यानाही वाटलं नाही. कारण दोघेही इंजिनीयर असण्यापलीकडे दोघांमधेही प्रेमात पडण्यासारखं काही नव्हतंच. ना ती सुंदर, ना तो राजबिंडा. ना ती कमनीय, ना तो बलदंड. ना तिच्याकडे वाक्चातुर्य, ना तो गप्पीष्ट. ती शुद्ध शाकाहारी, तर तो शुध्द मांसाहारी. पण दोघांनी एकमेकांचे लठ्ठ पगार पाहिले.

आपण दोघेही दीर्घ कालावधीसाठी लंडनला चाललोय. तिथे आपल्याला एकमेकांची कंपनी मिळेल. तिथलं वास्तव्य एकलकोंडं होणार नाही. एकमेकांच्या मदतीने स्वयंपाकपाणी, साफसफाई असं सगळं करता येईल, असा सगळा अत्यंत वास्तववादी विचार करून एकमेकांच्या गळ्यांत वरमाला-वधूमाला घातल्या आणि बंधनात अडकून मोकळे झाले. म्हणजे, विवाहाच्या बंधनात अडकले आणि तडजोडीचा संसार करायला, एकमेकांबरोबर राहायला मोकळे झाले.

दोघांचेही आई-वडील मुंबईत. आयुषीला एक बहीण. तीही अमेरिकास्थित. शिवाय मुली म्हटल्यावर आज-ना-उद्या लग्न करून सासरी जाणार, अशी मानसिकता पहिल्यापासूनच असल्यामुळे आयुषीच्या आई-वडिलाना तिचं लंडनला जाणं तितकंसं जड गेलं नाही. पण अनिकेत एकुलता एक. त्यामुळे प्रोजेक्टसाठी म्हणून गेलेल्या अनिकेतची परत यायची लक्षणं दिसेनात, तेव्हा त्याच्या आई-वडिलांकडे, सुनीतीताई आणि जयंत यांच्याकडे एकमेकांच्या साथीने उरलेलं आयुष्य काढण्यापलीकडे दुसरा पर्यायच राहिला नाही.

पण आपण पर्याय शोधावेत आणि नियतीने त्याना अनुमती द्यावी असं कुठे कधी झालंय? चांगल्या हिंडत्या-फिरत्या जयंतना अचानक हृदयविकाराचा तीव्र झटका आला आणि काही तासांतच ते सुनीतीना सोडून गेलेही.

खरं तर सुनीतींपेक्षा जयंतच जास्त हिंडते-फिरते. सेवानिवृत्तीनंतरही बाहेरची सर्व कामं तेच करत होते. घरासाठी लागणारं सर्व सामान आणणं, बँक-पोस्ट-कुरिअरचे सर्व व्यवहार पाहाणं, सकाळ-संध्याकाळ ल्यूसी या त्यांच्या पाळलेल्या कुत्रीला फिरवून आणणं, तिचं खाणं-पिणंही पाहाणं–सगळं तेच करत. सुनीती आपला अजस्त्र देह सावरत-सावरत दोन माणसांचं चहा-पाणी, दोन वेळेचं जेवण एवढंच जेमतेम पाहात. मग उरलेला अख्खा दिवस

भरतकाम, वीणकाम, क्रोशे, रंगकाम, पॅचवर्क असा सगळा सरंजाम घेऊन बसत. एकेक कलाकृती घडवत. आता जयंत अचानक गेल्यावर तर जेवणात काही वेगवेगळे पदार्थ बनवण्यातही स्वारस्य राहिलं नाही त्याना. स्वतःपुरता काहीतरी ठेपले, पराठे, खिचडी, पुलाव असं दोन्ही वेळांसाठी एकदाच सकाळी बनवायचं आणि मोकळं व्हायचं.

तिथे आयुषीला सुरुवातीला दोन-तीन वर्षं मूल-बाळ होत नव्हतं. पण मग कसल्याशा उपायांनी आधी एक, मग पाच वर्षांनी दुसरी अशा दोन मुलीही झाल्या. या मधल्या वर्षांमधे 'बाबा गेले' म्हणून एकदाच काय तो अनिकेत मुंबईत घरी आला. तोही एकटाच. आयुषीच्या बाळंतपणांमधे तिची आई आणि सुनीतीताई आलटून-पालटून लंडनला जात राहिल्या. बाळंतपणं निभावली.

पण कायम तिथे राहून अनिकेत-आयुषी आणि नातींची सेवा करणं सुनीतीना मान्य नव्हतं. एक तर त्यांच्या देहयष्टीला ते परवडणारंही नव्हतं. शिवाय कामं उपसत राहा, देतील ते खा आणि विरंगुळा काही नाही, हे त्याना मानसिकदृष्ट्याही मान्य नव्हतं. मग सुनीतीताईंनी लंडनला कायमचा राम-राम ठोकला आणि मुंबईतल्या आपल्या घरात कायम स्वरूपी बस्तान मांडलं.

परिसरातल्या हौशी महिलांसाठी, मुलींसाठी क्रोशे, भरतकाम, वीणकाम, पेंटिंगचे वर्ग सुरू केले. गटा-गटांनी बायका-मुली शिकायसाठी येत राहिल्या. सुनीतीताईंचा वेळ जात राहिला. वडील गेले, तेव्हा अनिकेत जो काही भारतात आला त्यानंतर फक्त एकदाच आला. ऑफीसच्या कामासाठी आला, हॉटेलात राहिला आणि परस्पर लंडनला परत गेला. घराकडे फिरकलाही नाही.

मधून-मधून सुनीतीताईंचा मला फोन यायचा. क्वचित मुला-सुनेविषयी तक्रारीचा सूर असायचा. पण आपण, आपला मुलगा आणि आता त्यात भर म्हणजे आपल्या नाती, यांच्याविषयीचं कौतुक संपता संपायचं नाही. आमचा आशय आणि त्यांचा अनिकेत शाळेतले वर्गमित्र. नंतर कॉलेजपासून दोघांच्या दिशा बदलल्या. मैत्री जवळ-जवळ विस्मृतीतच गेली. आम्ही दोघी मात्र संपर्कात राहिलो.

'कोरोना'च्या संकटात मला सुनीतींची खूप आठवण आली. वाटलं, या शुकशुकाटात सुनीती एकटया पडल्या असतील. कला-वर्ग बंदच असणार. नोकरवर्ग येऊ शकत नसणार. ह्या बाई तशा चपळही नाहीत. एकट्या कशा राहात असतील? कसं सगळं पार पाडत असतील? बिचाऱ्या. खरं तर सुनीती कधीच बिचाऱ्या नव्हत्या आणि नाहीत. मला त्याचा अनुभव बऱ्याचदा

आलाय. पण मी हे परत-परत विसरते आणि त्याचे परिणामही भोगते.
याही वेळी तेच झालं. "कशा आहात?" मी विचारलं. "बरी आहे." "कला-वर्ग बंद असतील. अनिकेत पण येऊ शकणार नाही. तुम्हीही जाऊ शकणार नाही. कामालाही कोणी नसणार. म्हणून फोन केला."
"चालायचंच."त्यांनी जास्त काही व्यक्त न करणारा शब्द वापरला.
"काय करता? काही नवीन?" या माझ्या प्रश्नावरही "चाललंय" एवढंच त्रोटक उत्तर.
"तब्येत बरी आहे ना?" मी विचारलं. सुनीतीताईंना फ्रोझन खांदा, ढोपरंदुखी, कंबरदुखी, पायदुखी असं बरंच काही वारंवार व्हायची सवय. म्हणून मी काळजीने विचारलं.
त्यावर मग कोरोनाच्या प्रादुर्भावाच्या पहिल्याच महिन्यात त्या कशा तीन-तीन वेळा आजारी पडल्या, डॉक्टर-भाचीला फोनवर औषध विचारून कसे उपचार केले, याची हृदयद्रावक वर्णनं त्यांनी मला ऐकवली. मला मग खरंच काळजी वाटायला लागली त्यांची. म्हणाल्या "व्हॉटस्अॅपवर या. मी म्हटलं, "हाच नंबर आहे माझा. संपर्कात राहूया."
फोन बंद केला आणि व्हॉटस्अॅपवर पाहाते तर इतके फोटो! इतके फोटो! मी पाहातच राहिले. फ्रॉक्स, टॉप्स, पडदे, सोफा-बॅक्स, टेबलक्लॉथ, डायनिंग-टेबलक्लॉथ. इतकं बारीक काम, की मला तर वाटलं, मच्छरदाणीसारख्या कापडावर केलेलं भरतकाम आहे. म्हटलं, "इतकं बारीक काम? डोळ्यांची काळजी घ्या सुनीतीताई." बस्स! इतकंच! याच्यात काय चुकलं माझं? मी दोनच दिवसांपूर्वी एक ढोबळ-ढोबळ काम असलेला, कधी-काळी अपूर्ण राहिलेला टेबलक्लॉथ पूर्ण करायसाठी हातात तर घेतला होता, पण लगेचच "डोळे दुखतात," म्हणून गुंडाळून ठेवला होता, ते आठवून मी विचारलं, "कसलं कापड आहे हो?"
म्हणाल्या,"क्रोशे आहे ते!" ते वाचून तर मला चक्कर येणंच फक्त बाकी राहिलं. बापरे! म्हणजे ते कापड नव्हतंच. ते भरतकामही नव्हतं. क्रोशेच्या एका पुढून बाक असलेल्या बारीकशा लांबट सुईने बारीक दोऱ्यातून हे अख्खेच्या अख्खे पडदे, टेबलक्लॉथ, ड्रेसेस सुनीतीताईंनी विणले होते. जे भरतकाम आहे असं वाटूनही मी त्यांच्या डोळ्यांची काळजी करत होते, ते 'क्रोशे' आहे कळल्यावर तर मला काही सुचेनाच. मी अवाक् झाले.
माझा काळजी घ्यायला सांगणारा मेसेज वाचून सुनीतीताईंचा मेसेज आला तो असा– 'कविता ही तुमची पॅशन! ही माझी पॅशन!' त्यांचा मेसेज वाचून मला खूप वाईट वाटलं. ही एकटी राहाणारी आपल्याच वयाची बाई. हिला हिचे

डोळे आयुष्यभर पुरले पाहिजेत, याच एका सदिच्छेने मी डोळ्यांच्या काळजीबद्दल लिहिलं होतं.
त्याना फक्त माझ्या कवितांविषयीच ठाऊक होतं. पण आजच्या घडीला मी कवितांच्या जोडीला कथा, कादंबरी, बालसाहित्य, विनोदी साहित्य, वात्रटिका असा सर्व प्रवास केलाय. करतेय. पस्तीसेक पुस्तकं आलीत माझी. पुस्तकाना अनेक मानाचे पुरस्कार मिळालेत. कथा-कावितांचे एकपात्री कार्यक्रम अनेक संस्था, शाळा, कॉलेजांमधून होत असतात. साहित्य-संमेलनांमधे माझा सहभाग असतो. मुलांसाठी मी कथा-कवितांच्या कार्यशाळा घेत असते. यापैकी त्याना काहीही ठाऊक नव्हतं. यातलं कणभरही काही त्याना सांगावं असं वाटलंही नाही मला. लिहिण्याचं काम काही तितकंसं बारीक नसतंही. पण तरीही, जरा डोळे दुखले की लिखाण बाजूला ठेवून डोळे मिटते मी.
या संचारबंदीच्या काळात सर्वांचं 'वर्क फ्रॉम होम' चालू असतं. मग त्या दिवशी मी 'इयर प्लग्ज' लावून एक सिनेमा काय पाहिला मोबाईलवर, डोळे दुखणं सुरू. म्हणून केवळ काळजीपोटीच मी डोळे सांभाळायचा सल्ला दिला होता सुनीतीताईना. पण स्वतःलाच शहाणं समजणाऱ्याना सल्ले थोडेच रुचतात?
-"बाहेर खिडकीच्या खालच्या बाजूला कावळ्याने घरटं करायला घेतलंय. ते बघत बसते." सुनीतीताई त्या दिवशी फोनवर बोलताना म्हणाल्या होत्या, ते आठवलं मला. इथे कावळ्याने आमच्या ए.सी. च्या डब्याशेजारीही घरटं बांधायला घेतलंय चार दिवसांपासून. पण जेव्हा कधी मी तिथली सरकती काच-खिडकी उघडते, तेव्हा-तेव्हा त्याने आणून ठेवलेल्या तारा, फांद्या काढून फेकून देते. कावळ्याने घर करायला घेणं, मग अंडी-पिल्लं-त्यांचं मोठं होऊन उडेपर्यंत किती तापदायक असतं, ते ठाऊक आहे मला. आपल्या घराचा तो बाह्यभाग तेवढ्या काळापुरता कावळ्याच्याच मालकीचा होऊन जातो. सुनीतीताईनाही ठाऊक असणारच हे. तरीही?
मला घरात सहवास आहे. नातवंडं नाहीत. पण बाकी माणसं आहेत. वाद घालायला, भांडायला, तू-तू मी-मी' करायला, वेळी काळजी घ्यायला आणि मधून-मधून दोन प्रेमाचे शब्द बोलायलाही माणसं आहेत. हे काहीच नसलेल्या सुनीतीताईना कावळ्याचा तर कावळ्याचा सहवास हवासा वाटला, तर त्यात खरं तर मला आश्चर्य वाटायला नकोच.
इथे ताईंचं फोटो पाठवणं चालूच होतं. नातींचे वाढदिवसांचे फोटो. त्यांच्या हस्तव्यवसायचे, चित्रकलेचे, लिखाणाचे फोटो. मी कौतुकाने पाहात होते. म्हटलं, "वा!नाती तुम्हालाही हरवणारसं दिसतंय!"

लगेच त्यांचा उलटा मेसेज आला,"प्राऊड ग्रँडमा" -नातींचा अभिमान वाटणारी आजी! नेहमीप्रामाणेच डोळे भरून आले माझे. बिन-नातवंडांची आजी मी. हेवा नाही वाटत मला. पण मनातल्या कुठल्याशा जखमेवरची खपली निघतच राहाते पुन्हा-पुन्हा. सुनीतीताईना मी मैत्रीण समजत आलेय. पण त्या मला मैत्रीण समजतायत असं दिसत नाहीये.

संध्याकाळी सरकती काच उघडून मी पुन्हा पाहिलं, कावळ्याने पुन्हा तारा, काड्या, फांद्या आणून ठेवल्या होत्या. मी त्या काढून फेकू लागले. ग्रिल असल्यामुळे त्यांच्या चोची माझ्या हातापर्यंत पोहोचत नव्हत्या. पण डोळे मात्र आग ओकत होते त्यांचे. शक्य झालं असतं तर माझा हात त्यांनी नक्कीच रक्तबंबाळ केला असता.

अशाच एका जोडीने सुनीतीताईंच्या खिडकीपाशी घरटं बांधायला घेतलंय आणि त्या ते कौतुकाने पाहाताहेत.

त्या पहिल्यापासूनच सुखवस्तू. उंची साड्या, दागिने, मोठं घर, गाडी अशा सर्वांनी वेढलेल्या. मुलाच्या यशामुळे, नातींच्या आगमनाने सुखशिखरावर पोहोचलेल्या. पण त्या दिवशी मला आत कुठेतरी जाणवलं, की इतक्या सर्व ऐश्वर्यामधेही त्या कंगाल आहेत. पूर्णपणे कंगाल.

त्या रात्री सुनीतीताई मला सतत स्वप्नात दिसत राहिल्या. वेगवेगळ्या रूपात. त्या कधी सागरकिनाऱ्यावर वाळूची शिल्पं बनवत होत्या. कधी त्या कोरड्या ठणठणीत तळ्यातून घागर भरत होत्या. कधी त्या फेसाच्या लाटेवर स्वार होत होत्या. कधी त्या फडफडणाऱ्या ज्योतीभोवती तळहातांची उभी ओंजळ धरून तिला स्थिर करू पाहात होत्या. कधी त्या थरथरणाऱ्या बोटांनी रांगोळी घालण्याचा प्रयत्न करत होत्या. कधी त्या खांद्यावर जीर्ण फाटकी झोळी घेऊन चालत होत्या. मधेच त्या काहीतरी पकडायला जायच्या. पण त्या जे काही पकडायला जायच्या, ते त्यांच्यापासून दूर उडून जायचं. शेवटी सुनीतीताईनी त्या सर्वा-सर्वाचा नाद सोडला. नशिबाच्या आंधळ्या-कोशिंबिरीपुढे त्या हतबल झाल्या. आपल्या आयुष्य-वस्त्राला एकेक ठिगळ लावत गेल्या. ठिगळं इतकी वाढत गेली, इतकी वाढत गेली ,की सकाळी मी झोपेतून उठायच्या वेळेपर्यंत पूर्ण वस्त्रच ठिगळांचं होऊन गेलं. मूळ वस्त्राचा मागमूस सुध्दा राहिला नाही.

सकाळी उठून थोडं-फार आटपून सगळ्यांचं 'वर्क फ्रॉम होम' सुरू व्हायच्या आधी आंघोळीला पळाले. आल्यावर गरम होत होतं, म्हणून जरा पंख्याखाली बसले. मोबाईलवर पाहिलं, तर व्हॉटस्ॲपवर मेसेजिसचा खच पडला होता. दोन दिवसांपासून मोबाईलला हात लावला नव्हता ना! सहज नजर फिरवली.

दोन-चार फार प्रिय व्यक्तींचे मेसेज वाचलेही. हातासरशी त्याना उत्तरंही पाठवली. तीन-चार मोठे ग्रूप्स आहेत. ते नंतरच निवांतपणे पाहावे लागतील. तेवढ्यात लक्ष गेलं. सुनीतीताईंनीही काही फोटो-मेसेज पाठवलेले दिसत होते. हे मात्र नक्कीच पाहायचे नाहीत. मी मनाशी निश्चय केला. त्या दिवशीपासून मनावर जे मळभ आलं होतं, ते काहीसं निवळलं होतं.

(कलामंच – दिवाळी २०२०)

११. स्वेटर

गुलशनच्या हातांत सतत दोन सुया असतात. त्यांच्या मागे-पुढे होणाऱ्या हालचाली, मधेच हाताने मागे-पुढे केलेली लोकर यांतून साकारत राहातात कधी मोजे, कधी मफलर, कधी टोपी, कधी स्वेटर. सतत, म्हणजे दिवसाच्या पहिल्या हप्त्यातली कामं आटपल्यानंतर दुसऱ्या हप्त्यातली कामं सुरू होईपर्यंत ती सतत दोन सुयांच्या विश्वात लोकरीबरोबर गुरफटलेली असते. ती लोकर देत असते तिच्या आणि तिच्या लेकीच्या-सोनीच्या पोटाला ऊब.

बारा महिने कडाक्याची थंडी. मधूनच कधी सूर्यदर्शन होईल तेवढ्यापुरताच थोडीशी ऊब, तेवढ्यापुरता पक्ष्यांचा किलबिलाट ऐकू येतो. थोडी शेतीची मशागत होते. माणसं बाजाराच्या ठिकाणी जातात, हवं असलेलं सामान घेतात आणि थंडीचा जोर वाढला की आपापल्या लाकडी छताखाली, लाकडी भिंतींच्या घरात अंगीठी पेटवून ऊब घेत बसतात.

गुलशन बाजाराच्या ठिकाणी जाते, ती मुख्यतः लोकर घ्यायला. राखाडी, तपकिरी, काळी, पांढरी, आकाशी अशी पुरुषांच्या लोकरी कपड्यांसाठी. लाल, हिरवी, पिवळी, निळी अशी बायकांच्या गरम कपड्यांसाठी. गुलाबी, पोपटी, मोरपिशी, जांभळा असे आकर्षक रंग मुलांच्या कपड्यांसाठी. किंवा मग दोनेक रंग आलटून-पालटून वापरून काहीतरी नक्षीदार बनवायचं मुलांसाठी.

सोनी आईचं विणकाम जाता-येता पाहात असते. ती शाळेतून येते तेव्हाही आईचं विणकाम चालू असतं. ती रात्री झोपते तेव्हाही विणतच असते तिची आई. सोनीला एकच प्रश्न पडतो, की इतकं सगळं विणकाम करणारी तिची आई तिच्यासाठी का एखादा छानसा स्वेटर विणत नाही?

आईने बाजारातून लोकर आणली की सोनी त्यातली एक-एक लडी हातात घेऊन तिचा मऊपणा, ऊब अनुभवत विचार करते, 'ही कोनफळी लोकर आईने नक्कीच आपल्यासाठी आणलेली असणार. ही पांढरीशुभ्र लोकर नक्कीच आपल्यासाठी आणलेली नसणार. कारण आपण मातीत खेळतो, बर्फात खेळतो, मित्र-मैत्रिणींबरोबर खेळतो. खेळताना आपण कपडे इतके मळवतो. त्यामुळे पांढरी लोकर आई आपल्यासाठी नक्कीच आणणार नाही. पण कोनफळीच्या पाठोपाठ गुलाबी, मग पोपटी, मग मोरपिशी– सुरेख-सुरेख रंगांच्या लड्या घरात येत राहातात. लड्यांचे गुंडे बनत राहातात. गुंड्यांमधून लोकर उलगडत राहाते. दोन सुयांच्या शिस्तबद्ध हालचालींतून छान-छान लोकरी कपडे आकार घेत राहातात. वेगवेगळ्या विणींचे सुंदर कपडे. मग ते

ज्याच्या-त्याच्या घरी पोचते केले जातात. गुलशन स्वतःतरी पोचते करते, किंवा जो-तो पैसे देऊन आपापले कपडे घेऊन जातो.
विणून-विणून गुलशनचे हात भरून येतात. तासाचे तास एका जागी, एकाच पद्धतीने बसून-बसून पाठीत भरून येतं. विणून-विणून डोळ्यांवर ताण येतो, हे जरी अश्रूंचं वरकरणी दिसणारं कारण असलं, तरी मुख्य कारण असतं, ते म्हणजे तिची असहायता. एकटी पालक असल्यामुळे तिची होणारी दमछाक. सोनीच्या सगळ्या गरजा भागवू शकत नसल्याने मनाला येणारी अगतिकता. 'सोनीची हौस-मौज तर आपण करूच शकत नाही,' अशा जाणिवेने वाटणारं दुःख.
सोनीबरोबर गप्पा मारत बसायला वेळ नसला, तरी सोनीच्या हालचालींवर गुलशनचं बारीक लक्ष असतं.
आपण बाजारातून लोकरीच्या लड्या आणल्या की सोनी त्या लड्यांवर किती अलगद, हळुवार हात फिरवत असते, हे गुलशन डोळ्यांच्या कोपऱ्यातून बरोबर टिपत असते. प्रत्येक वेळी ती ठरवते, 'सोनीला गुलाबी लोकर आवडलेली दिसतेय. या गुलाबी लोकरीचा स्वेटर आपण आपल्या लेकीसाठीच विणायचा. पण तसं होत नाही. कोणातरी गिऱ्हाईकाला गुलाबी स्वेटर हवा होतो. गुलशनला घरखर्चासाठी पैसे हवे होतात. कधी धान्य भरायचं असतं. कधी सोनीच्या वह्या -पुस्तकांचा खर्च उभा राहातो. कधी सोनीचे बूट फाटलेले असतात, इतके फाटलेले असतात की शिवून घेण्याच्याही पलीकडे. मग नवा गुलाबी स्वेटरही विकावाच लागतो.
थंडीचा मोसम सुरू झाला की पर्यटक स्किइंग करण्यासाठी गर्दी करतात. ऊष्ण प्रदेशातून बर्फात खेळण्यासाठी आलेल्या या पर्यटकाना 'बर्फ पडतो' याचं किती कौतुक. या मोसमासाठी गुलशन आधीच भरपूर लोकर आणून वेगवेगळ्या आकारांचे, रंगांचे, फॅशनचे स्वेटर -कोट -टोप्या -मफलर -हातमोजे विणून ठेवते. दूरदूरच्या प्रदेशांतून आलेले हे पर्यटक हौशीने आपल्या नातेवाईकांसाठी , मित्रपरिवासाठी गुलशनने हाती विणलेले लोकरी कपडे विकत घेतात. या हौशी पर्यटकांकडून जास्त घासाघीस न करता भरपूर खरेदी केली जाते. त्यामुळे स्किइंगच्या मोसमात गुलशनला थोडी-फार साठवण करण्याइतके पैसे मिळू शकतात.
अशा वेळी तर सोनीला ठाऊकच असतं, की कुठल्याही लडीचे गुंडे बनवताना त्या लोकरीच्या रंगात आणि उबेत आपल्या मनाला गुंतू द्यायचं नाही. कितीही सुंदर रंग असले, तरी त्यांची ऊब आपल्या नशिबी नाहीये.
तसं तर सोनीच्या गावात, माधोपुरात बारा महिने प्रवाशांची गर्दी असते.

त्यामुळे लोकरी कपड्यांचा खप बाराही महिने असतो. प्रश्न हा असतो, की इतके सगळे गरम कपडे गुलशनने विणावे कधी, वेळ आणि ताकद आणावी कुठून, डोळ्यांची समजूत घालावी कशी. तशी तर लोकरी कपडे विणायची यंत्रं खूप आलीत. पण तरीही हाती विणलेले लोकरी कपडे आवडीने विकत घेणारी हौशी मंडळी माधोपुरात येतच असतात. साहजिकच गुलशनने विणलेल्या सुंदर स्वेटरवर अजूनपर्यंत सोनीच्या नावाचं लेबल लागलेलं नाही.

शेवटी गुलशनने ठरवलंय, की आपलं लेकरू मोठं होत चाललंय. आपण नेहमी पाहातो, की आपण आणलेल्या छान-छान लोकरी लड्यांवरून किती प्रेमाने हात फिरवत असते सोनी. प्रत्येक वेळी नव्या रंगात मन गुंतत असेल तिचं. प्रत्येक वेळी त्या-त्या रंगाचा स्वेटर आपण विकतो, तेव्हा गुंतलेलं मन तो एवढासा जीव सोडवून घेत असेल. आपण ट्रंकेतले जुने-जुने स्वेटर काढून देतो तिला घालायला. या वेळी मात्र असं होऊ द्यायचं नाही.

मग एके दिवशी सोनी शाळेत गेल्यावर गुलशनने लोकर-गुंडे ठेवायची तिची ट्रंक उघडली. वर मोठे-मोठे गुंडे, नव्या आणलेल्या मोठ्या-मोठ्या लड्या होत्या, त्या अलगद उचलून बाहेर काढल्या. अलगद एवढ्यासाठीच, की त्या लड्यांमधली लोकर एकदा का गुंतली, की तो गुंता सोडवताना हैराण होतो जीव. गुंड्यांहून स्वस्त पडतात, म्हणून तर लड्या घेते गुलशन.

ट्रंकेच्या तळाला छोट्या-छोट्या गुंड्यांचा खच पडला होता. पुरुषांचे, बायकांचे, मुलांचे–सर्वांच्या पसंतीला उतरतील असे गडद, फिक्के, सौम्य, उजळ, आकर्षक सर्व रंगांचे छोटे-छोटे गुंडे. मोठे-मोठे कपडे विणून राहिलेली लोकर.

मनाशी कसलासा निर्धार करत गुलशनने त्यातले सर्व आकर्षक रंग निवडून बाजूला काढले. एका पिशवीत ते छोटे-छोटे लोकरगुंडे ठेवताना जणू आपण सोनीची खेळणीच तिच्या बुडकुल्यांच्या टोपलीत ठेवत आहोत, असंच वाटत होतं तिला. सोनीचा सहसा वावर नसतो, अशा आपल्या भांड्या-कुंड्यांच्या फळीवर पाठच्या बाजूला ती पिशवी दडवून टाकाली तिने. सुयांचा एक जोडही त्या पिशवीत खोचून दिला. कुठल्या विकायसाठी विणत असलेल्या स्वेटरच्या आड येता कामा नये हे विणकाम, आणि कुठल्या विकायच्या स्वेटरच्या स्वेटरसाठी अडूनही राहाता कामा नये हे काम. सोनीसाठी जे करायचं, ते फक्त सोनीसाठीच.

मग एक जास्तीचा तास काम करायसाठी मनाची ऊर्जा, शरिराची ताकद उभी करायसाठी लागणारा दृढनिश्चय सगळं एकवटलं तिने. असेही आपण रात्रीचे झोपेचे तास वगळता अखंड कामच करत असतो. उत्तररात्री अंथरुणात अंग

टाकतो, तेव्हा अंगावर दुलई ओढून घेण्याइतकंही त्राण आपल्यात राहिलेलं नसतं. इतक्या चिंता सतत भेजा कुरतडत असतानाही रात्री आपल्याला गाढ झोप लागते. पहाटे बर्फाळ थंडीत अंथरुणाबाहेर पडायचा धीर होत नसतानाही अंथरुणावाहेर पडावंच लागतं. कवायतीसाठी मुलं उभी राहावी, तशी कामं रांगेत उभी असतात. मग उठायचं आणि लागायचं. मग दिवसाभरात श्वास घ्यायला फुरसतीची गरज लागत नाही, म्हणून तो घेत राहायचा, आपोआप. पण नेहमीचं विणकाम बाजूला ठेवायचं, म्हणजे घरातल्या रोजच्या गरजेच्या एखाद्या वस्तूला वंचित व्हायचं-जे परवडणारं नाही. कारण गरजेच्या वस्तूच तेवढ्या येतायत. तेवढ्या आणि तेवढ्याच फक्त.

आता ही जास्तीची ताकद आणायची कुठून? असाही एका सुईवरचा टाका न विणला जाता दुसऱ्या सुईवर किंवा दोन सुयांच्या मधेच कुठेतरी घसरायला लागेपर्यंत रात्री विणत असते ती. मग तो निसटलेला टाका मोठ्या परिश्रमाने सुईवर उचलताना झोपेची आणखी पंधरा मिनिटं उगीचच वाया जातात. मग अशी वेळ उद्या येऊ न देण्याची खबरदारी घ्यायची, असा निर्धार करत दिवा मालवला जातो. पण त्यातूनही सोनीच्या स्वेटरसाठी वेळ काढायचाच असं ठरवलं जातं. सोनी आत्ता आहे त्यापेक्षा जरा मोठ्या आकाराचाच विणू स्वेटर, म्हणजे जास्त दिवस घालू शकेल आपलं लेकरू. पुन्हा-पुन्हा थोडाच मिळणार आहे आपल्याला तिच्यासाठी काही करायला वेळ?

मग झाली तारेवरची नवी कसरत सुरू. सोनी शाळेत जायची तेव्हा ही छोट्या गुंड्यांची पिशवी निघायची बाहेर. इतर विणकामांकडे दुर्लक्ष करण्यात अर्थच नव्हता. पण रोज एक छोटा गुंडा संपेपर्यंत विणायचं, नवा छोटा गुंडा विणून संपत आलेल्या गुंड्याला जोडायचा आणि पिशवी पुन्हा भांड्यांपाठी लपवून टाकायची, असं काम सुरू झालं.

महिन्याभरातच छान रंगीबेरंगी स्वेटर विणून पूर्ण झाला. आगळा-वेगळा स्वेटर.खास स्वेटर, खास लेकीसाठी. मधल्या काळात विणकाम करत असताना कोणी गिऱ्हाईक डोकावलं, हा स्वेटर त्यांच्या दृष्टीपथात आला, तर त्याना लगेच हवासा वाटायचा. चार जास्तीचे पैसे देऊनही 'आम्हाला द्या' अशी मागणी व्हायची. पण गुलशनने नाही म्हणजे नाहीच दिला हा स्वेटर कोणाला. पूर्ण झाला, तेव्हा सोनीचा वाढदिवस चारच दिवसांवर आला होता. मग याच स्वेटरवर वाढदिवसही साजरा करायचा मोह झाला. तेवढंच वाढदिवसासाठी दुसरं काही आणावं लागलं नसतं. छानश्या कागदात गुंडाळून, वर एक लोकरीचं फूल चिकटवून, वाढदिवसाला सोनी उठायच्या

आधी तिच्या उश्याशी ही छोटीशी भेट ठेवून गुलशन कामाला लागली.

सोनी उठली तेव्हा भेटवस्तूवरचं फूल पाहून, ती भेटवस्तू कोणाकडची आहे, हे मुळी सांगावंच लागलं नाही तिला. वरचा कागद काढला आणि आतली वस्तू हातात घेतली, तेव्हा आनंदाने डोळे लुकलुकले तिचे. तिला आवडलेले, तिने कुरवाळलेले एकूण एक रंग होते त्या स्वेटरमधे. या प्रत्येक रंगाच्या लडीवरून सोनीचे हात फिरले होते. प्रत्येक गुंडा तिला हवाहवासा वाटला होता आणि मग तिच्या हातांतून निसटला होता. त्यातल्या प्रत्येक रंगाचा स्वेटर विणून त्या-त्या वेळी घरातली एक-एक गरज भागवली होती गुलशनने. पण प्रत्येक वस्तू विकत घेताना तिला त्या वस्तूसाठी विकाव्या लागलेल्या स्वेटरची, मोज्यांची, मफलरची आठवण झाली होती. त्या-त्या रंगाच्या लडीवरून, गुंड्यांवरून फिरलेले सोनीचे हात आठवले होते.

–स्वेटर हातात घेऊन नाचत-नाचत सोनी चुलीपाशी आली. गुलशनच्या गळ्यात हात टाकून म्हणाली, "हा स्वेटर माझ्यासाठी केव्हा बनवलास तू? मला पत्ताही नाही लागू दिलास? मला चकित करायचं होतं ना तुला?"

गुलशनचे डोळे पाणावले. आपल्या श्रमांचं सार्थक झालं, असं वाटलं तिला. आपले पिठाचे हात तसेच आपल्या कुडत्याला पुसून सोनीच्या गालांवरून हात फिरवत म्हणाली, "घालून बघ बाळा, होतोय का तुला बरोबर. माप न घेता अंदाजानेच बनवला ना! मापं घेतली असती तर कळलं असतं ना तुला?"

अंगातला जुना स्वेटर काढून सोनीने नवा स्वेटर चढवला. थोडा सैल होत होता, पण किती छान दिसत होता. कपाटाच्या दरवाजाला बाहेरून एक आरसा आहे. पारा उडलेला. पण घरातला एकुलता एक आरसा. एका विशिष्ठ ठिकाणी उभं राहिलं, तरच या आरशात प्रतिबिंब दिसतं. सोनीलाही ती जागा नीटच माहितीय. सोनीच्या गुलाबी-गोऱ्या अंगावर किती छान दिसत होता स्वेटर!

पण प्रतिबिंब पाहाण्याचा कार्यक्रम लगेचच आटपला. अंगातला स्वेटर काढून सोनी लगेच चुलीपाशी आली. "हे काय? घालून नाही का पाहायचा? अग, बरोबर होतोय की नाही ते पाहायला नको का?" गुलशनच्या या प्रश्नावर सोनीने स्वेटर आईच्या हातातच दिला.

"अग-अग, हात चांगले नाहीयेत माझे." गुलशनने चिमटीत पकडून स्वेटर लोकरीच्या पिशवीच्या वर नेऊन ठेवला. "आवडला नाही तुला?" तिने शंकित होऊन विचारलं.

"आई, अग स्वेटर खरोखरच खूप सुंदर आहे. मला होतोय पण अगदी बरोबर. जरा मोठा होतोय. पण काही दिवसांत मी मोठी झाले, जरा उंच झाले की मग

होईल बरोबर."

" अग मग काढलास का लगेच? कसा दिसतोय ते पाहायचं होतं मला. आंघोळ झाल्यावर घालणार आहेस का?" गुलशनच्या प्रश्नावर सोनीने मग सांगितलंच, " नाही आई. कसा घालू सांग. सगळीकडून टोचतोय अंगाला तो स्वेटर. कशामुळे टोचतोय, काहीच कळत नाहीये. पण टोचतोय खरा." सोनीने दाखवलं, खरंच दोन्ही हातांवर चोळून-चोळून हात लाल झाले होते. " पाठीला, गळ्याला, पोटाला सगळीकडेच टोचतोय आई हा स्वेटर." सोनीने पुन्हा तक्रारीच्या सुरात सांगितलं.

मग मात्र गुलशनने हात धुवून-पुसून पिशवीपाशी जाऊन स्वेटर हातात घेतलाच. स्वेटर झटकला. मग पूर्ण उलटाच केला. नीट पाहाणी केली. स्वेटर अगदी स्वच्छ होता. स्वेटरमधे तर काहीच दिसत नव्हतं. काय बरं असेल टोचण्याचं कारण? लोकर तर नेहमीचीच आहे. अजूनपर्यंत कोणत्याही गिऱ्हाइकाची तक्रार आलेली नाही. मग?....

पाहाणी करता-करता अचानकच गुलशनच्या लक्षात आलं, की काय टोचतंय. प्रत्येक रंगाच्या उरलेल्या लोकरीतून बनवल्याने एका रंगाची लोकर संपल्यावर तिला जिथे दुसऱ्या रंगाची लोकर जोडली होती, तिथे गाठ होती. गाठ सुटली, तर स्वेटर उसवत जाईल, म्हणून एकावर एक अशा दोन-दोन, तीन-तीन गाठी गुलशनने मारल्या होत्या. गाठींची टोकं नीट वळवून स्वेटरच्या विणीत बेमालूम अडकवून टाकली होती. पण गाठींचं काय करणार?

गुलशनला आठवलं, एकदा ती सोनीला बहिणीकडे घेऊन गेली होती. पलंगावर झोपलेली सोनी सारखी चुळबुळत होती. थोड्याच वेळात ती उठून बसली. 'पाठीत खूप दुखतंय,'म्हणाली. एरव्हीची आपली सुदृढ लेक. अचानक पाठीत का दुखायला लागलंय तिच्या? गादीखाली कोणी काही वस्तू ठेवलीय का? सोनीला पलंगावरून उतरवून गुलशनने गादी वर करून पाहिलं. एकावर एक तीन गाद्या होत्या. सर्वात खालच्या गादीच्या खाली पलंगाला मजबूती येण्यासाठी एक आडवी लोखंडी पट्टी होती. आपल्या बालपणी ऐकलेली, सात गाद्यांखालचा वाटाणा टोचणाऱ्या राजकन्येची गोष्ट आठवली होती गुलशनला तेव्हा. आज तीच गोष्ट पुन्हा आठवली तिला.

आपली लेक गरिबाकडची राजकन्या आहे. चुकून गरिबाकडे जन्मलीय ती. नाजुकशी परीच जणू. हा गाठींचा स्वेटर मानवला नाहीये तिला. सोनीने आंघोळ करून पुन्हा तोच जुना स्वेटर चढवला. जुना, पण गाठी नसलेला. रात्रीचा दिवस करून गुलशनने विणलेला स्वेटर सोनी घालू शकणार नव्हती. किती जणाना हवासा वाटलेला स्वेटर गुलशनने सोनीसाठी राखून ठेवला

होता. पण त्याची ऊब सोनीच्या नशिबी नाहती. गुलशनने स्वेटरची घडी करून स्वेटर कपाटात ठेवला. सगळे मोठे गुंडे, मोठ्या लड्या काढल्या. सोनीच्या पुढ्यात ठेवून म्हणाली, "यातला कुठला रंग तुला आवडला सांग." आता त्यातल्याच एका लोकरीचा स्वेटर ती सोनीसाठी विणणार होती. बिन गाठीचा स्वेटर.

(कलामंच – दिवाळी २०२१)

१२. टेन्शन

खरं तर आजीला मराठीतून बोलत असताना उगीचच मधे-मधे इंग्रजी शब्द पेरलेले आवडत नाहीत. त्या बाबतीत तिने उपस्थित केलेला प्रश्न तर्कशास्त्राचा आधार घेऊनच असतो. "इंग्रजी भाषा बोलणारे बघा रे मधे-मधे मराठी शब्द वापरतात का. मग आपणच का पेरायचे इंग्रजी शब्द मधे- मधे?"

"आहे ना आजी. इंग्रजी शब्दकोशात 'पक्का बंदोबस्त' असा शब्द आहे." वेदांतने नवं-नवं कुठूनसं मिळालेलं ज्ञान पुरवलं.

"तो आपला एखादा रे. शिवाय तो शब्दकोशात असला, तरी जाता- येता वापरात नसतो. या उलट आपल्याकडे फारच वापर होतो इंग्रजी शब्दांचा. मला तर हल्ली आपल्या मराठी भाषेच्या भवितव्याविषयी फारच चिंता वाटायला लागलीय. म्हणजे ना मला खूप ताण आलाय. म्हणजे आपला तणाव रे." आजीने खूप ताण दिला मेंदूला. पण योग्य शब्द काही सुचेना तिला.

शेवटी मग आर्याच म्हणाली, "आजी 'टेन्शन' म्हणायचंय का तुला?" आजीला जे म्हणायचं होतं, ते बरोब्बर याच शब्दात व्यक्त होत होतं. पण शब्द इंग्रजी असल्यामुळे ती मनातल्या मनात पर्याची मराठी शब्द शोधत होती. शेवटी म्हणाली, "हो ग, मला टेन्शनच म्हणायचं होतं. पण मराठी शब्द शोधत होते मी 'टेन्शन' साठी. 'टेन्शन' या शब्दात मेंदूला झिणाझिण्या आणणारा किंवा सुन्न करणारा अनुभव अगदी बाकी काही' मेन्शन' न करता व्यक्त होतो बघ." आजी त्या 'टेन्शन' शब्दाच्या इतकी प्रेमात पडली, की जणू त्या शब्दाला एकटेपणा जाणवू नये म्हणून 'मेन्शन' नावाचा शब्द त्याच्या सोबतीला आणून दिला.

"हं, तर मी काय सांगत होते, मला मराठी भाषेच्या भवितव्याविषयी टेन्शन आलंय." आजीने मूळ मुद्दा मांडला.

"काय आजी! अग, जगात इतकी मोठी- मोठी टेन्शनं असतात. तू कसल्या छोट्या- छोट्या गोष्टींची टेन्शनं घेऊन बसलीयस." वेदांत म्हणाला. "मला बघ परीक्षेचं केवढं टेन्शन आलंय. अभ्यास अचाट आहे. शिवाय कितीही अभ्यास केला, तरी आयत्या वेळी आठवेल ना? लिहू शकू ना? लिहून पूर्ण होईल ना? अशी अनेक छोटी- छोटी टेन्शनं मिळून परीक्षा नावाचं जे मोठ्ठं टेन्शन तयार होतं ना, ते माझ्या मते जगातलं सर्वात मोठं टेन्शन असेल."

आर्याने पटल्यासारखी मान डोलावली खरी, पण तिला आणखी वेगळंच टेन्शन होतं. तिच्या शाळेचा 'स्पोर्टस् डे' (शर्यतींचा दिवस) चार दिवसांवर

आला होता. घरातल्या घरातही ती पळायचा, लंगडीचा, पोत्यात उभं राहून पळायचा, वेदांतला जोडीला घेऊन तीन पायांच्या शर्यतीचा, चमचा- लिंबूचा सराव करत होती. पण तरीही तिला टेन्शन होतं की, आयत्या वेळी पाय मुरगळला तर? आयत्या वेळी तिला ताप वगैरे आला तर? पळता- पळता किंवा लंगडी घालताना ती पडली तर? सिनेमात दाखवतात तसं कोणी तिला पायात पाय घालून पाडलं तर? ती मोठ्याने एवढंच म्हणाली, की " 'स्पोर्टस् डे' इतकं दुसऱ्या कोणत्याच दिवसाचं टेन्शन मोठं असू शकत नाही. पेपरात आपण काही ना काहीतरी लिहूच. पण पळताना पडलो तर शर्यतीतून बादच ना?"

आई आतून सगळं ऐकत होती. म्हणाली, "इतक्या बारक्या- बारक्या गोष्टींची टेन्शनं येत राहिली तुम्हाला, तर माझ्याइतकं टेन्शन तुम्ही आयुष्यात पेलू शकणार नाही. आज रविवार आहे, म्हणून ऐकायला तरी वेळ आहे. एरव्ही सकाळी 'अलार्म' वाजेल ना? वाजलेला ऐकू येईल ना? काम आटपेल ना? वेळेवर निघू शकू ना? ट्रेन मिळेल ना?-- अशी टेन्शनं. ट्रेन मिळाल्यावर तर टेन्शनची भली मोठी मालिकाच पाठी लागते."

"ट्रेन पकडायचं टेन्शन असतं, ते ठाऊक आहे. पण ट्रेन पकडल्यावर कसलं आलंय टेन्शन?" आजोबांनी पेपर वाचता-वाचता बाहेरूनच विचारलं. आजोबांनी स्वतः कधीही ट्रेनने प्रवास केलेला नाही. घरापासून हाकेच्या अंतरावर त्यांचं ऑफीस. त्यामुळे चालत जाऊन चालत यायचे ते.

"ट्रेन धडधडत आली की आपली धडधड वाढते. कसं- बसं घुसून शिरकाव केला की चौफेर नजर फिरवायची. बारीकशा तिघी असतील एखाद्या बाकावर, त्याना 'जरा सरका' म्हणून चौथी सीट पकडली, तरी प्रत्येक धक्क्याला सीटवरून घसरायला होत असतं. आपले पाय मधल्या बोळकांडीत असल्यामुळे प्रत्येक जाणारी- येणारीला उठून अभिवादन करावं लागतं. त्यातून एखादं चॉकलेटने बरबटलेलं मूल मागच्या सीटवरून हात लावत असेल, किंवा बाजूलाच बसलेलं असेल आणि आपल्याला हात लावत असेल तरी काहीच गंभीर घडत नसल्यासारखं त्याचं हसून स्वागत करायचं." आई चहा करता-करता आतून सांगत होती. मग ती चहा गाळून ट्रे मधे कप घेऊनच आली.

चहाचा कप घेता- घेता आजोबा म्हणाले, "अग, मुलं म्हणजे देवाघरची फुलं. त्यांचं थोडं सहन केलं तर त्यात कसलं आलंय टेन्शन?"

"एवढंच नाही बाबा, कधी एखादी सीट रिकामी दिसली, तर समोरची पाय लांब करून त्या सीटवर पाय ठेवून बसते. कधी चपला- बूट- सँडल काढून,

किंवा कधी ते घालूनही. आता आपल्याला पाहून तिने पाय खाली ठेवले, तरी असल्या सीटवर आपण बसणार का? म्हणजे भरल्या ताटासमोर उपाशी बसायाचं -- बसायचं कसलं? उभं राहायचं. कधीच्या काळी चुकून माकून खिडकी मिळाली, तरी टेन्शन आहेच. बसताना चार वेळा विचार करायचा, 'का बर राहिली असेल ही सीट रिकामी? सीटवर, सीटखाली कुठे कोणी काही करून तर नाही ना ठेवलं?'
सर्व प्रश्नांच्या उत्तरांचा शहानिशा करून समजा खिडकी पकडलीच, तरी टेन्शन संपत नाही. कोणी बया वेफर्स खाते आणि पिशवी फेकायला खिडकीपाशी हात आणते. कोणी संत्रं खाते आणि साल टाकायला हात खिडकीपाशी. कोणी आपल्या मुलाला खिडकीपाशी जाऊन उभं राहायला सांगते. मग ते मूल लाथा मारेल, तोल जाऊन आपल्या अंगावर पडेल, काही खात- पीत असेल, तर ते हात निश्चितच आपल्या कपड्याना पुसणार. किती टेन्शनं! तेवढ्यात कोणी वरच्या रॅकवर बॅगा चढवायला किंवा वरून बॅगा उतरवायला आली, की बॅग आपल्या डोक्यातच पडते की काय, हे टेन्शन!"
सांगता- सांगता आई जणू ती टेन्शनं अनुभवत होती. ऐकता- ऐकता सर्वांचा चहा-बिस्किटांचा समाचारही घेऊन झाला. आईचा चहा मात्र थंडगार झाला. पण उद्या परत त्याच टेन्शनला सामोरं जायचंय या टेन्शनमधे आईने थंड चहा पिऊनही घेतला. शिवाय अगदी गरम कडकडीत असल्या सारखा फुंकून- फुंकून घोट-घोट.
"ही काय टेन्शनं झाली का? ह्याला जर टेन्शन म्हणायचं, तर मग माझ्या टेन्शनना काय म्हणाल तुम्ही? हायपरटेन्शन?"
बाबा हार्ट स्पेश्यालिस्ट आहेत. रोज ते हार्टची किती किती ऑपरेशन्स करत असतात. प्रत्येक पेशंटचा इतिहास वेगळा, भूगोल वेगळा. कधी कोणाला भूल देता-देता गोंधळ होतो आणि शस्त्रक्रिया करण्याआधीच टेन्शन येऊ लागतं. ऑपरेशन करता-करता कधी बिकट परिस्थिती निर्माण होते. कधी ऑपरेशनच्या नंतर पेशंट शुद्धीवर यायला खूप वेळ लागतो. रोज बाबांचा दिवस टेन्शनमधेच उगवतो आणि टेन्शनमधेच मावळतो. दुसऱ्याच्या जिवाशी खेळ म्हटल्यावर याहून मोठं टेन्शन ते काय असणार?
"आजोबा, तुम्ही सगळ्यांची टेन्शनं ऐकलीत. एकटे तुम्हीच स्वतःच्या टेन्शनविषयी काही बोलला नाहीत. मग आता तुम्हीच सांगा, की सर्वात जास्त टेन्शन कोणाचं?" वेदांतच्या या प्रश्नावर आजोबा मिनीटभर-- चक्क मिनीटभर गप्प होते. सर्वांचं टेन्शन वाढत चाललं होतं, की आता आजोबा काय बोलणार?

मग आजोबा शांतपणे बोलायला लागले. अगदी एखाद्या आंतरराष्ट्रीय परीक्षकाच्या आविर्भावात. "या जगात सर्वानाच टेन्शनं असतात. जन्माला मूल आलं की त्याची टेन्शनं चालू होतात. आपल्याला वाटतं, बाळ छोटं आहे, त्याला सगळं झोपल्या जागेवर मिळतंय. त्याला कसलं आलंय टेन्शन? पण त्या छोट्या बाळाला बोलता येत नसतं. भूक लागली तरी रडायचं, तहान लागली तरी रडायचं, पोटात दुखलं तरी रडायचं आणि शी-सू झाली तरी रडायचं. कपडे ओले लागायला लागले तरीही रडायचं. त्याला भूक लागली असेल, तर जोपर्यंत त्याची भूक शांत होत नाही, तोपर्यंत त्याला टेन्शनच ना, की आपण का रडतोय, ते समोरच्याला समजतंय की नाही. आता आपल्या घरात मी वयाने सर्वात मोठा. तुमची आजी पासष्टीची आणि मी सत्तरीचा. म्हणजे वृद्धापकाळामुळे, किंवा सोप्या मराठीत सांगायचं झालं, तर म्हातारपणामुळे येणारं मरण येण्याची शक्यता सर्वात जास्त कोणाला आहे? मला."

"पुरे! अभद्र कशाला बोलायचं? वय वाढलंय, पण अक्कल नाही वाढली."

"अग, चाललो नाही मी लगेच उठून. आपलं उदाहरण देतोय. तर सर्वात जास्त टेन्शन मलाच असलं पाहिजे ना कायद्याने? आणि ते आहेच. म्हणजे अगदी अडुसष्टाव्या वर्षापर्यंत निर्धास्त होतो मी. पण एकूणसत्तराव्या वर्षात पदार्पण केलं, तसं आलंच टेन्शन. म्हणजे आकड्यांत पाहिलं तर सहावर नऊ असतात. इंग्रजीत सिक्स्टिनाइन म्हणतो आपण. पण तुमच्या आजीमुळे 'मराठी बाणा' बाणला गेलाय ना ? मग एकूणसत्तर म्हणायला लागल्यावर तो सातचा आकडा भेडसवायला लागला. आता सत्तरी झाल्यापासून तर रात्री झोपताना मनात टेन्शन असतंच, 'आता झोपतोय खरा, पण उद्या सकाळी उठीन की नाही, ठाउक नाही."

तसे आजी-आजोबा दोघेही आधुनिक. प्रेमविवाह केलेले. त्यामुळे जास्त वैतागली तर आजी आजोबाना धबाका घालायला मागे- पुढे, डावी- उजवीकडे, खाली- वर कुठेही पाहात नाही. आताही आजी उठलीच. पण तेवढ्यात दाराची बेल वाजली.

शेजारची रेणू आलीय. वेदांत आणि आर्यापेक्षा लहान. फक्त आठ वर्षांची. घरी कंटाळा आला की वेदांत- आर्याकडे येते. आर्यानेच दार उघडलं. "वा रेणू तू? ये- ये. आज रविवार ना? आई- बाबा घरी असतील ना? मग तुला कसं सोडलं आईने?" आर्याने विचारलं आणि तिला हाताला धरूनच आणून सोफावर बसवलं. "मला वाटलं, तुम्ही दोघं भेटता की नाही. खेळायला गेला असाल, तर मग भेटणारच नाही ना?"

"अग मग तू पण यायचं ना अंगणात." आर्या बोलणारच होती, पण वेळीच थांबली. ओठांपर्यंत आलेले शब्द पोटात ढकलले. "चल आपण भेंड्या खेळूया. गाण्यांच्या नाहीतर नावांच्या."
रेणूबरोबर खेळायसाठीचा हा एकच पर्याय आहे आर्याकडे. बाकी साप-शिडी, ल्यूडो, पत्ते, कॅरम अगदी फुल्ली-गोळा पण खेळणं अशक्य. रेणू लगेच तयार झाली. तिची बुद्धी अगदी तल्लख आहे. स्मरणशक्ती एकदम तीव्र आहे. किती- किती गाणी तिला अगदी तोंडपाठ आहेत. कुठलं अक्षर आलंय कळायची खोटी, की गाणं म्हणायला सुरुवात. आवाजही गोड आहे. म्हणतेही सुंदर. आर्या-वेदांत कोणीही टिकूच शकत नाहीत तिच्या पुढ्यात. मग काय बच्चे कंपनी गेली त्यांच्या खोलीत भेंड्या खेळायला.
तिघंही खोलीत पोहोचलेली पाहिली आणि मग आजोबा म्हणाले, "माझं सगळं तत्त्वज्ञान, तर्कशास्त्र सगळं व्यर्थ आहे रे या चिमुकलीच्या पुढ्यात. मला फक्त झोपताना 'उद्या उठीन की नाही' एवढंच टेन्शन असतं. पण या रेणूला पुढच्या पावलावर काय वाढून ठेवलंय, तेही ठाऊक नसतं. अंगणात खेळणाऱ्या मुलांचे आवाज तिच्यापर्यंत पोहोचत असतील. पण ती अंगणात जाऊन मनमुराद खेळू शकत नाही. वाचनाचा , टी.व्ही. पाहाण्याचा, कार्टून्स पाहाण्याच्या मनमुराद आनंद घेऊ शकत नाही. सुट्टीच्या दिवशी आपण वेदांत-आर्यांना राणीचा- बाग, मत्स्यालय, हँगिंग गार्डन, कुठे- कुठे घेऊन जातो. पण हिला बिचारीला कुठे नेणार? त्यातून जग इतकं वाईट झालंय. पावला-पावलावर संकटं दबा धरून बसलीत. आपल्याकडे पाठवतात विश्वासाने तिचे आई- बाबा. बाकी कुठे पाठवायची सोय नाही."
" 'न' आलाय तुझ्यावर रेणू 'न'." आर्या आत रेणूला सांगत होती. आर्याचं वाक्य संपायच्या आत रेणूने गाणं सुरूही केलं. "नाच रे मोरा ,आंब्याच्या वनात, नाच रे मोरा नाच." इथे बाहेर आजोबा विचार करत होते, ' हा मोर, त्याचा निळा पिसारा, ढगांचा काळा कापूस, आकाशातली सप्तरंगी कमान-- कशी मस्त गातेय. जे कधी पाहिलं नाही, जे कधी दिसणारही नाहीये, त्या विषयी किती आनंदाने गातेय बघा. अरे, आपली कसली टेन्शनं आलीत रे, त्या कोवळ्या जिवापुढे? सगळ्यात मोठं टेन्शन आहे ते रेणूला. तीच जिंकलीय.'
मग आजोबांनी आतून मोठ्ठं चॉकलेट आणून रेणूला दिलं. म्हणाले, "गोड गातेस बाळ. हे घे चॉकलेट. खा. मग आणखी गोड गाशील."
"थँक्यू आजोबा. जाताना द्या. मग घरी जाऊन खाईन. 'च' आलाय तुझ्यावर". ती आर्याला म्हणाली. "चंदाराणी, चंदाराणी, का ग दिसतेस थकल्यावाणी?" आर्या गाऊ लागली. आजोबांच्या मनात आलं, 'ही चंदाराणी

देखिल दिसणार नाहीये या चिमुकलीला. कसं आयुष्य काढेल ही?'
आजोबाना टेन्शन आलंय. पण या वेळी ते स्वतःसाठी नाहीये, रेणूसाठी आहे.
टेन्शनच्या स्पर्धेत रेणू जिंकलीय.

(कलामंच – दिवाळी २०२२)

१३. नवी उभारी

बालपणीच आई गेली की कौटुंबिक जीवन कसं विस्कळीतच होतं ना! समिधाचंही तसंच झालं. सुधा होती. पण तिने कायम अरेरावीच केली. धाकट्या बहिणीची जबाबदारी आपल्यावर आहे. तिचं पाऊल वाकडं पडता कामा नये, यासाठी अंकुशच लावला पाहिजे अशी तिची धारणा. त्यामुळे चार प्रेमाची वाक्यं, हास्य-विनोद, चेष्टा- मस्करी असं बाल- सुलभ वातावरण अनुभवताच आलं नाही समिधाला. वडलांची माया होती. पण ते आपल्या नोकरीच्या जवाबदाऱ्यांमधे व्यग्र. मग काय? सुधा सांगेल तसं वागायचं, तिने चहाड्या करून वडलांचे कान भरू नयेत यासाठी तिचं मन सांभाळायचं यातच समिधाचं बालपण कोमेजून गेलं.

त्यातही समिधा अभ्यासात हुशार. प्रथम श्रेणीत पदवीधर झाली. चांगल्या बँकेत नोकरीला लागली. मग सुधाच्या अरेरावीबरोबर तिची असूयाही सहन करायची वेळ आली. सुधाकडे पदवी नव्हती. त्यामुळे नोकरीही इतकी चांगली नव्हती. मग स्वतःचं लग्न झाल्यावर ती समिधाच्या लग्नाच्या मागे लागली. स्मार्ट, चुणचुणीत, हुशार, चांगली नोकरी असलेली. त्यामुळे समिधाला चांगला नवरा मिळण्यात काहीच अडचण नव्हती.

लग्न ठरलंही. समिधाला तो पसंत नव्हता. का कोण जाणे, पण ल्याला बघून ते 'क्लिक' म्हणतात ना, ते झालंच नव्हतं. ती 'दिलकी घंटी' म्हणतात ना, ती वाजलीच नव्हती. पण वडलांनी समजावलं, सुधाने समजावलं. 'बघ, उंच-बिंच आहे, पदवीधर आहे, तुझ्यासारखाच बँकेत नोकरीला आहे.' पहिल्या पासूनच सुधा सांगेल तसं वागायची सवय. 'हा आयुष्यभरासाठीचा निर्णय आहे. सांभाळूनच घ्यायला हवा', इतकं काही विचारात न घेता तिने हो म्हटलं. आगीतून फोफाट्यात पडावं, किंवा 'आसमानसे गिरे और खजूरमें अटके' तशी गत झाली तिची. नवऱ्याचं स्वतःचं घर नव्हतं. तोच बहिणीच्या घरात राहात होता. मग समिधानेही नणंदेच्या हाताखाली काढली सुरुवातीची उमेदीची वर्षं. आधी सुधाची मर्जी, तशी आता नणंदेची मर्जी राखण्यात उमेदीची वर्षं भुरुभुरू जळत राहिली.

लवकरच कळलं, तो पितो. तिच्यावर दोन मुलांचं मातृत्व सोपवून तो पिण्यात आपल्या संध्याकाळी बुडवत राहिला. नशीब, की सेवानिवृत्तीनंतर आपलं राहातं घर सुधाच्या हवाले करून वडील समिधाकडे येऊन राहिले. ती नोकरीला गेल्यावर तिच्या शाळकरी मुलाना आजोबांची माया देत राहिले. ती मात्र घड्याळाच्या काट्याबरोबर भिंगरीसारखी फिरत राहिली. सकाळी

लवकर उठून, घरचं सगळं आटपून नोकरीसाठी धावायचं. येताना दोन हातांत, खांद्यांवर सामानाच्या पिशव्या घेऊन लगबगीने यायचं. आल्या-आल्या सामान जागेवर लावलं, की रात्रीच्या जेवणाला लागलीच.

नवरा न चुकता संध्याकाळी पिण्यासाठी बाहेर पडणार. डुलत-डुलत येणार, जेवणार आणि झोपणार. घराशी त्याचा संबंध फक्त जेवण्या- झोपण्यापुरताच. मुलांची शाळा, अभ्यास, त्यांच्या गरजा यांच्याशी त्याचा संबंध फक्त पैसे पुरवण्यापुरता. नशीब, ते तरी पुरवत होता. नाहीतर सगळा खर्च एकटीने निभावणं तिला कठीणच गेलं असतं.

जावयाचं वागणं पाहून समिधाचे वडील हळहळायचे. "मी माझ्या सोन्यासारख्या मुलीच्या आयुष्याची वाट लावली." म्हणताना डोळ्यांत पाणी यायचं त्यांच्या.

समिधाची दोन्ही मुलं शिकली- नोकरीला लागली- आधी भारतात- मग परदेशात. दोघांनी आपापली लग्नंही जुळवली. मोठ्याची परप्रांतीय तर धाकट्याची परदेशी.

मुलांची शिक्षणं होता-होताच समिधाच्या वडलांची साथ सुटली. शेवटच्या श्वासापर्यंत आपल्या मुलीची काळजी लागून राहिली होती त्यांना. समिधा पुन्हा एकटी पडली. एकटी कशाने? नवरा होता! आधी बाहेरून पिऊन यायचा. आता संध्याकाळ झाली की घरातच टेबलावर ग्लास-बाटली मांडून बसू लागला. विरोध केला की शिव्या. साधंसं काही बोललं तरी शिव्या. शेवटी समिधाने विरोध करणं सोडलं. साधंसं बोलणंही सोडलं. आगगाडीच्या दोन रुळांसारखी समांतर आयुष्यं दोघं जगत राहिली. एकाच घरात, एकाच छताखाली, पण वेगवेगळ्या खोल्यांत. एक भिंत सतत दोघांच्या मधे.

नोकरी असेपर्यंत तिथे तरी आयुष्यातले काही तास जायचे. तो तर कधीचाच सेवानिवृत्त झाला होता. तिच्याहून बारा-तेरा वर्षांनी मोठा होता ना! ती नोकरीला गेल्यावर त्याला अंगण मोकळंच. मग कालांतराने समिधाही सेवानिवृत्त झाली. रोजच्या रोज बाहेरच्या जगाशी असलेला संपर्क, टाप-टीप, छानशा साड्या, सुंदर-सुंदर पर्सेस- असं सगळं टाकाटक होऊन बाहेर पडणंही राहिलं नाही.

संध्याकाळी खिडकीत उभं राहिलं तर म्हातारी जोडपी जोडीने फिरायला जाताना दिसायची. मुलं शाळेत होती, तेव्हाही त्यांची मित्र मंडळी सुट्टीमधे आई-बाबांबरोबर बाहेरगावी फिरायला जायची. हिच्या मनात असूया नव्हती. पण वाटायचं 'आपल्या वाटणीला अशी हौस-मौज कधीच का आली नाही? मुलाना कधी बागेत- समुद्रावर फिरायला ही नेलं नाही आपण. आताही असेच

एकाकी आपण.'
वाट्याला आलेल्या आयुष्याच्या चालीवर जीवनाचं गाणं गुणगुणायचा प्रत्यत्न अनेकदा केला तिने. पण तार तुटलेल्या तंतुवाद्यासारखं बेसुरं-बेसुरंच होत गेलं सगळं.
मधल्या काळात मुलांच्या मुलांचं संगोपन करायसाठी चारदा अमेरिकेलाही जाऊन राहिली. मोलकरीण होऊन. छे! इतका वाईट शब्द वापरू नये ना, एखाद्या सुशिक्षित-सेवानिवृत्त स्त्रीच्या विषयी? पण तेच करत राहिली ती जाऊन- जाऊन. शेवटी थकली. पण शांत- प्रेमळ - आनंदी जीवन तिथेही वाट्याला आलं नाही तिच्या. खंत- खंत- आणि खंतच फक्त!
ती खचत-थकत चालली होती. पण भोग संपले नव्हते. पी-पी-पिऊन जे व्हायचं तेच झालं त्याचं. लिव्हर सिरोसिस. पुढे कर्करोग. मग सेवा. ती मात्र तिने अखंड केली. लागल्या लग्नापासून केली. सुगरण तर ती होतीच. आता परिचारिकाही झाली. आजारपणात त्याची सेवा-सुशृषा करण्यात कुठलीही कसर बाकी ठेवली नाही तिने. दोन भयंकार आजार एकत्रितपणे वार करत राहिल्यावर व्हायचं तेच झालं.
यावेळी मात्र धाकट्याने तिचं ऐकलं नाही. तिला घेऊनच गेला आपल्याबरोबर दुबईला. इथे ती एकटी पडली होती. तिथेही एकटी पडल्यासारखीच. मुलगा सकाळी जाणार, तो रात्री येणार. सूनही तशीच. त्यातून सून परदेशी. भारतीय रीती- रिवाजांविषयी अनभिज्ञ. शिवाय संस्कार, सण-वार, जेवणा-खाण्याच्या पद्धती, कुठेच काही साम्य नाही. दोन बायका एकत्र आल्या तर त्यांनी गप्पा माराव्या, नाहीतर निदान भांडावं तरी. भांड्याला भांडं लागावं तरी. पण हे काहीच नाही. दोन नातवंडं होती, पण त्यांचं संगोपन करायला आया होती. मोठा नातू त्याच्या आईसारखा अलिप्त. पण धाकटी थोडी बडबडी. पण त्यांचं हिला काही फारसं करावं लागत नव्हतं. समिधाला आवडी-निवडी दोनच. पाककला आणि साफसफाई. मग तिने मुलाच्या संसारात स्वतःला वाहून घेतलं. काही कारणाने आया सोडून गेली. मग तर घर समिधाच्या एक-खांबी टेकूवरच उभं राहिलं जणू. सोळा वर्षांचीच जणू असल्यासारखी ती घरातल्या सर्व जबाबदाऱ्या पार पाडत, सर्व कामं करत भिंगरीसारखी फिरत राहिली. आपल्या संसारात दुसऱ्या स्त्रीची लुडबूड कोणाला हवी असते? पण बिनबोभाट कामं होतायत म्हटल्यावर चालवून घेतलं जातं.
पण बालपणी आई गेल्यापासून उभा राहिलेला खांब आता डळमळायला लागला होता. काम पूर्वीच्या वेगाने होत नव्हतं. चौघांची चार प्रकारची न्याहारी, दुपारच्या जेवणाच्या चार वेळा. दर पदार्थावरोबर पडत राहिलेली

मोरीभर भांडी. ती दिवसा दुप्पट- रात्री चौपट थकू लागली. कामाचा वेग मंदावला. काम संपता संपेना. सतरा आजारपणं मागे लागली. त्या गोळ्या, ते थकणं, ते इथे दुख- तिथे दुख असह्य होणं. वयाप्रमाणे आलेल्या सुरकुत्या, नजर अधू होणं, वाचायला- टी.व्ही. पाहायला न जमणं. मग करण्यासारखं काय राहिलं? काम- काम आणि काम!

धाकट्याची मुलं मोठी होत होती. मुलगा त्याच्या आईसारखा मितभाषी, पण मुलगी तुडतुडी- बडबडी- मनमिळावू. तिच्या आईला आवडायचं नाही. पण पठ्ठी येऊन-येऊन आजीशी गुजगोष्टी करायची. आजीच्या वाढदिवसाला सुंदर शुभेच्छापत्र बनवून द्यायची. आजीच्या नावाची आद्याक्षरं घेऊन आजीवर कविता लिहायची. आजीच्या डोळ्यांत पाणी दिसलं, तर आजीच्या हातात पाण्याचा ग्लास आणून द्यायची. आजीने तर कमालच केली. त्या देशात अरेबिक हा शाळेत सक्तीचा विषय, म्हणून या वयाला स्वतः अरेबिक शिकून नातवंडाना शिकवलं. आजीने केलेले छान-छान भारतीय पदार्थ, वाढदिवसाना केलेले केक-- सगळं आवडायचं नातीला. 'आजी, तू सुपरवूमन आहेस.' नात कधी-कधी आजीला कौतुकाने म्हणायची. आजीची स्वच्छता, टापटीप पण आत्मसात केली होती तिने. एकदा तर कोणाची आठवण म्हणून आजीने जपून -सांभाळून ठेवलेली फुलदाणी धक्का लागून पडली होती. तिची कपची उडून आतला पांढरा खडबडीत भाग दिसत होता. फुलदाणीकडे पाहून-पाहून आजी व्यथित होत होती. ते पाहून आजी दुपारी झोपल्यावर स्वतःच्या रंगपेटीतल्या रंगांनी तो कपची उडालेला भाग आजूबाजूच्या रंगांसारखे रंग वापरून असा बेमालून रंगवला होता नातीने, की कपची उडालेला भाग कुठेसा आहे, म्हणून शोधत राहावं.

हल्ली समिधा वारंवार आजारी पडायला लागली होती. दिवसभर कामाचे ढीग उपसत असताना, मधेच 'जाऊन शांतपणे बसावं', 'थोडं आडवं व्हावं' असं वाटायचं. कधी-कधी तर दहा-पंधरा मिनिटांसाठी आडवं व्हावं आणि सहज तास- दोन तास झोप लागून जावी असंही व्हायचं. मुलीची भारी हौस होती समिधाला. पण झाले दोन्ही मुलगेच. पण आता ही नात मिळालीय प्रेम करणारी. मग समिधा नातीला आदर्श जीवनाच्या गुरुकिल्ल्या देत राहायची. पायपुसणं कसं झटकावं, वापरानंतर बाथरूम कशी सुकी करून ठेवावी, खरकटी भांडी कशी पाणी घालून भिजत ठेवावी, पसारे कसे आवरावे. म्हणतात ना, माणसाचे गुणधर्म पुढच्या सात पिढ्यांमधे उतरतात. तसे तर आजीचे गुण नातीत जन्मजातच आहेत. आजी त्याना फक्त झळाळी आणतेय इतकंच. आपण मुलाकडे राहातोय, आपल्याला काम करायलाच हवं, अशी

सभिधाची धारणा. शिवाय हल्ली दृष्टी अधू झालीय. त्यामुळे टीव्ही- वाचन बंदच आहे. मग वेळ घालवायसाठी काय करायचं, तर फक्त कामच. झेपलं नाही, तरी झेपवत राहायचं.

--- तर आज असंच झालं. सकाळपासून काम एके काम. दुपारी जेवणानंतर हीssss ढीगभर भांडी मोरीत पडली होती. शिवाय ओट्यावर सगळा पसारा पडला होता. भांड्यांमधे कोणी पाणीही घालून ठेवलं नव्हतं. उभ्याने कामं करून पाय आणि हात दोन्ही दुखत होते. मग जीव गुदमरलाच त्या छोट्याशा स्वयंपाकघरात. थेट शयनकक्ष गाठलं आणि आडवी झाली. फक्त पंधराच मिनिटं झोपू. असंही कोणी ढुंकून बघणार नाहीये तिथे. शेवटी आपल्यालाच करायचंय. झोप तर क्षणात लागली. पण जाग मात्र आली, ती कसलेसे आवाज कानांवर पडले, त्यानेच. झोपेत आधी हेच जाणवलं, की आवाज तर ओळखीचेच आहेत. आपल्या स्वतःकडूनच होत असतात हे असले आवाज. पण आता आपण विछान्यात असताना कसे काय येतायत हे आवाज?

खरं तर हल्ली झटकन उठताही येत नाही. इथे-तिथे आधार घेत, टेकू लावत उठली समिधा आणि गेली स्वयंपाकघरात. तिची लाडकी नात होती तिथे. तिने सर्वात आधी भांड्यांमधे पाणी घालून ठेवलं असणार. मग राहिलेलं जेवण छोट्या भांड्यांमधे काढून ओटा स्वच्छ धुतला असणार. तोपर्यंत पाणी घालून ठेवलेली मोरीतली भांडी घासायसाठी सोपी झाली असणार. मग भांडीही घासली- ती धुवून ओट्यावर उपडी घालून निथळत ठेवली. आता भांडी पुसून लावण्याचं शेवटचं काम चाललं होतं. त्याचाच होता तो आवाज.

"सेरा, तू केलंस हे सगळं? अग, थोडी झोप काढून येणारच होते मी. पण झोप जरा जास्तच लागून गेली. अग, पूर्ण स्वयंपाकघरात पसारा पडला होता. भांडी खडखडली होती. फार चांगल्या पद्धतीने आटपलंस तू. शिवाय भांडी चकचकीत झालीत सगळी."

फक्त दहा वर्षांची आहे सेरा. आपली मुलं दहा वर्षांची असताना नुसती मस्ती करायची. खेळायची. आताही आपला धाकटा आपल्यावर इतकं प्रेम करतो. हट्टाने आपल्याला इथे घेऊन आलाय. पण आपण कधी झोपलोय, तर जाऊन स्वयंपाकघरातलं सगळं काम उरकलंय, असं कधीही झालं नाही. फार तर ओटा स्वच्छ करेल. नाहीतर राहिलेलं जेवण काढून ठेवेल किंवा अगदीच फार म्हणजे मोरीतली भांडी! पण सगळंच्या सगळं काम, तेही आपण करतो तितक्या नैपुण्याने इतक्या कमी वेळात? कसं काय केलं असेल? कुठून आला ह्या इवल्याशा जिवात इतका उरक ? अख्खं स्वयंपाकघर पसाऱ्याने भरलेलं असताना, त्याला हात लावावासाही वाटणार नाही कधी कोणाला.

"मला उठवायचंस ना? तू का केलंस सेरा?"

"तू थकून झोपली होतीस आजी. तुला आरामाची गरज होती. खरं तर रोजच आराम दिला पाहिजे आम्ही तुला. तू अजिबात काम करता कामा नयेस. फक्त आराम करायचास तू आता आजी."

पंच्याहत्तर वर्षांच्या आयुष्यात आतापर्यंत कधीही कोणीही इतका प्रेमळ सल्ला दिला नाहीये समिधाला. सहजीवन म्हणजे नक्की काय असतं, ते कधीही अनुभवलं नाहीये तिने. जीवनाच्या होमकुंडात ती समिधा होऊन आयुष्यभर जळत राहिली. पण आज प्रथमच जळत असताना चंदनाचा सुगंधही दरवळतो हे कळलं तिला.

दर तीन महिन्यांनी तिला अगदी दोन दिवसांसाठी का होईना मायदेशी परतावं लागतं. आपल्या घरी आल्यावर 'एकटं तर एकटं, पण इथेच राहावं' असं वाटतं तिला. 'इथेही आपण एकटे आणि तिथेही एकटेच. तर मग इथेच एकट्यापुरता करू आणि राहू. आराम तरी मिळेल,' असं तिच्या मनात येतं.

पण आज तिला खूप आतून जाणवलं, की परदेशातही कोणाला तरी आपल्याविषयी इतकं प्रेम, इतकी आस्था वाटतेय. कोणाला तरी आपण हवे आहोत. आपण मायदेशी गेलो, तरी कोणीतरी परदेशात आपल्या येण्याची वाट पाहात राहाणार आहे. केवळ आपल्याला कामाला जुंपण्यासाठी नव्हे, तर आपल्याला आराम देण्यासाठी. बाल्यात, तारुण्यात, मध्यमवयात किंवा त्याहीनंतर वार्धक्याच्या सुरुवातीच्या काळात सहजीवनाचा कधीही न कळलेला अर्थ तिला आज नातीबरोबरच्या नात्यात गवसलाय. जो तिला देणार आहे, तिच्या पुढच्या वाटचालीत नवी उभारी.

(अधोरेखित – दिवाळी २०२३)

१४. आई, तूच सांग

मला तो दिवस अजूनही लख्ख आठवतो, जेव्हा तू मला सर्वप्रथम जाणीव करून दिलीस की प्रीती आणि मी वेगळ्या आहोत. मी तुला नेहमी विचारायचे की मी प्रीतीहून लहान आहे, पण मला समजतं ते प्रीतीला का नाही समजत? का मी लहान असूनही तुला कुठली मदत तातडीने हवी असली, तर तुझी ' नीती ssss' अशी हाकच ऐकू येते? का मोठ्या वर्गात असलेल्या प्रीतीला माझी गणितं येत नाहीत? आणि का तिला तू विज्ञानातला एखादा प्रयोग सांगितलास, तर तो मला समजतो, पण तिला आणखी दोनदा सांगूनही समजत नाही?

तुला आठवतं आई, बुटाची लेस बांधायला मी आधी शिकले. नाक शिंकरायला मी आधी शिकले. आपल्याला कुठली गोष्ट येत नाही, याची खंत नसायची विशेष प्रीतीला. पण कोणती गोष्ट मला आली आणि तिला नाही आली, याची खंत तिचा चेहरा कोमेजून टाकायची. मग मी आजूबाजूच्या मुलामुलींच्या बहिणी- भावांचं निरीक्षण करायला लागले. आकृतीची बहीण आकृतीसारखीच हुशार होती. मुस्कानचा भाऊ मुस्कानसारखाच हुशार होता. फक्त प्रीतीलाच जमत नव्हतं काही.

मग त्या दिवशी तू फोडणी देत होतीस तेव्हा मला म्हणालीस, "हे बघ नीती, हे जिरं आणि ही मोहरी. आधी मोहरी टाकली आणि नंतर जिरं, तरी जिरं लगेच तडतडतं. मोहरीला मात्र वेळ लागतो तडतडायला. तुझं आणि प्रीतीचं असंच आहे बघ. तुझ्यापेक्षा मोठी आहे ती. पण तुला आधी समजतं आणि तिला नंतर." आधी तर अभिमानच वाटला मला स्वतःचा. मी हुशार आणि प्रीती बुद्धू. पण मग लगेचच वाईट वाटलं, की आपली मोठी बहीण असून का नाही कळत कुठली गोष्ट तिला आपल्या आधी? मोहरीच्या आधी तडतडणाऱ्या जिऱ्याचाही राग आला तेव्हा.

मग कधी-कधी मी न समजल्याचं नाटकही करायला लागले प्रीतीला बरं वाटावं म्हणून. सुरुवातीला तू घाबरलीस. तुला वाटलं, इतके दिवस हुशार असलेली आपली नीतीही प्रीतीसारखीच मंदबुद्धी व्हायला लागली की काय? मंदबुद्धी! हा शब्दही वापरत नाही आपण कधी घरात. मीही वापरला नाही कधी. पण म्हणण्या- न म्हणण्याने प्रीती बुद्धीमान थोडीच होणार होती.

हळू-हळू मी प्रीतीच्या पुढे निघून गेले इयत्तांमधेही. गणितं तर साधी-सोपीही सुटत नसत तिला. इतिहास-भूगोलही लक्षात राहात नसत. विज्ञानाचे प्रयोगही नसत समजत. पण भाषांमधे तरी हुशार असायला हवं होतं ना तिने? एखादा

छानसा निबंध लिहू शकली असती, तरी तुला आनंद झाला असता ना? पण तिच्या बुद्धीपुढे लाचार होती ती. मुद्दाम हट्टाने ठरवलं नव्हतं तिने की नाहीच शिकायचं म्हणून. पण नव्हतंच जमत तिला. शेवटी तू आणि बाबांनी शरणागतीच पत्करलीत. तुमच्या पाठोपाठ मीही. हळू- हळू शेजारी-पाजारीही कळलं, की आपली प्रीती जर कमकुवत आहे म्हणून.

तू तर केव्हाच नोकरी सोडली होतीस. कारण पाळणाघरात मी वाढू शकले असते, पण प्रीतीचं नसतं चाललं काही, हे तू समजून चुकली होतीस. आता एकट्या बाबांच्या प्राप्तीवर आपलं घर चाललं होतं. अचानक प्राप्ती कमी झाल्यावर जडच गेलं असणार ते तुम्हाला. पण त्याची झळ आम्हाला कधीच लागू दिली नाहीत तुम्ही. विशेषतः प्रीतीला तर नाहीच नाही.

कुठल्याही गोष्टीवर, वस्तूवर प्रीतीने बोट ठेवावं आणि तुम्ही आटा- पीटा करून ती वस्तू प्रीतीला मिळवून द्यावीत. पण कुठल्याही वस्तूचा उपयोग करून घेणं जमायचं नाही तिला. माझ्या वाढदिवसाला कोलांट्या उड्या मारणारं माकड दिलं होतं कोणी. पण माझ्या हातांत कधी पडायचंच नाही ते. कारण चावी देऊन माकडाला उड्या मारायला लावणं प्रीतीला छान जमायचं. माकड उड्या मारायला लागलं की मी खूश व्हायचे. टाळ्या वाजवायचे. पण माझ्यापेक्षा मोठी असूनही, माझ्यापेक्षा त्या माकडाने अधिक आनंद प्रीतीलाच दिला. किती मोठी झाली, तरी त्या माकडाला चावी देऊन त्याच्या उड्या पाहाण्यात प्रीतीला आनंद मिळत राहिला. ज्यामुळे प्रीतीला आनंद मिळतोय, ते-ते तिला करायला द्यायचं, असं तुझ्या आणि बाबांच्या पाठोपाठ मीही शिकले आपोआप. त्यामुळे जे वाईट सुरुवातीला वाटायचं, ते वाटेनासं झालं नंतर- नंतर.

मी बारावीत होते तेव्हा प्रीतीची गाडी ढकलत-ढकलत दहावीपर्यंत आणून सोडली होती शिक्षकांनी. त्यांच्यापासून होण्यासारखं होतं, तेवढं केलं त्यांनी. मग बोर्डाच्या परीक्षेत व्हायचं ते झालंच.

शाळेत जात होती, इतर मुलांत वावरत होती, तेव्हा प्रीती बरीच होती म्हणायची. पण शाळा सुटली आणि प्रीतीमधे होणाऱ्या प्रगतीचा मार्गच खुंटला. एकदा कोमेजलेलं फूल फुलतं का कधी परत? आपली प्रीती पण अशीच कोमेजून गेली ना ग आई? कधीतरी कविता गुणगुणायची आधी. आता तेही बंद केलं तिने. तू तर अगदी व्याकूळ व्हायचीस पाहून. पण तोंडातून शब्दही काढायची नाहीस.

-- आणि त्याच सुमाराला तुम्ही तिला स्मार्ट-फोन घेऊन दिलात. शाळेत-कॉलेजात परवानगी नव्हती. पण माझ्यासाठी छान-छोकी होती, ती प्रीतीसाठी

गरज होती. एखाद्या लहान मुलाच्या हातात वॉकी-टॉकी-डॉल पडावी आणि मूल आनंदविभोर व्हावं, तशी प्रीती आनंदविभोर झालेली आठवतेय मला. मी इंजिनीअरींगला गेल्यानंतर कुठे आला माझ्याकडे स्मार्टफोन. छान-छोकी म्हणून नव्हे, गरज म्हणून. मीही गरज म्हणूनच वापरला. कारण माझ्यापाशी इतर अनेक व्यवधानं होती. प्रीतीला फक्त तेच आयुष्य होतं. माझ्या आयुष्यात मी बुडालेली असायचे. तू स्वयंपाक-पाणी, घरची-बाहेरची कामं, संपलं-आणणं पाहाणं आणि प्रीतीच्या मागे असायचीस आणि बाबा अर्थार्जनामधे. त्यामुळे प्रीतीशी बोलत बसायला कोणालाच वेळ नसायचा. खरं तर काढायला हवा होता आपण वेळ तिच्यासाठी. पण आपल्याला ते अर्थशून्य वाटत असणार. प्रीती तुला तुझ्या कामामधे मदत करू शकली असती, स्वयंपाक-पाणी तुझ्याकडे शिकू शकली असती. पण तिला ते अर्थशून्य वाटत असणार.

मला आठवतं, एकदा तू तिला पीठ मळायला शिकवलंस. ती ते बऱ्यापैकी शिकलीही. तिला उत्तेजन म्हणून आपण सर्वांनी तिच्या पीठ मळण्याचं कौतुकही केलं. त्यानंतर ती काही दिवस पीठ मळतही होती. आता तिला चपात्या लाटणं-भाजणंही शिकवावं असं तुझ्या मनातही आलं असणार. पण त्याचीच जणू चाहूल लागल्यासारखं प्रीतीने पीठ मळणं बंदच करून टाकलं. साफ बंद. कारण काय, तर 'कंटाळा आला.' प्रीतीला सर्वच गोष्टींचा पटापट कंटाळा येतो. कंटाळा नसतो कसला, तर मोबाईलचा. मोबाईल ती अगदी आठवणीने चार्ज करते. त्याला दिवसातून चार वेळा स्वच्छ पुसते. आईने आपल्या बाळाला नाहू-माखू घालावं तसं. कोणाचा फोन आल्याची रिंग वाजली, कोणी मेसेज पाठवल्याची बेल वाजली, की ती असेल तिथून पळत येते. त्या दिवशी टेबलाच्या पायाला पाय अडकून ती पडलीही. तू म्हणालीस, "अग सावकाश प्रीती. फोन कुठे पळून चाललाय का? वाजायचा बंद झाला, तर तू कर ना उलटा फोन. मेसेज तर केव्हाही येतो ना पाहाता?" पण मोबाईलमधून आवाज आला की आतूरच होते ती. चैतन्य सळसळतं तिच्या अंगात. पण एरव्ही सगळी मरगळ एके मरगळच.

मी इंजीनियर झाले त्या दिवशी किती आनंदित झाली होती ती. माझ्यापेक्षाही जास्त आनंद तिलाच झाला असल्या सारखा चेहरा फुलला होता तिचा. सारखी माझ्या अवती भवती होती. माझ्याकडे वेगवेगळ्या कोनांतून निरखून-निरखून पाहात होती. जणू काही मी इंजीनियर झाल्यामुळे माझ्या बाह्यरूपात काही फरक झालाय तो शोधत असल्यासारखी. इंजीनियरींगच्या शेवटच्या वर्षाला असतानाच आमचे इंटरव्ह्यू झाले होते. माझीही नोकरी निश्चित झाली होती. माझ्याबरोबर मानसचीही. आम्हा दोघाना एकाच कंपनीत नोकरी

मिळाली होती. मानस म्हणजे आमच्या 'कॉलेज-डे' नंतर मला घरापर्यंत नाही का सोडायला आला होता-- तो. तुला आवडला होता मानस. बाबानाही आवडला होता. प्रीतीलाही आवडल्यासारखा वाटला. कोणाशी न बोलणारी, बुजरी प्रीती मानसबरोबर मात्र चार वाक्यं बोलली होती. मानस गेल्यानंतरही प्रीती माझ्या आसपास घोटाळत होती. काहीतरी बोलायचं होतं तिला. मला काहीतरी विचारायचं होतं. पण ' बोलू की नको' असा विचार करत असल्यासारखा चेहरा झाला होता तिचा. आता माझा इंजीनियरींगचा रिझल्ट लागल्यावर ते पुन्हा अनुभवलं मी. मी इंजीनियर झाल्यावर आणि पुन्हा मी नोकरीला लागल्यावर माझ्यातलं आणि प्रीतीमधलं अंतर वाढल्यासारखं वाटलं मला. म्हणजे आधी अभ्यासासाठी आणि नंतर नोकरीला जायला लागल्यावर कामात गुरफटल्यामुळे आम्हा दोघींमधला संवाद काही टक्क्यांवरच येऊन थांबल्यासारखा झाला होता. माझ्या दोन दिवसांच्या आठवडी सुट्टीतही ती माझ्याकडे पाहात बसे. पण आपणहून संवाद वाढवत नसे.

हल्ली मी पाहिलंय, कोणी आसपास नसेल तेव्हा प्रीतीला आरशात पाहाताना. एकदा डावीकडून, एकदा उजवीकडून, एकदा या कोनातून, एकदा त्या---- कधी डोळे लहान-मोठे करत, कधी हसल्यासारखं करत. आपली प्रीती तशी छानच आहे ना आई? पण फक्त तिच्या चेहऱ्यावर एक मंदबुद्धीची झाक आहे. हल्ली आपण 'मंदबुद्धी' हा शब्द जरा जास्तच वापरायला लागलोय ना आई? आपली भीड चेपत चाललीय. पण प्रीतीच्या चेहऱ्यावर जो भाव आहे, त्याला दुसरा योग्य शब्द सापडतच नाही. शिवाय आपली जीभही सरावलीय ना आता तो शब्द वापरायला?

माझ्या पहिल्या पगाराला मी काय- काय आणलं ना तुमच्यासाठी. तिच्यासाठी आणलेला ड्रेस खूप आवडला खरं तर तिला. घालून आरशासमोर मिरवलीही. पण मग लगेच उतरवला ड्रेस. डोळ्यांत पाणीही आलं तिच्या. म्हणाली, "मी नाही ना काही दिलं तुला? मी मोठी आहे ना नीती? मी ताई आहे ना तुझी? मग मी दिलं पाहिजे ना तुला?" मग उदास होऊन बसली होती खिडकीतून बाहेर पाहात. काय बघत होती कोण जाणे! पण मधून- मधून डोळे पुसत होती. नाक पुसत होती. शेवटी मीच तिला म्हटलं, "घाल बघू तो ड्रेस पुन्हा. चल, आपण आई- बाबांबरोबर एक सेल्फी काढूया." ड्रेस घातला. सेल्फीलाही उभी राहिली. म्हणाली, "माझ्यापण मोबाईलवरून काढूया सेल्फी. पण तिला काही सेल्फी काढणं जमेना. मग पुन्हा डोळे भरून आले तिचे. मग तिच्या मोबाईलवरूनही मीच काढून दिला तिला सेल्फी.

परवा आत्याच्या शाल्मलीच्या लग्नात संगीताच्या कार्यक्रमात आम्ही सर्वजणी नाचलो. प्रीतीलाही बोलावत होत्या सगळ्या. पण नाही आली. "मला नाही येत तुमच्यासारखं नाचता" म्हणाली. पण

'आपल्याला नाचता येत नाही' याबद्दलची वेदना पुरेपूर उतरली होती तिच्या डोळ्यांत. डोळ्यांतून ओघळतही होती अधून-मधून. मीही मग हळूच नाचणं सोडून तिच्या बाजूला येऊन बसले. तिचा हात हातात घेतला. गार झाला होता तिच्या हाताचा तळवा. शाल्मली प्रीतीपेक्षा बरीच लहान ना ग? शाल्मलीच्या आधी मामाच्या अंकिताचंही झालं लग्न. आपले चिन्मय, प्रांजली, कुणाल सर्वांची एकापाठोपाठ एक झाली ना ग लग्नं? सर्वच प्रीतीहून लहान. मला वाटतं, प्रीतीला आतून खूप वाईट वाटत असणार. हल्ली उदास असते पाहिलंस ना ती? आई, आपण प्रीतीचं लग्न करायला हवं ना आई? पण करेल का कोणी जाणून-बुजून तिच्याशी लग्न? आणि केलंच तर खुश ठेवेल का तो प्रीतीला? पैशासाठीच करेल का तो तिच्याशी लग्न? आणि प्रीतीलाही झेपेल का संसाराचा भार?

आई, हल्ली तू आणि बाबा खूप उदास असता. बाबांचं तरी नोकरीमुळे बरेच तास मन व्यग्र राहातं. पण तू तर आम्ही लहान असल्यापासून नोकरी सोडून बसलीयस. आमच्यासाठी किती केलंस. पण प्रीतीचा बौद्धिक विकास नाही ना ग करू शकलीस तू. तुझं झुरणं सुरकुत्या होऊन अंगभर पसरलंय तुझ्या. सफेती होऊन केसांतून ओघळलंय तुझ्या. आई, तुझ्याच वयाच्या आमच्या मित्र-मैत्रिणींच्या आया किती तरूण दिसतात. तू तर केसही रंगवत नाहीस. सिनेमाला जाणं तर कित्येक वर्षं सोडलंय आपण. सहलीला पण टूरमधून जात नाही. गेलो तर आपले आपणच जातो. टूरमधून गेलो की सर्वांच्या लक्षात यायचं लगेचच प्रीतीचं वेगळेपण. मग त्यांचं कुजबुजणं, प्रीतीशी वेगळं वागणं तुला झेपायचं नाही. म्हणून मग आपण आपले-आपणच जायला लागलो. पण हल्ली तर तसेही नाही गेलो बऱ्याच वर्षांत.

--हल्ली मानस सारखा माझ्या मागे भुणभूण लावून असतो; 'तुझ्या आई-बाबाना सांग आपल्या विषयी' म्हणतो. मी तर तुलाही बाबांशी बोलताना ऐकलंय बऱ्याचदा, 'नीतीचं पाहिलं पाहिजे लग्नाचं'. आई, तू आई आहेस ना प्रीतीची? माझी एकटीची नाहीयेस ना? प्रीतीच्या मनातही तिच्या जोडीदाराचे विचार येतच असणार ना आई? मग माझं लग्न करून दिलंस तर प्रीतीवर किती मोठा आघात होईल, कळतंय ना तुला? तू त्या दिवशी म्हणत होतीस बाबाना, "प्रीतीसाठी नीतीचं आयुष्यही व्यर्थ जाऊ द्यायचं का आपण?" बाबा काय, मान हलवतात आपले. अशीही आणि तशीही. तू विचारी आहेस, योग्य

तो निर्णय घेशील अशा विश्वासाने सर्वकाही तुझ्यावर सोपवलंय त्यांनी. तुला वाटत असेल, एकीवर तर नियतीनेच केलाय अन्याय. पण दुसरीवरही व्हायला द्यायचा का अन्याय?

जग किती वाईट आहे आई, ते तुम्ही दोघंही जाणता. जोपर्यंत तुम्ही प्रीतीच्या हातांत हात घालून खंबीरपणे उभे आहात, तोपर्यंत ठीक आहे. पण तुम्हाला काळजी आहे, की तुम्ही प्रीतीला जन्माला पुरणार नाही आहात. मग? तुमच्यानंतर कोण बघेल प्रीतीला? आई, मी आहे ना? मी प्रीतीला कधीही अंतर देणार नाही. तुम्हाला वाटत असेल, की जोपर्यंत तुम्ही आहात, तोपर्यंत तुम्ही बघाल. तुमच्यानंतर मी बघीन. पण असं होणार नाही आई. आजूबाजूच्या तिच्या वयाच्या मुली संसारात पडलेल्या पाहून प्रीती आतून तुटत- तुटत चाललीय. ज्या दिवशी माझं लग्न होऊन मी जाईन, त्या दिवशी प्रीती आतून पूर्णपणे तुटेल. तिच्या आशा-आकांक्षा पूर्णपणे मावळतील. तिच्या चेहऱ्यावर प्रयासानेच उमटणारं हसू पण उमटेनासं होईल. लांबच्या भावंडांची लग्नं सहन करतेय ती. पण सख्ख्या बहिणीने लग्न करून निघून जाणं कितपत पचवू शकेल ग ती? अगदीच एकटी पडेल. आतल्या आत मिटून जाईल.

आई, हल्ली तर तूही जवळच्या लग्नाना जाणं सुद्धा टाळायला लागली आहेस. प्रीतीला नेणंही नकोसं वाटतं तुला आणि प्रीतीला सोडून जाणंही शक्य नसतं. स्वत: प्रीतीलाही कुठे जायचं नसतं. मग बाबा एकटेच जाऊन हजेरी लावून येतात. क्वचित जोडीला मला घेऊन जातात. खरं तर मलाही जायचं नसतंच. प्रीतीला सोडून जाणं मलाही आवडत नाही. पण बाबाना एकट्याला जायला जिवावर येतं, म्हणून जाते आपली त्यांच्याबरोबर.

पण आई, आता मात्र मी एक निर्णय घेतेय. घेतेय नव्हे, घेतलाच आहे. मी मानसला 'नाही' म्हणणार आहे. आमच्या नात्याला पूर्णविराम देणार आहे. मानस मानणार नाही. तुम्हीही ऐकणार नाही. म्हणून मी माझ्या नोकरीत बदली घेतलीय. दूरवरची. तात्पुरती आहे ती. तुम्हा तिघानाही सोडून मला कुठेही जायचं नाही. पण सद्ध्या माझं तुमच्या बरोबरच राहाणं सर्वानाच निर्णय घेण्यासाठी भारी पडणारं आहे. मानस अनेक न पेलणारी वचनं देईल. तू आणि बाबा शपथा घालाल; ज्या निभावून नेण्यासाठी मला माझा निर्णय मागे घ्यावा लागेल. आपल्यासाठी नीती काहीतरी जगावेगळं करतेय, असं वाटून प्रीतीही अपराधी भावना मनात बाळगेल. मला हे सर्वकाही नकोय. तू म्हणशील, 'प्रीतीला सोडून जाणार नाही म्हणतेस, मग आता कशी गेलीस?' तर आत्ताचं हे माझं जाणं तात्पुरतं आहे. तुमची मनं स्थिर करण्यापुरताचं.

एकदा का तुम्ही माझा निर्णय पचवलात, की मी आलेच परत म्हणून समजा. मला ठाऊक आहे ग, की तुमच्या सर्व आशा-आकांक्षा, हौशी माझ्यात केंद्रित केल्यात तुम्ही. माझ्या लग्नाची हौस- मौज, पुढे नातवंडाची हौस- मौज. प्रीतीकडून जे काही मिळण्यासारखं नाही, ते माझ्याकडून अपेक्षित होतं तुम्हाला. तुमचंही काही चूक नाही. कोणाचंही काहीही चूक नाही. प्रत्येकाला जगण्यासाठी कसला ना कसला आधार हवा असतो. त्या आधाराचं बोट पकडून चालत असतो आपण. मी मानसशी लग्न केलं तर मी, मानस, आमच्या सुखाकडे पाहून आनंदित झालेली तुम्ही दोघं, सगळ्याना मिळेल आधार. पण प्रीती मात्र आतून तुटत- तुटत जाईल हे नक्की. तुझ्याच पोटी जन्माला आलो आम्ही दोघी. एकत्र वाढलो तुमच्या छत्रछायेत. दोघींचे सारखेच लाड केलेत. दोघींवर सारखंच प्रेम केलंत. दोघींसाठी सारखेच व्याकूळ झालात. मग आता माझ्या सुखासाठी प्रीतीला अधिक व्याकूळ करण्याइतके कठोर होऊ शकाल का तुम्ही? मीही नाही होऊ शकणार. म्हणून मी दूर चाललेय. काही दिवसांपुरता. काही महिन्यांपुरता. मग मी परत येईन. आपण चौघं पूर्वीसारखं आनंदात राहू. या वेळी अधिक मोकळेपणाने. तणावमुक्त. कारण तेव्हा कोणाच्याही खांद्यांवर कसलंही ओझं नसेल. कोणत्याही निर्णयासाठी बळ एकवटावं लागणार नसेल.

तू म्हणशील, मी आपला आपण निर्णय घेण्याइतकी मोठी कधी झाले? तर आई, ज्या दिवशी तू मला ते जिरं आणि मोहोरीच्या तडतडण्याचं उदाहरण देऊन माझ्या आणि प्रीतीतला वेगळेपणा समजावलास ना, त्या दिवसापासूनच मी हळूहळू मोठी होत गेले. प्रीतीहूनही मोठी. आता तर मी प्रीतीची ताईच झालेय. तुम्ही दोघंही आता हेच खरं आहे असं समजा. आता तुम्ही प्रीतीच्या बाबतीत निश्चिंत राहा. आणि हे सर्व मी तुमच्यासाठी किंवा प्रीतीसाठी करतेय असं मनातही आणू नका. हे मी माझ्यासाठी स्वतःसाठी करतेय. प्रीतीला अनिश्चिततेच्या वादळात एकटं सोडून मी कधीच शांतपणे माझं स्वतंत्र, सुनिश्चित आयुष्य जगू शकणार नाही. आपण प्रीतीला मंदबुद्धी म्हणत आलो. समजा असेलही ती मंदबुद्धी. पण आपण सुबुद्ध असूनही मंदबुद्धी असल्यासारखं नाटक करत राहाणं आणि नाटक करता-करता खरोखरीचं मंदबुद्धी होऊन जगणं बरोबर नाही ना? तूच सांग.

(हेमांगी – दिवाळी २०२२)

१५. फिरुन पुन्हा जन्मेन मी

सकाळी उठल्यापासून राधाचा रमणबरोबर संवाद सुरू होतो. तो झोपायचा, त्या बाजूच्या गादीवरून हात फिरवायचा, फोटोतल्या रमणकडे पाहून स्मितहास्य करायचं आणि मग अश्रू पुसत-पुसत दिवसाला सामोरं जायचं. पण आज फोटोतला रमण अगदी आजारपणात झाला होता, तसा फिक्कटल्यासारखा वाटला.

आपली झोप अपुरी झाल्याचा परिणाम. पण मग उत्तरोत्तर चेहरा अधिकच फिक्कट पडत गेला. अचानक या फोटोला काय झालं? दोन महिने तर चांगला होता. स्टुडियोवाल्याकडेही राधाने तक्रार केली. त्याचाही चेहरा क्षणभर फिक्कटला. म्हणाला, "घेऊन या. पाहातो काय झालंय ते." राधा म्हणायची, "स्वतः तर गेलासच. आता फोटोशी चाललेला संवादही बिघडवतोयस?"

अचानक ती छानशी बातमी कळली. दुःख हललं नाही. पण फोटो फिक्कटल्याची काळजी थोडी मागे पडली. किती आस होती रमणला, घरात नातवंड खेळावं अशी, पण जीतच्या लग्नानंतरच्या दहा वर्षांत ती आस हळू-हळू मिटत गेली. आता अचानक? तेराव्याच्या विधीनंतर भटजीनी विचारलं होतं, की 'काही इच्छा व्यक्त करायचीय का?' तेव्हा मात्र राधाने मनातल्या मनात नातवंडाची आस व्यक्त केली होती. तनिशाच्या गर्भारपणात रमणचा फोटो इतका फिक्कटत गेला, की राधाच्या रमणबरोबरच्या सततच्या संवादाच्याही आड ते फिक्कटलेपण यायला लागलं. आता तनिशा बाळंतपणासाठी माहेरी गेली की करायचं हे फोटोचं काम.

आठवड्यापूर्वी तनिशा माहेरी गेली. काल रात्रीच तिला हॉस्पिटलात नेलं. पहाटे मोबाईलमधला अलार्म वाजला. तो बंद करेपर्यंत लगेच फोनची रिंग. "तनिशा बाळंत झालीय. मुलगा झालाय." अत्यंत आनंद आणि हे पाहायला रमण नाही, हे असीम दुःख अशा परस्परविरोधी संवेदनांनी डोळे भरून आले राधाचे. नेहमीसारखा बाजूच्या गादीवर हळुवार हात फिरवून तिने दिवा लावला, रमणला ही बातमी सांगायला. सर्व रंग पूर्ववत होऊन फोटो पुन्हा गडद? झोप अपुरी झाल्याचा परिणाम. राधाने डोळे चोळले. अश्रू पुसून फोटोकडे पाहिलं. रंग खरोखरच पूर्ववत झालेत.

"रमण, तूच आलायस ना नातवाच्या रूपात?"

(प्रभु प्रभात – दिवाळी २०२०)

१६. आपलं जळतं तेव्हा

कॉलनीच्या व्यवस्थापन समितीत मी अध्यक्ष होतो आणि शुभांगीताई सेक्रेटरी. त्या माझ्यापेक्षा दहा वर्षांनी तरी मोठ्या. साहजिकच माझ्या अनुराग-अनुपमपेक्षा त्यांचा सत्यजीत साधारण दहा वर्षांनी मोठा. तो कॉलेजमधे असतानाच्या सुमाराला आम्ही या कॉलनीत पहिल्या मजल्यावर फ्लॅट घेतला आणि त्याच वर्षी कॉलनीची निवडणूक जिंकून मी कार्यकारिणीवर आलो. चढत-चढत दोन-तीन वर्षांतच मी अध्यक्ष झालो आणि शुभांगीताई सेक्रेटरी झाल्या. साहजिकच नगरपालिकेतून आलेल्या मराठी माहितीपत्रकांत काय लिहिलंय ते न कळल्यास भाषांतर करून घेण्यासाठी मी शुभांगीताईंकडे जायचो. मुंबईतच लहानाचा मोठा झालो, त्यामुळेच मंगळूरचा असूनही मराठी बरं होतं माझं. बोलायचो तर छानच. पण लिहिताना जरा पंचाईत व्हायची.

बोलता-बोलता अनेक विषयांवर गप्पा व्हायच्या. शुभांगीताई म्हणायच्या, "ते पानपट्टीचं दुकान बंद करा सदानंद."

मी म्हणायचो, "वडिलोपार्जित धंदा आहे आमचा तो. घर-संसार त्याच्यावरच चालतो आमचा. एक नाही, दोन दुकानं आहेत आमची. पण बारा माणसांचं घर आहे. त्यात मीच मोठा मुलगा. दुकान बंद करणं कसं परवडणार मला?"

शुभांगीताई म्हणायच्या, "सदानंद, तुम्ही आधी एका दुकानाच्या जागेत दुसरं काहीतरी विकायला सुरुवात करा. त्या दुकानाचा जम बसला की मग दुसऱ्या दुकानाचा विचार करा."

'ही कोण सांगणार मला? मी काय विकायचं ते मी ठरवीन. स्वतःचा नवरा आणि मुलगा चांगल्या नोकऱ्या करतायत. आणि मला माझा उत्तम चालणारा धंदा बंद करायला सांगते.' मी मनातच फणफणायचो.

"काय आहे सदानंद, तुम्ही तंबाखू घातलेली पानं विकता. तंबाखू विकता, सिगरेटस्, गुटखा अशा हानीकारक वस्तू विकता. किती लोक व्यसनाधीन होतात. कॅन्सरसारख्या दुर्धर आजारांनी पछाडले जातात. मृत्युमुखी पडतात. किती माणसांच्या घरच्यांचे शाप तुम्हाला मिळत असतील. अशा वस्तू विकणं पाप आहे सदानंद. इतक्या पापांचे वाटेकरी का होता तुम्ही?" असं काही लेक्चर झाडायला लागल्या की शुभांगीताईंच्या वाणीला तलवारीची धार यायची. मग मीही एखाद्या वाक्याची ढाल ती वाक्यं परतवण्यासाठी वापरायचो, "एखादी सिगरेट दिवसाकाठी ओढून काही होत नाही ताई."

"एवढं ताई म्हणता, तर मोठ्या बहिणीने केलाय समजून उपदेश ऐका माझा आणि वागा जरा मी सांगते तसं. एका सिगरेटवर भागलंय का कधी कोणाचं?

एका सिगरेटरून एका पाकिटावर, एका पाकिटावरून अनेक पाकिटांवर असं व्यसन वाढत जातं माणसाचं. एवढं टीव्हीवर पण दाखवतात, तरी कुठे सोडतात माणसं फुंकायचं? तुमच्यासारख्यांनी ठरवलं आणि विकायचंच बंद केलंत, तर मग आपोआप थांबेल त्यांचं फुंकणं."

"ताई, मी दुकान बंद केलं तर दुसऱ्या दुकानातून घेतील ते. पावलापावलांवर 'पान-बिडी शॉप' आहेत. मी एकट्याने बंद करून काय होणार आहे?"

"खरंतर सिगरेट-गुटखा बनवणारे कारखाने बंद झाले पाहिजेत. सिगरेटसाठी लागणारा तंबाखू पण शेतात पिकवणं बंद केलं पाहिजे. मुळातून, अगदी मुळातून नष्ट केली पाहिजेत या व्यसनांची पाळंमुळं." शुभांगीताईंचं पोटतिडिकीने बोलणं ऐकलं की क्षणभर मलाही वाटायचं की आपण 'पान-बिडी शॉप' बंद करून काहीतरी दुसरं विकलं पाहिजे. पण हे वाटणं क्षणभराचंच असायचं. एका धंद्यात इतका जम बसल्यावर दुसऱ्या धंद्यात शिरणं म्हणजे पायावर धोंडाच पाडून घेण्यासारखं. शिवाय हा आमचा वडिलोपार्जित धंदा. लहानपणापासून या धंद्यातले खाचखळगे पाहात आलेलो. नव्याने कुठला धंदा सुरू करायचा म्हटलं, की आधी आहे त्या दुकानातल्या मालाला गिऱ्हाईक पाहायला हवं. नवा माल घेणं बंद करायला हवं. मग दुकान रिकामं झाल्यावर नवीन कसला धंदा सुरू करायचा तो माल ठेवायला योग्य अशी फळ्या-कपाटांची रचना करून घेण्यासाठी कितीतरी हजारांचा खर्च करायला हवा. शिवाय त्या नव्या धंद्याचं तंत्र शिकून घ्यायला हवं. शिवाय जे कसलं दुकान घालू, तोच माल विकणारी आजूबाजूला किती दुकानं आहेत, तेही स्पर्धेच्या दृष्टीकोनातून विचारात घ्यायला हवं. या मधल्या दोन-तीन महिन्यांच्या 'स्लॅक पिरियड'मधे आमच्या घरच्यांना काय ही बाई पोसणार आहे? माझं हे असं आहे, राग आला की 'शुभांगीताई'ची 'ही बाई' होऊन जाते एका सेकंदात.

हळूहळू शुभांगीताईंच्या पोटतिडिकीचं कारण माझ्या लक्षात येत गेलं. शुभांगीताईंचे पती कुलकर्णी साहेब सिगरेटचे व्यसनाधीन. काही वर्षांपूर्वी हृदयविकाराचा सौम्य झटका आला. त्यानंतर काही महिने सिगरेट पूर्ण बंद होती. मग पुन्हा एकच- दोनच- तीनच करता करता एक पाकीट, दोन पाकिटं अशी संख्या पूर्वपदाला आली होती. या व्यसनाचे चटके शुभांगीताई लागल्या लग्नापासून सोसत आल्या होत्या.

एकदा त्या बोलता-बोलता म्हणाल्या होत्या, "त्या व्यसनाच्या झळा गेली पंचवीस वर्षं सोसतेय मी सदानंद. कुलकर्ण्यांना हार्ट ॲटॅक आला तेव्हा खोकला झाला होता त्यांना. तरीही फुंकत राहिले. शेवटी खोकल्याची इतकी

जोराची उबळ आली, की त्यातच ॲटॅक आला अचानक. सत्यजीतला त्याच्या लहानपणी कुठे फिरायला नेलं, तरी आपलं मुलाच्या पुढ्यातही या माणसाचं फुंकणं सुरू. कुठे चित्रपटाला गेलो, तरी मध्यंतरात हा माणूस बाहेर जाऊन फुंकून येणार. कुठे बाहेरगावी भटकंतीला गेलो, तरी प्रवासात जिथे कुठे बस उभी राहील तिथे भराभर जेवा-खायचं आणि जाऊन फुंकत उभं राहायचं. घरी सासूबाई-सासरे होते, म्हणून घरी फुंकणं नव्हतं. पण बाहेरगावी हॉटेलच्या खोलीतही फुंकणं चालू. तो वास इतकी वर्षं माझ्या नाकात भरून राह्यलाय. लहानपणी सत्यजीत तापाने फणफणला आणि सुट्टीचा दिवस असला, तरी हा माणूस तीन-चारदा बाहेर पडून फुंकून येणारच. तिरस्कार- तिरस्कार करते मी या व्यसनाचा सदानंद. माझं वैवाहिक आयुष्य जाळून टाकलंय या व्यसनाने."

बोलता- बोलता शुभांगीताई थांबल्या. पुढचे शब्द परतवल्यासारखा त्यांनी आवंढा गिळला. म्हणाल्या, "चहा घ्या सदानंद." मी नको म्हणालो. कारण मला माहितीय की त्या स्वतः चहा-कॉफी पीत नाहीत. नाही म्हटलं तरी पन्नाशीला आल्यात त्या. आपल्यासाठी खास त्यांना एवढे कष्ट देणं प्रशस्त वाटत नाही मला. पण कर्मकहाणी ऐकवताना डोळ्यांत आलेलं पाणी परतवण्यासाठी स्वैपाकघराच्या भिंतीआड जाणार होत्या त्या. मग मीच म्हणालो, "फ्रीजमधे कसलं तयार सरबत किंवा कोल्ड्रिंक असलं तर द्या. अर्धा ग्लासच द्या मात्र. घरून चहा घेऊनच आलोय." सरबताचा ग्लास घेऊन आल्या तोपर्यंत त्या सावरलेल्या होत्या. पण आतून किती ढासळत जात असतील त्या दिवसें-दिवस, ते त्यांनाच माहीत.

हे असं बऱ्याचदा घडायचं. मी तर हल्ली ठरवूनच टाकलं होतं, की कॉलनीचं काम झालं की लगेचच त्यांच्या घरून बाहेर पडायचं. त्यांची लेक्चरबाजी आणि त्यांच्या व्यथा-वेदना ऐकत थांबायचंच नाही. आपली तटबंदी उगीचच का कोसळायला द्यायची? तीही दुसऱ्यांच्या समस्यांसाठी?

आणि तरीही एके दिवशी महानगरपालिकेतून आलेल्या नोटिसीचं मी शुभांगीताईंकडून भाषांतर करून घेत असताना सत्यजीत बाहेरून आला, तेव्हा मला शुभांगीताईंच्या व्यथा-वेदनेचा नवीन स्रोत कळला- सत्यजीत! मेंथॉलची कसलीशी गोळी चघळून तो आला होता. म्हणजे हाही? मेंथॉलच्या गोळ्या सिगरेटचा वास घालवायसाठी मुलं चघळतात. मीही दुकानात अशा गोळ्यांची बरणी ठेवलेली होती. मुलं सिगरेटबरोबर या गोळ्याही विकत घेतात. तेवढाच दुप्पट धंदा होतो. पण आता सत्यजीतच्या तोंडाला त्या गोळीचा वास आल्यावर मी हादरलो. शुभांगीताई काय बोलता-बोलता त्या दिवशी थांबल्या होत्या, त्याचं आकलन झालं.

माझ्याशी किंवा स्वतःच्या आईशीही काही न बोलता सत्यजीत आतल्या खोलीत निघून गेला, तेव्हा मला जाणवलं, की मला आलेली शंका खरी असणार. इतका हुशार, गुणी, निर्व्यसनी मुलगा अचानक.... तेवढ्यात मला आठवलं की डिग्रीच्या तिसऱ्या वर्षी एका पेपरात काहीतरी गोंधळ होऊन सत्यजीतला केटी लागली होती. तेव्हा शुभांगीताई खूप अस्वस्थ असायच्या. कुलकर्णीही काहीसे अबोल झाले होते. त्याच वर्षी सत्यजीतला हे व्यसन लागलं की काय?

मी भाषांतरीत कागद शुभांगीताईंकडून घेऊन मग उठलोच. ताईंनीही या वेळी चहाचा किंवा सरबताचाही आग्रह केला नाही. एक कप किंवा ग्लास भरून आणेपर्यंत अश्रूंना आवर घालता येईल असा विश्वास या वेळी त्यांना वाटला नसावा. मी लिफ्टने खाली येऊन घरचा रस्ता पकडला तेव्हा नेहमीची बेफिकिरी या वेळी वाटत नव्हती. समाजाच्या ठिकाणी आपली असलेली बांधिलकी आपण झुगारून दिलीय, अशी थोडीशी रुखरुख आज मनाला हलवत होती.

आपल्या दुकानात अनेकदा शाळेतली मुलंही गुटखा-तंबाखूची पाकिटं घ्यायला येतात. आपण दुकानावर 'सिगरेट स्वास्थ्यासाठी हानीकारक आहे' आणि 'अठरा वर्षांखालील व्यक्तींना सिगरेट, गुटखा, तंबाखू मिळणार नाही' अशा पाट्या लावल्यात. त्यामुळे आपली बांधिलकी संपलीय अशा थाटात धंदा करतो. आलेल्या प्रत्येक मुलाला, "बाळा, तुझं वय काय?" असं विचारत नाही. "तुझ्याएवढ्या मुलांनी या गोष्टींचं सेवन करू नये" अशी प्रेमळ दटावणी करत नाही. उलट आपण दिलं नाही तर ते पुढल्या पानवाल्याकडून घेणारच. मग आपलाच धंदा का होऊ देऊ नये, अशी स्वतःची भ्रामक समजूत घालून मागणीनुसार पुरवठा करून टाकतो.

मध्यंतरी स्टेशनबाहेरच्या हॉटेलच्या दारातल्या आपल्या ठेल्यावर किती दिवस केस चालू होती. आपल्याजवळ ती केस जिंकायसाठी लागणारी पुरेशी कागदपत्रं नव्हती. शेवटी केस हरल्यामुळे ते दुकान मला हॉटेलवाल्याला देऊन टाकावं लागलं. दुसऱ्या दुकानावर पहिल्यापासूनच अर्धवेळ माणूस नेमलेला होता. उरलेला अर्धा दिवस मी बसायचो. आता मला अर्धा दिवस मोकळा मिळायला लागल्यावर मी मित्राबरोबर भागीदारीमधे छोटंसं हॉटेल सुरू केलं. कारण एका दुकानाच्या उत्पन्नावर घरखर्च चालणं कठीण होतं. हे सगळं करत असताना सुरुवातीला शुभांगीताईंचा राग-राग करत होतो. त्यांच्यासारख्यांच्या शापामुळेच दुकानाची केस हरलो असं राहून-राहून मनात यायचं. मग हळू-हळू हॉटेलचा जम बसू लागला. पान-बिडी शॉपपेक्षाही अधिक मिळकत होऊ

लागली, तेव्हा एकदा शुभांगीताईंना हॉटेलचं सांगितलं. म्हणाल्या, "चाललाय ना आता चरितार्थ? हेच तुम्ही पूर्वीही करू शकला असता. थोडं धैर्य, जे आता दाखवलंत, ते आता दुसऱ्या दुकानाच्या बाबतीतही दाखवा सदानंद." शुभांगीताईंच्या या बोलण्यावर कुठून आपण त्यांना हॉटेलची गोष्ट सांगितली असं झालं मला.

खरं तर आता मला पान-बिडीचं दुकान नकोसं झालं होतं. दोन्ही मुलं शिकत होती. मीही कलाशाखेचा पदवीधर होतो. पण मुलं वाणिज्य आणि अभियांत्रिकी करत होती. पान- बिडीच्या दुकानावर कधीही बसली नव्हती. मी त्यांना बसवणारही नव्हतो. माझ्या उजव्या हाताची बोटं पानपट्ट्या लावल्यामुळे कायम मेंदीने रंगवावी तशी रंगलेली असत. एक दुकान बंद झाल्यामुळे बोटांचा रंग थोडा फिक्का पडत चालला होता. पण मला त्या रंगित बोटांली लाज वाटत होती. मुलांची बोटं मी कधीच रंगू देणार नव्हतो. लोक मला 'पानवाला' म्हणून ओळखायचे. वडिलांसारखं ते बिरूद मी मिरवलं होतं. पण मी ते मुलांपर्यंत पोहोचू देणार नव्हतो. नोकरी शोधत बसण्यापेक्षा वडिलांचा तेजीत चाललेला धंदा मी पुढे चालवला होता. पण मुलांच्या बाबतीत मी ते होऊ देणार नव्हतो. 'का?' मी मनाला विचारलं. जिथे-तिथे माझी ओळख करून देताना, "हे सदानंद. पानपटटीचं दुकान आहे यांचं." असं जे सांगितलं जायचं, ते फारसं भूषणास्पद वाटायचं नाही मला. 'आपण व्यसनं विकतोय,' याबद्दलची अपराधी भावना मात्र अजूनही नव्हतीच.

"मुलांच्या बॅगा मळल्यात. आज दोघेही गेलेत क्रिकेट खेळायला. ऊनही पडलंय चांगलं, तर धुवून घेते." साधना म्हणाली, तेव्हा मी म्हणालो, "दोघांच्याही बॅगांतलं सामान वेगळं-वेगळं त्यांच्या त्यांच्या खणांत ठेव. नाहीतर त्यांचं काही हरवलं तर आरडा-ओरडा करतील ते." आणि मग नको ते घडलं. अनुपमच्या बॅगेच्या आतल्या चेनमधून सिगरेटचं पाकिट आणि काड्यापेटी निघाली. साधना तर थरथरायलाच लागली. मी बाजूलाच होतो. तिचा पांढरा-फटक पडलेला चेहरा पाहून तिच्या हातांकडे पाहिलं, तर सिगरेटचं पाकीट आणि काड्यापेटी.

"कोणाची बॅग आहे ही?" माझ्या प्रश्नावर रडत-रडत साधना म्हणाली, "अनुपमची." "आणि अनुरागची?" कोसळणाऱ्या माणसाने आधारासाठी काही मिळतंय का ते पाहावं, तसं मी विचारलं. "नाही, त्याच्या बॅगेतून काही मिळालं नाही." साधनाने म्हटलं आणि डोळे पुसले पटकन. एकत्र कुटुंबात ते अश्रू लपवणंच योग्य वाटलं असणार तिला.

दोघे खेळून आले, तेव्हा उन्हात सुकणाऱ्या बॅगा पाहून अनुपमचं तोंड खर्रकन्

उतरलं. 'मित्राने याच्याजवळ ठेवायला दिलं असेल सिगरेटचं पाकीट' अशी एक आशा कुठेतरी आम्हाला वाटत होती, ती किती फोल होती हे त्याच्या उतरलेल्या चेहऱ्यावरूनच कळलं.

आजूबाजूला कोणी नाहीसं पाहून मी अनुपमला विचारलंच, "हे काय मिळालं तुझ्या बॅगेत." अनुपमने उलट उत्तर दिलं नाही. स्वतःचं समर्थनही केलं नाही. पण याचा अर्थ असा मुळीच नव्हता, की त्याने सिगरेट ओढणं बंद केल्याची मनोमन प्रतिज्ञा केली होती. कदाचित त्याने प्रतिज्ञा केलीही असेल. पण त्याप्रमाणे वागणं सोपं नाही, हे माझ्याशिवाय दुसरं कोण अधिक जाणत होतं? माझ्या दुकानात एकदा आलेली गिऱ्हाइकं आयुष्यभर येतात, हे मी नाहीतर कोण जाणणार?

बॅगेत सिगरेटचं पाकीट आणि काड्यापेटी मिळणं बंद झालं, तरी शर्ट-पँटच्या खिश्यांत तंबाखूचे कण मिळत राहिले होते आणि ते पाहून साधना झुरत होती. तिच्या निरागस, आनंदी चेहऱ्यावरचं हसू पुसलं गेलं होतं. मी तर इतका अस्वस्थ झालो होतो, की दुकानात येणाऱ्या शाळा-कॉलेजच्या मुलाना सिगरेट-गुटखा पुरवताना हात कापायला लागले होते. धंद्यातून मनच उडालं होतं. त्यांना आपण विषच पुरवतोय ही भावना मन पोखरायला लागली होती. जाता-येता आजूबाजूला कोणी नाही असं पाहून आम्ही नवरा-बायको अनुपमला समजावत, रागावत, ओरडत होतो. मधून-मधून त्याच्याशी अबोला धरत होतो. दोन मुलांशी असलेल्या आमच्या वागण्यात, व्यवहारात फरक पडत चालला होता. अनुपमचे लाड करायची, त्याला पॉकेटमनी द्यायची इच्छाच होईनाशी झाली होती. शुभांगीताईंकडेच काय, पण कॉलनीच्या मीटिंगनाही जायची इच्छाच होत नव्हती. मानसिक रुग्णच जणू झालो होतो मी. निदान मी हॉटेलच्या आणि दुकानाच्या व्यापात घराबाहेर तरी पडत होतो. साधना घरात राहून रोजची कामं कशी करत होती, तिलाच ठाऊक.

मग एके दिवशी मी तो निर्णय घेतला. पान-बिडी शॉप बंद करण्याचा निर्णय. आईसकट घरातले सगळे नाराज झाले. सोन्याची अंडी देणाऱ्या कोंबडीला मारायचा निर्णय कोणाला पटणार होता? कायम चालणारं आणि पुढेही चालत राहील अशी खात्री असणारं दुकान मी बंद करत होतो. त्या जागी दुसरंच कसलंतरी किराणा माल, औषधं, चॉकलेट-बिस्कीटं, स्टेशनरी असं कसलंतरी दुकान नव्याने सुरू करणार होतो. ते चालेल याची खात्री नव्हती. त्यात जम बसणं पुढचीच गोष्ट होती. धाकटा भाऊ सदाशिव नोकरी करत होता. पण त्याच्या एकट्याच्या पगारावर एवढ्या मोठ्या कुटुंबाचा भार टाकणं शक्यच नव्हतं.

"चालवायला दे कुणाला तरी भाड्याने." आई म्हणाली. "तुला चालवायचा कंटाळा आला असेल तर." पण मी ते करणार नव्हतो. दुकान माझं म्हटल्यावर त्यात बसून कोणीही व्यसनं विकली, तरी त्या पापाचा वाटेकरी अपरोक्षपणे मीच असणार होतो ना! अनुपमचे काळे पडत चाललेले ओठ मला रात्रं-दिवस अस्वस्थ करत होते. त्या दुःखाच्या ओझ्याखाली मी दबत चाललो होतो.

"अरे, पण चांगलं चालणारं दुकान अचानक बंद का करणार आहेस तू?" आईच्या या प्रश्नाला काय उत्तर देणार होतो मी? कुठलाही नवा धंदा माझ्यासाठी धोकाच होता. पण तो पत्करून मी हे धाडस करणार होतो. मग मी दुकानात नवीन माल भरणं बंद केलं. आत असलेला माल आसपासच्या पान-बिडी शॉपना मिळेल त्या भावात विकला आणि दुकान रिकामं केलं. दुकान तसं बऱ्यापैकी मोठं होतं. एरव्हीही मी तंबाखूच्या उत्पादनांच्या जोडीला इतरही थोडं-फार विकत होतोच. बिस्कीटं-चॉकलेटं-पेपरमिटं. मग मी त्यांच्या जोडीला वेफर्स, कोल्ड्रिंक्स, फरसाण, ब्रेड, केक असं काय-काय आणवलं. फ्रीज घेऊन त्यात चीज, बटर आणि कोल्ड बॉक्स घेऊन त्यात आईस्क्रीम वगैरे ठेवलं. विक्रेते आपापला माल घेऊन येऊ लागले. सकाळी इडली-चटणीची पाकिटं, सामोसे, ढोकळा, अळुवड्या, मालपोवा असं ताजं खाणं ठेवू लागलो. शाळा-कॉलेजच्या जवळ दुकान असल्यामुळे मुलं मधल्या सुट्टीत दुकानातून खाण्याची पाकिटं घेऊन खाऊ लागली. पिढीजात धंदा बंद करून उघडलेला नवा धंदा, त्याचं बस्तान बसायला वेळ तर लागणारच. दुकान स्थिरावल्यावर कॉलनीच्या व्यवहारात पुन्हा लक्ष घालायला सुरुवात केली. मधल्या काळात कार्यकारिणीचे व्यवहार तात्पुरते दुसऱ्यांवर सोपवले होते. कामकाजात पुन्हा डोकं खुपसल्यावर शुभांगीताईंकडे जाणं आलंच. वार्षिक सर्वसाधारण सभेसाठी लागणाऱ्या सामानाच्या बजेटवर त्यांची सही घ्यायला गेलो तेव्हा माझं स्वागत करत त्या म्हणाल्या, "या. आज बऱ्याच दिवसांनी?" माझं रजेवर असणं त्यांना ठाऊक नव्हतं तर!

"मी जरा वैयक्तिक कामात गुंतलो होतो ताई. पान-बिडीचं दुकान बंद करून तिथे खाद्यपदार्थांचं दुकान सुरू केलं ना! जुना माल काढून दुकानाची आतली रचना बदलून घेतली. या वर्षी दिवाळीचे फराळाचे पदार्थ माझ्या दुकानातून घ्यायचे. दुकानाचा जम बसायला तुम्ही मदत केली पाहिजे. तुमच्या सांगण्याप्रमाणे पान-बिडीचं दुकान बंद केलं ना मी? मग नव्या दुकानाचा जम बसवायला तुम्ही सक्रिय पाठिंबा दिलाच पाहिजे."

"हो, हो! नक्की घेणार दिवाळीचा फराळ तुमच्याच दुकानातून. नंतर

ख्रिसमसचा केक पण तुमच्याकडूनच घेईन. संक्रांतीचे तिळाचे लाडू पण घेईन. या वर्षी घरी लाडू बनवणं बंद. सक्रिय पाठिंबा देणारच मी तुम्हाला. पण 'माझ्या सांगण्याप्रमाणे' असं म्हणताय, ते काही पचलं नाही बरं का सदानंद. मी तर गेली कित्येक वर्षं सांगत होते तुम्हाला. पण नेहमी वादच घालायचात तुम्ही. मग हे असं अचानक.... हा अचानक निर्णय कसा काय घेतलात सदानंद?" शुभांगीताईंचा भेदक प्रश्न माझ्या थेट काळजात उतरला होता. त्या आणि मी आता समदुःखी होतो. पण मी हे त्यांना कसं सांगणार होतो? माझं दुःख अजून ताजं होतं. जखम अजून ओली होती. त्या जर माझ्या घरी आल्या असत्या, तर काहीतरी निमित्त सांगून मी आत जाऊन डोळे पुसून आलो असतो. पण घर शुभांगीताईंचं होतं. डोळे तर भरून आले होते माझे. त्यांच्यासमोर रडणं शक्य नव्हतं मला. मग मी त्यांना म्हणालो, "सर्वांत आधी आईस्क्रीम खायला या माझ्या दुकानात. पण आधी चहा पाजा बुवा कडक आणि गरमागरम."

'माझ्या प्रश्नाचं उत्तर नाही दिलंत सदानंद?' आत चहा करायला जाण्यापूर्वी शुभांगीताईंच्या चेहऱ्यावर हा प्रश्न मी वाचला. आता कडक चहा तयार होईपर्यंत भरपूर वेळ होता माझ्याकडे चेहऱ्यावरचे भाव लपवायला आणि चेहऱ्यावर दुसरा नवा चेहरा चढवायला.

तेवढ्यात बेल वाजली. शुभांगीताई स्वैपाकघरातून दार उघडायला येईपर्यंत मीच दार उघडलं. सत्यजीत होता. पण तंबाखू- मेंथॉल असला कसलाही वास आज आला नाही. मी चकित झालो; सुखावलो. ताईंनी काहीतरी उपाय करून मुलाचं व्यसन सोडवलं होतं म्हणायचं. आता त्यांच्याकडूनच मला 'टिप्स' घेतल्या पाहिजेत अनुपमचं व्यसन सोडवण्यासाठी. किती वर्षं शुभांगीताई मला सांगत होत्या पान-बिडीचा धंदा बंद करून लोकांच्या शापांतून मुक्त होण्यासाठी. पण मी कधी त्यांचं ऐकलं नाही. जेव्हा मी स्वतः होरपळलो, तेव्हा कुठे बुद्धी झाली मला पान-बिडीचा धंदा बंद करायची. आता शुभांगीताईंची मदत घेऊन मी अनुपमचं व्यसनही सोडवीन. माझ्या इतर पान-बिडीच्या दुकानवाल्या मित्रांनाही हा पान-बिडीचा धंदा बंद करून दुसरी कसली तरी दुकानं थाटायला प्रवृत्त करीन. नवी वाट मला खुणावते तर आहे. आता पाहू त्या वाटेने मी किती दूर पोहोचतो ते.

(हेमांगी – दिवाळी २०१५)

१७. 'तण' तणाव

हल्ली शाळेत कुठल्याही कार्यक्रमासाठी कोणालाही पाहुणं म्हणून बोलावलं, तरी पुष्पगुच्छ द्यायची प्रथा सरांनी बंदच करून टाकलीय. सरळ तुळशीचं रोपच देतात. छोट्याशा कुंडीत घालून. आता रोप छोटंसं म्हटल्यावर कुंडीही छोटीशीच. मग रोपाच्या जोडीने द्यायची मानधनाची पाकिटं असतील छोटी-मोठी. ज्याच्या त्याच्या लहान-मोठया खिश्याप्रमाणे. छोटीशी कुंडी ज्याला-त्याला न्यायलाही सुटसुटीत आणि नंतरही घरी एकदा नेऊन मोठ्या कुंडीत लावलं रोप, की काम झालं. रोपाभोवती माती असतेच. मग मोठ्या कुंडीत छोटा खड्डा करायचा आणि त्यात हे छोट्या कुंडीतलं रोप काढून ठेवायचं अलगद. छोट्या कुंडीतली माती काढून त्या रोपाभोवती बसवून टाकायची.

तर या वेळी झालं काय, नयनाच्या कुंडीत एक नव्हे, तर शेजारी-शेजारी चक्क तीन रोपं होती. तिन्ही रोपं तुळशीचीच. नयनाचे डोळे आनंदाने चमकले. होतं काय, की तुळशीचं रोप वाढतं तर भरभर. मग त्याला मंजिऱ्यांचे दोन-चार बहरही येतात. मंजिऱ्यांमधल्या बिया कुंडीभोवती सांडतातही. क्वचित कुंडीत सांडून रुजतातही. पण जास्त करून बिया कुंडीबाहेरच सांडतात आणि साफसफाई करताना कचऱ्याच्या डब्यातून जातात दिगंतराला. तुळस अल्पजीवीच. त्यामुळे वर्षा-दोन वर्षांत तुळशीची कुंडी पुन्हा रिकामी होते. 'पण या वेळी तीन-तीन रोपं आहेत. एखादं तरी जगेलच दीर्घकाळ.' नयनाच्या मनात आलं.

तुळशीची तिन्ही रोपं एकत्रच वाढत होती. एकाच कुंडीत. पण वाढीचं प्रमाण मात्र जास्त-कमीच होतं. एक छोटं, एक मध्यम आणि एक मोठं. पानं तिघांचीही अगदी एकसारखी. पण वाढता-वाढता एक चमत्कार झाला. दोन रोपांना मंजिऱ्या यायला लागल्या आणि एका रोपाला मात्र चक्क फुलं यायला लागली. पांढरी, चांदणीसारखी फुलं. आकाराने अगदी मोहरीच्या मोठ्या दाण्याएवढी छोटी. एक-दोन नाही, असंख्य फुलं. हां-हां म्हणता अख्खं रोप, पांढऱ्याशुभ्र चांदण्यांनी रात्रीचं आकाश भरून जावं, तसं दिसायला लागलं.

घरातले सगळे रात्री ऑफिसांतून, आपापल्या कामांहून यायच्या आधीच खरं तर नयनाला गॅलरीचा दरवाजा बंद करावा लागतो. नाहीतर पाली, उंदीर असे नको ते प्राणी घरात घुसतात. त्यामुळे ही चांदण्यांनी चमचमणारी तुळस कोणालाही पाहायलाच मिळत नव्हती. सकाळी पाहावी, तर सगळे आपापल्या उद्योगाना जायच्या घाईत. नयना झाडाना पाणी घालायची, त्यामुळे तिला तेवढी तीनही रोपांची प्रगती पाहायला मिळायची.

शेवटी एका रविवारी नयनाने दिवसा उजेडीच सर्वांना गॅलरीत नेऊन तुळशीची रोपं दाखवली. "आई, ही तुळस नाहीये. हे तण आहे तण! आमच्याकडे गावाला असं तण शेतात उगवलं, तर ताबडतोप उपटून फेकून देतात. नाहीतर पिकाचा सत्यानाश करतं हे तण." सून नीलाक्षी म्हणाली.

'एवढंसं हे रोप पिकाचा सत्यानाश करू शकेल? काहीतरीच सांगते ही. काहीतरी विश्वास बसेल असं सांगावं ना? आणि आपण वनस्पतीशास्त्राच्या अभ्यासक असून आपल्या दृष्टीपथात कसं इतक्या वर्षांत आलं नाही हे तण?' नयनाच्या मनात आलं. पण बोलली नाही ती काहीच. ते एक बरंच केलं म्हणा. कारण नीलाक्षीच्या बोलण्याचा प्रत्यय हळू-हळू यायलाच लागला तिला. पांढरी फुलं फुलत होती आणि फुलून सुकायला लागली की फुलांमधलं केसर कुंडी भोवती पडायचं. बाजूला ओव्याची कुंडी होती. तिच्यातही पडायचे ते कण. लगेच रुजायचे आणि हिरवे तिळाएवढया पानांचे अंकुर लगेचच दिसायला लागायचे. नशीब की तुळशीची दोन रोपंही अजून कुंडीत तग धरून होती. पण त्यांचं ते तग धरणं काही दिवसच चाललं.

हळू-हळू तणाने अख्ख्या कुंडीचा कब्जा घ्यायला सुरुवात केली. कुंडीतला सगळा जीवनरस शोषून तण भराभर वाढायला लागलं. तुळशीची रोपं वाढेनात. शेवटी व्हायचं तेच झालं. तुळशीची दोन्ही रोपं श्रीकृष्णाला भेटायला दिगंतराला निघून गेली आणि तणाने कुंडीभर आपले हात-पाय पसरले. गॅलरी साफ करताना एरव्ही तुळशीच्या पानांचा आणि ओव्याच्या पानांचा संमिश्र वास दरवळायचा. आता यायचा तो फक्त ओव्याच्या पानांचा वास. तिसऱ्या कुंडीत कोरफड होती. तिलाही वास नाही आणि तणालाही वास नाही.

'दुष्ट माणसं कशी फसव्या व्यक्तिमत्वाची असतात, दुसऱ्या माणसाना कसं त्यांचं खरं रूप कळत नाही, तसं या दुष्ट तणाचं फसवं रूप आम्हाला कळलं नाही. आधी फसव्या पानांमुळे ती तुळसच वाटली होती. रोपं विकणाऱ्यानेही सराना ती तुळस म्हणूनच नव्हती का विकली? मग चांदण्यांसारखी मनमोहक फुलं फुलवून तणाने सर्वांना आकर्षित केलं. आणि आता तुळशीची दोन्ही रोपं खाऊन बसलंय, तरी उपटून फेकावंसंही वाटत नाहीये, त्या सुंदर फुलांमुळे.' नयनाच्या मनात यायचं.

नयना सकाळी ओवा आणि कोरफडीबरोबर तणाच्या कुंडीतही इमाने-इतबारे पाणी घालायची. छान डाळ-तांदुळ धुतलेलं पौष्टिक पाणी. ओवा आणि कोरफडीबरोबर तणही फोफावत चाललं होतं. पण ते उपटून फेकायचा दुष्टपणा नयनाला करवत नव्हता. कितीही हानीकारक असलं हे तण, तरी त्यालाही जीव आहे ना? मग हे असं वाढलेलं, फुलांनी डवरलेलं रोप उपटून

फेकायचं कसं?
पावसाचे दिवस सुरू झाले आणि रात्रीचा गॅलरीतला उंदरांचा वावर वाढला. एक खट्याळ उंदीर, त्याच्या बिळात पावसाचं पाणी शिरलं असणार, बिळासाठी उंचावर कुठेतरी जागा शोधून लागला. रात्री सर्वत्र सामसूम झाली की गॅलरीतल्या कोरफडीच्या कुंडीतून उकर-उकर माती उकरून कुंडीत मोठ्ठा खड्डा खणायचा. पण बीळ कसं बनणार? कुंडीच ना ती? नयनाला आता हा रोजचा नवा उद्योग होऊन बसला. सकाळी झाडाना पाणी घालायला गेलं, की पहिलं काय करायचं, तर उंदराने उपसून ठेवलेली माती परत कुंडीत भरायची. ती घट्ट बसवायची आणि मग ती मातीने माखलेली जमीन स्वच्छ करायची.
आज त्या उंदराच्या टाळक्यात प्रकाश पडेल, उद्या प्रकाश पडेल- नयनाला अशा वाटायची. पण छे! या कुंडीत आपण खणून- खणून बीळ बनवूच, असा त्या उंदराला प्रचंड विश्वास. शेवटी एक दिवस नयनाने कुंडीत माती भरून बसवली आणि कोरफडीच्या बाजूने कुंडीत पुठ्ठा कापून बसवला. आता पुठ्ठा काढल्याशिवाय बीळ खोदणं शक्य नव्हतं. दुसऱ्या दिवशी तिला थोडं आशावादी चित्र दिसलं. पुठ्ठा आणि कोरफड यांच्यामधे सापडलेल्या फटीतून उंदराने थोडीशीच माती उकरली होती.
पावसाचा मारा चालूच होता. एक-दोन दिवसांतच पुठ्ठा नरम झाला आणि उंदराने नरम पुठ्ठा बाजूला करून पुन्हा माती उकरायला, कुंडीत खड्डा खणायला सुरुवात केली. शेवटी नयनाने नवीन उपाय शोधला. संध्याकाळी सहा वाजले की कोरफडीची कुंडी गॅलरीतून आत घ्यायची आणि गॅलरीचं दार लावून घ्यायचं. उंदीर सवयीने येतच होता. लेंड्या दिसतच होत्या. तो येऊन जातोय, हे त्यामुळेच कळत होतं. असेच चार-पाच दिवस गेले. नयनाला वाटत होतं, कोरफड आत घेतेय. आता उंदीर तणाच्या कुंडीत बीळ खोदायला घेईल. ओव्याची कुंडी गच्च भरलेली आहे. त्याचं खोड, फांद्या एकदम कडक. त्यामुळे ओव्याच्या कुंडीत बीळ करायची कल्पना उंदीर मनातही आणणार नाही. पण तणाच्या कुंडीत एकच झाड. झाडाच्या भोवती फुलातलं केसर पडून उगवणारी मऊशार अंकुरांची हिरवळ. तिथे का बरं हा उंदीर बीळ खणत नाहीये?
--आजकाल उंदराच्या कारवायांमुळे गॅलरी साफ करणं नयनाचंच काम होऊन गेलंय. सुरेखाबाईना जर असली वाढीव कामं करायला लावली, तर काम सोडूनच जातील त्या. हे ठाऊक असल्याने उंदराच्या कारवाया निस्तरण्यासाठी नयना रोज पंधरा मिनिटं आधीचा गजर लावून उठत होती. या गॅलरी साफ करण्याच्या मोहिमेत काही निरीक्षणं ती मनातल्या-मनात नोंदवत

होती. कोरफड आणि ओव्याच्या कुंडयांखाली मुंग्या असायच्या. पण तणाच्या कुंडीखाली एकही मुंगी नसायची. ओव्याच्या कुंडीत गोगलगायी असायच्या. कोरफडीची कुंडी संध्याकाळी आत घ्यायला सुरुवात केल्यापासून तिच्यातही गोगलगायी पुन्हा दिसायला लागल्या होत्या. पण तणाच्या कुंडीवर मात्र जणू गोगलगायींनी बहिष्कारच टाकला होता. मात्र या तीनही कुंड्यांमधे किंवा कुंड्या जमीन पुसायसाठी हलवल्या, तर कुंड्यांखाली गांडुळ दिसायचे. ती त्यांना सुपात घेऊन पुन्हा कुंड्यांत टाकायची. मग तणाच्या मातीत त्याच्या मुळांसोबत गोगलगायींचा पाडावच लागत नसेल का? तणाचा संपर्कही त्यांना सहन होत नसेल का?

हा जो नवा विचार तिच्या मनात आला, त्याने नयनाच्या मनात घरच केलं. आपण वनस्पतीशास्त्राची विद्यार्थिनी आहोत. प्राणीशास्त्राचाही आपण बराच अभ्यास केलाय. हे काय गौड-बंगाल आहे त्याचा शोध आपण लावायलाच हवा. नयनाच्या मनात या विचाराने घरच केलं. नकुललाही या विषयी तिने सांगितलं. पण तो भौतिकशास्त्राचा अभ्यासक. त्याच विषयात त्याचं संशोधनही चालू. असेही भौतिकशास्त्रवाले वनस्पतीशास्त्रवाल्यांना स्वतःपेक्षा कमीच लेखतात. तसंच झालं. नकुलने तिच्या विचारांत थोडाही रस दाखवला नाही. मग या तण-वनस्पतीच्या मुळाशी आपण एकट्यानेच जायचं असं नयनाने पक्कं ठरवून टाकलं.

हल्ली दहा-बारा दिवस कुंडी न दिसल्याने उंदराने येणं सोडलेलं दिसत होतं. गॅलरीत त्याने घाण करून ठेवलेली दिसत नव्हती. पण तोच पंधरा मिनिटं आधीचा गजर पुन्हा उशिराचा न करता नयनाने लवकर उठण्याचा शिरस्ता कायम ठेवला आणि तण-वनस्पतीवर प्रयोग करायला सुरुवात केली. थोडी पानं धुवून-पुसून पंख्याखाली सुकवली. मधेच ऊन पडलेलं दिसलं की पानाना ऊनही दाखवलं. पानं एकदम सुकी करकरीत झाल्यावर त्यांची मिक्सरमधे पूड बनवली. मग ही पूड कपाटांच्या आत, कोना-कोपऱ्यांत टाकली.

दोन-चार दिवसांत परिणाम दिसायला लागला. बारीक-बारीक झुरळं कपाटांच्या बाहेर येऊन मरून पडायला लागली. ओट्यावर अन्नकणांभोवती गोळा होणाऱ्या मुंग्या जणू नाहीशाच झाल्या. भिंतीवर कोळीष्टकं करणारे कोळीही अदृश्य पावले. मग नयनाने घरातल्या सर्व खोल्यांमधेही कोना-कोपऱ्यांत ती पूड टाकून ठेवली. खोली-खोलीतून पॅसेजमधून झुरळं मेलेली दिसायला लागली. ओट्यापाशी उभं राहिलं की अंगावर चढून कुचू-कुचू चावणाऱ्या मुंग्या चावेनाश्या झाल्या. चपातीचा डबा जरा उघडा राहिला, तर आत शिरून दुष्काळातून आल्यासारखा चपात्यांचा भुगा बनवणाऱ्या मुंग्या

अचानक दिसेनाश्या झाल्या.

"हे मोठ्या प्रमाणात आपल्याला करता येईल नकुल." नयना म्हणाली. "अरे कुठलं-कुठलं विषारी ' 'पेस्ट-कंट्रोल' केल्याने माणसं मेल्याचं वाचतो आपण पेपरात. त्याउलट हे बघ. किती सोपं काम. आणि किती स्वस्तही." नकुलला काहीच कळलं नव्हतं. त्याच्या चेहऱ्यावरचं प्रश्नचिन्ह पाहून मग नयनाने त्याला आपला उद्योग- म्हणजे प्रयोग- नीट समजावून सांगितला. सुपात गोळा केलेली झुरळं दाखवली. "कधी- कधी वनस्पती शास्त्रही भौतिकशास्त्राला झाकोळून टाकतं बरं आणि प्राणीशास्त्रातल्या त्रासदायक प्राण्यांचा नाशही करतं." नयना ठणकावून म्हणाली. या वेळी नकुल गप्प राहिला. नयनाच्या प्रयोगाला मिळालेलं यश डोळ्यांसमोर दिसत असताना तो बोलणार तरी काय?

"मुख्य म्हणजे वनस्पतीना उपयुक्त असणारे गांडूळ त्यामुळे मरत नाहीयेत. उंदीरपण या तणाच्या कुंडीपासून दूर राहिला नकुल. म्हणजे उंदरांपासून पिकाचं रक्षण होऊ शकतं याने."

नयनाचे डोळे चमकत होते. आपल्या प्रयोगाला मिळालेलं यश पाहून हरखली होती ती. "आता थोड्या मोठ्या प्रमाणावर प्रयोग करून पाहूया आई." नीलाक्षी म्हणाली. "गावाला बाबांच्या शेतात उंदरांनी हैदोस घातलाय. घरातही डासांच्या त्रासाने परवा दादा मलेरियाने आजारी झाला. घर तर केवढं मोठंय. झुरळं, मुंग्या घरातही त्रास वेत असतात. आपण गावी जाऊन प्रयोग करून पाहायचा का आई?" मग नीलाक्षीने तणाचा फोटो काढून बाबाना पाठवला. ते तण सुकवून, पूड करून तयार ठेवायला सांगितलं.

मग एका शनिवार-रविवारी सगळी 'पेस्ट- कंट्रोल टीम' गावीच गेली. बाबांकडची तणाची पूड घराच्या कोनाकोपऱ्यातून रांगोळीसारखी घातली. शेताच्या कुंपणाच्या बाजू-बाजूने पूड टाकत-टाकत अख्खा शनिवार-रविवार खर्ची घातला. नशिबाने पावसाने विश्रांती घेतलेली होती. नाहीतर कष्ट वाहूनच गेले असते. आता निकाल काय लागतो, याची उत्कंठा होती.

आठवड्याभरातच नीलाक्षीच्या बाबांचा फोन आला. "आई, बाबांचा फोन आलाय. तुम्हाला फोनवर बोलावतायत." नयनाने फोन घेतला. "नयनाताई, तुमच्या प्रयोगाने आमच्यावर फारच उपकार केले बघा. म्हणजे नीलूची आई तर खूश आहेच. घरात डास, मुंग्या, झुरळं, उंदीर, कोणीही फिरकेनासं झालंय. पण मुख्य फायदा झालाय तो शेताला. उंदरांनी हैदोस घातला होता बघा शेतात. जमिनीत खड्डे खणून-खणून रताळी, बटाटे कुरतडत होते. मुख्य म्हणजे टोळधाड येऊन गेली. पण वरच्या-वरून. पिकाला शिवली पण नाही

बघा. हे तण कायम आम्हाला छळत आलंय. जमिनीचा कस, खतांचा फायदा सगळं स्वतःच्या वाढीसाठी करून घेत आलंय. पण त्याच तणापासून इतकं उपयुक्त जंतूनाशक बनू शकतंय, हे तुमच्यामुळेच ध्यानात आलं बघा."

"काय म्हणताय बाबा? ही तर मोठ्ठी आनंदाची बातमी दिलीत. आता हे जंतूनाशक मोठ्या प्रमाणावर बनवून सगळ्याच जनतेचा फायदा करू शकतो ना आपण? शेतकऱ्यांची मोठीच विवंचना मिटेल ना यामुळे? शिवाय डेंग्यू, मलेरिया सारख्या आजारांपासूनही मुक्त होता येईल."

नकुल फोनवरचं नयनाचं बोलणं ऐकत होता. म्हणाला, "वा! आता वैज्ञानिक होण्याबरोबर मोठी उद्योजिका होण्याची संधी पण मिळालीय तुला."

"नोकरी आहे नारे मला! पगार मिळतोय. या संशोधनापासून पैसा कमावणं हे उद्दीष्ट नाही माझं. आपल्याला होतोय तसा फायदा भारतीय जनतेला, देशातील गोर-गरिबाना मिळावा. बस्स! आणखी काय हवंय?" "हो, पण तुझ्यासारखे उद्योग करायला कोणीही बसलेलं नाही. तयार औषध मिळालं तर फवारतील कदाचित."

मग लेकाच्या, निहारच्या नावाने नयनाने 'तणिका इंडिका' नावाने ते जंतूनाशक बनवणारा लघु-उद्योग सुरू केला. 'ना नफा-ना तोटा' तत्त्वावर जंतूनाशक बनू लागलं. नीलाक्षीचे बाबाही पूड बनवून पाठवू लागले. शहरांतून, गावांतून या जंतूनाशकाने अभूतपूर्व यश मिळवलं. नकुल, निहारच्या शर्टाना कॉलरी आहेतच. पण हल्ली नयना, नीलाक्षीनेही कॉलरवाले कुडते घालायला सुरुवात केलीय. छे! छे! मुंग्या-डास चावतात म्हणून नव्हे हो. ते तर आता इतिहासजमा झालेत. पण जाता-येता शेजार-पाजारचे, मित्रमंडळी, नातलग, ऑफिसातले लोक कौतुक करत असतात सारखं. मग ताठ करायल कॉलर हवीच ना?

जंतूनाशकाचं एक मोठ्ठं पाकीट नयनाने सरानाही पाठवलं. त्यांच्याकडून प्रथम आलं होतं ना ते तणाचं रोप. सर खूपच खूश झाले. हल्ली शाळेत मुलांची उपस्थिती वाढलीय. मलेरियाची लागण संपलीय ना! शिवाय उंदीर, झुरळं, मुंग्या, कोळी सर्वांचाच नायनाट झाल्याने शाळेतलं वातावरणही प्रसन्न झालंय. हरितक्रांती आणि हानीकारकाचं हनन अशी दुहेरी कामगिरी एकाच जंतूनाशकाने साध्य केलीय म्हणायची.

हल्ली नकुललाही भौतिकशास्त्राच्या जोडीने वनस्पतीशास्त्राचं महत्त्व पटायला लागलंय. थोडं-थोडं.

(आकाशवाणी मुंबई अस्मिता वाहिनीच्या साहित्य सौरभमधे कथाकथन)

१८. मी म्हटलं नव्हतं तुला?

निष्ठा कधीच नाही गेली विनम्रला सोडून कुठे. लग्न झालं तेव्हाच आई म्हणाल्या होत्या, "यापुढे दोघांनी एकमेकांना सोडून कधीही कुठेही जायचं नाही. त्याने त्याच्या मित्रांबरोबर तुला सोडून आणि तू तुझ्या मैत्रिणींबरोबर त्याला सोडून." तिने मान डोलावली होती. तिचं वय तेव्हा होतं बावीस-तेवीस. शिवाय आतापर्यंत कधी कसल्या जबाबदाऱ्या घेऊन काही केलं नव्हतं. नोकरीही केली नव्हती. मनाची पाटी तशी कोरीच होती. काहीही लिहावं. कोणीही लिहावं. अर्थात सुसंस्कृत मन असल्यामुळे चांगल्या-वाईटाची जाण होतीच. वाईट कुठली गोष्ट मनाच्या पाटीवर लिहूच दिली नसती तिने. पण आई सांगत होत्या ते चांगलंच होतं. सहजीवनाचा भक्कम पाया रचला जाणार होता त्याने. मग ती आणि तिचं कोवळं मन नकार कशाला देणार होतं?

तेव्हापासून गेली बेचाळीस वर्षं दोघं जोडीनेच वावरत होती. ती गृहिणी, त्यामुळे घरातच असायची. तो नोकरी करणारा. त्यामुळे दिवसाचे नऊ-दहा तास तर इमाने-इतबारे बाहेरच असायचा. त्यानंतरही कधी बसावं लागायचं. ती बाहेर जायची ती फक्त संसाराची कामं करायला. भाज्या, फळं, किराणा माल, जेवण-खाण, दूध-दही, बँकेची कामं, सगळं-सगळं पाहायची. आई झाली. मग सात्त्विकच्या संगोपनात रमली. मग त्याची शाळा-अभ्यास , सासू-सासऱ्यांची सेवा. सुट्टीच्या दिवशी सात्त्विकला घेऊन ही बाग, ती बाग, राणीची बाग, मत्स्यालय, समुद्र किनारा, त्याचे वाढदिवस, त्याच्या परीक्षा. नंतरच्या काळात त्याचं कॉलेज, त्याचं लग्न. पण सगळ्यामधे विनम्रची जोड होती. साथ-सोबत होती. मदतीचा हात होता. यथावकाश विनम्र सेवानिवृत्त झाला. मग तर चोवीस तासांची साथ-सोबत मिळायला लागली.

आईंनी लग्नानंतर घालून दिलेला नियम दोघानीही जिवापाड पाळला होता. अंगवळणी पाडून घेतला होता. आता त्या नियमाचं ओझं, जाच वगैरे वाटणंही मागे पडलं होतं. फक्त सहजीवनाचा आनंद घेणं तेवढं राहिलं होतं. सात्त्विकला बरोबर घेऊन भारतभर फिरली होती दोघं. पण आता त्याची बायको आली होती. त्याला बरोबर घेऊन जायचे दिवस सरले होते. लग्नानंतरचे नवे नवे दिवस जणू पुन्हा आले होते.

आता फक्त वाद होत ते 'कुठे जायचं?' यावरून. विनम्रला दुबईला जावंसं वाटायचं. निष्ठाला युरोप दूर करावीशी वाटायची. त्याला खरेदीची आवड. तिला स्थळं पाहायची आवड. वाद सोडून मग तिसरीच स्थळं पण फिरून झाली. पण दुबई-युरोप वादावर पडदा पडला नव्हता.

शेवटी असं ठरलं, की युरोपची मोठ्ठी अठरा-बावीस दिवसांची अंगावर येणारी सहल करायची नाही. दहा-अकरा दिवसांची छोटी सहल करायची. मग येऊन दुबईलाही जायचं. असंही विनम्रने दुबई किती वेळा पाहिलंय. ऑफीसच्या कामाच्या निमित्ताने. आता नवं-नवं काय-काय झालंय तिथे. ते तिच्याबरोबर पाहायचंय. त्यामुळे दोघांनीही न पाहिलेला युरोप आधी आणि दुबई नंतर.

पण दोन्हीमधलं एकही होणं नशिबात नव्हतं जणू. आजारपण आलं काय, त्याने गंभीर रूप घेतलं काय आणि विनम्रला घेऊन गेलं काय! पाठी राहिली ती भली मोठ्ठी पोकळी. निष्ठाला गिळू पाहाणारी मोठ्ठी पोकळी. निष्ठा जणू वेडी- पिशीच झाली. पण हॉस्पिटलातून अपयशी होऊन परतल्यावर तिने विनम्रच्या सर्व वस्तू होत्या तशा ठेवल्या. हॉस्पिटलातून परतताना आणलेले बूट पायपुसण्यावर इतरांच्या एकेका जोडीबरोबर त्यांच्या नेहमीच्या जागेवर बसले. बेसिनवरच्या कपाटात त्याचा टूथ-ब्रश. विनम्रच्या छोट्या कपाटात त्याचं दाढीचं सामान, त्याची खिश्यातली छोटी आणि घरातली मोठी अशा दोन फण्या, त्याचं आफ्टर शॉवर जेल, टाल्कम पावडर सगळं जिथे होतं तिथे. त्याचे कपडे, रुमाल, मोजे, टॉवेल, नॅपकिन सगळं धुवून सुकवून कपाटात. नाही म्हणायला वॉशिंग मशीनमधे आता रोज त्याचे कपडे पडत नसत. पण गॅलरीत ज्या रॉडवर ते सुकत घातले जात, तो रॉड निष्ठा रिकामा ठेवायची. कधीही त्याचे कपडे सुकत घालायचे झाले तर जागा रिकामी हवी ना?

एकटीचा प्रवास सुरू होता. पण जणू दुकटी असल्यासारखीच वावरत होती निष्ठा. विनम्रचं जाण मानलंच नव्हतं तिने.

गेली पंधरा वर्षं चालू असलेले कथा कवितांचे कार्यक्रम निष्ठाने बंद केले नव्हते. सेवानिवृत्त झाल्यापासून विनम्र तिच्याबरोबर या कार्यक्रमांनाही असायचाच. एक फक्त महिला मंडळातला कार्यक्रम असला, तर तो सोडून सर्वत्र. ती पुस्तकांची बॅग घेऊन जायची. तो म्हणायचा, "दे माझ्याकडे." तिला जिवावर यायचं. मग ती एकाऐवजी दोन छोट्या बॅगांत पुस्तकं भरायची. दोघांच्या खांद्यांवर दोन बॅगा. कार्यक्रम संपल्यावर प्रेक्षक पुस्तकं घ्यायला टेबलापाशी जमत. पुस्तकांची विक्री, आलेल्या पैशांचा हिशोब विनम्रच सांभाळायचा. आता तो नसल्यामुळे हे सर्व निष्ठालाच सांभाळावं लागत होतं. तो जणू जोडीला असल्याप्रमाणेच ती सगळं काही करत होती.

पण बाहेरगावचं आमंत्रण आलं आणि निष्ठा आतून पूर्णच कोसळली. "इथल्या इथे ठीक आहे रे. पण बाहेरगावी कशी जाऊ तुझ्याशिवाय?" बॅग कपाटावरून खाली काढताना निष्ठाची बडबड सुरूच होती.

"एकटं कुठे जातेयस निष्ठा? मी आहे ना तुझ्याबरोबर?"

"मग मला एकटीला का बॅग भरावी लागतेय? तुझ्या आवडीचं काम आहे ना? मग कर की."

"हा काय, इथेच आहे मी. ही बॅगेच्या तळाला अशीच ठेव पिशवी. हं, आता त्याच्यावर ठेव तुझे कपडे. टॉवेल घेतलास? नॅपकिन? हॉटेलच्या खोलीत घालायसाठी स्लीपर्स? तुझ्या कॅल्शियमच्या, मल्टिव्हिटॅमिनच्या गोळ्या? पेपर नॅपकिन्स? तीन दिवसांचे कपड्यांचे तीन सेटस् आणि जाताना- येतानाचे दोन सेटस्, एकंदर पाच सेटस् घे कपड्यांचे. टूथपेस्ट, ब्रश, छोटा पावडर डबा, फणी, केसांची जास्तीची क्लिप, एखादी हलकीशी चादर. थंडी असणार तिथे. स्वेटरपण घे." विनम्रच्या सूचनांमागून सूचना.

"बॅग जड झालीय रे." निष्ठाने असं म्हणूनही विनम्र म्हणालाच, "तरीही पाण्याची बाटली भरून घेच. खाण्यासाठीही घे चिवडा. बिस्कीटांचा छोटा पुडा. वाटेत भूक लागली, तर असायला हवं थोडं फार."

"आता मात्र फारच जड झाली हं का बॅग. एकटीच आहे मी. कोण आहे मदत करायला?"

"अशी काय बोलतेस निष्ठा? मी आहे ना बरोबर? एकटं सोडीन का तुला?" दोन्ही बाजूंचे संवाद निष्ठा एकटीच बोलत होती. बोलता-बोलता डोळे सारखे भरून-भरून येत होते. "जायचंच नाही मला." मधेच ती म्हणाली.

"असं कसं म्हणतेस निष्ठा? या संधीची केव्हापासून वाट पाहात होतो आपण. अखिल भारतीय मराठी साहित्य संमेलनात बालसाहित्याच्या कार्यक्रमात सहभाग."

"हो रे. पण तू नाहीस ना बरोबर? मी एकटी कशी जाऊ?" निष्ठा परत-परत म्हणत होती.

"वीस मिनिटं मिळतील ना तुला? मग म्हणून पाहिलंस? घड्याळ लावून म्हणून बघ. जास्त-कमी वेळ लागता कामा नये. मिळालेला पूर्ण वेळ कारणी लागला पाहिजे. चल म्हण बघू. मी घड्याळ लावून बघतो, किती वेळ लागतोय ते."

दहा मिनिटांची कथा आणि दहा मिनिटांत मावतील एवढ्या कविता, असं बरोबर बसवलंय मी." निष्ठा म्हणाली. मग घड्याळ समोर ठेवून तिने म्हणूनही पाहिलं. दोन मिनिटं जास्त लागत होती. "ही गाढवावरची कविता नको म्हणूस. पण या शेवटच्या दोन कविता मात्र शेवटीच म्हणायच्या. त्या नको वगळूस." नेहमीप्रमाणे विनम्रच्या सूचना चालूच होत्या.

जाताना-येतानाची तिकिटंही पूर्वाने ऑनलाईन काढून दिली. व्हॉल्व्होची स्लीपर कोचची. झोपून जायचं, झोपून यायचं. पण रात्रभरात वॉशरूमला

जायची वेळ येणारच. निष्ठा चिंतीत होती. पण बघते तर काय? बाजूच्याच सीटवर मयूरी आणि नवरा. जणू ठरवून तिकिटं काढल्यासारखे. रात्री अपर बर्थवर चढायचं आणि झोपून जायचं हा निष्ठाचा पहिल्यापासूनचा पायंडा. विनम्रला लोअर बर्थ हवा असायचा. पण निष्ठाला अपर बर्थ. पूर्वाला सांगून व्हॉल्व्होमधेही अपरबर्थच मागून घेतला होता तिने. बर्थवर व्यवस्थितच जागा होती. अडचण होण्याची शक्यताच नव्हती. पण का कोण जाणे, पण अंजनगाव आलं, तेव्हा उतरायसाठी खाली आली, तेव्हा आपण रात्रभर अडचणीत एकाच कुशीवर झोपलो होतो, मानही अवघडलीय, असं का वाटलं तिला?

हॉटेलच्या खोलीत बरोबर राहाणारी रंजनाही चांगलीच मिळाली. तिच्या कवी-संमेलनाला निष्ठा आवर्जून उपस्थित राहिली. तिचे फोटो काढले. तीही मग निष्ठाच्या बालसाहित्याच्या कार्यक्रमाला हजर राहिली. निष्ठाचे फोटो तर काढलेच; पण मुव्हीही काढली. विनम्रची जागाच भरून काढली जणू.

--नियमीत कार्यक्रम करते म्हटल्यावर तोंडपाठ तर होतंच ना सगळं. पण समोर बसलेल्या प्रेक्षकवर्गात निष्ठाचे डोळे विनम्रला शोधत होते. हसतमुखाने टाळ्या वाजवून तिला प्रोत्साहन देणारा विनम्र.

"तू लॅव्हेंडर साडी नेसणार आहेस ना? मग मी पण तुझ्या कार्यक्रमाच्या वेळी लॅव्हेंडर शर्टच घालतो." बॅग भरताना विनम्र म्हणाला होता. बॅग भरणं त्याच्या आवडीचं काम. दोघांच्याही बॅगा तो एकटाच भरणार. तीन-चार वेगवेगळ्या ठिकाणी पैसे ठेवणार. खरेदीची प्रचंड आवड. मग पैसे कमी पडायला नकोत ना? प्रथमेश-पूर्वासाठी पण काहीतरी घेणारच. मुलंही वाट पाहाणार ना, की आई-बाबा काहीतरी आणणारच येताना आपल्यासाठी.

या वेळी कार्यक्रमाचं निष्ठाला थोडं टेन्शन आलं होतं. प्रेक्षकांमधे विनम्र नसणार आपल्याकडे कौतुकाने पाहायला. 'माझी बायको' अशी अभिमानाची नजर चेहऱ्यावर बाळगून. "मी आहेच ग तुझ्याबरोबर," असं म्हणालाय खरा. पण तो कसा असू शकतो? तो तर- तो तर-

पूर्वार्धात निष्ठाने कथा सांगितली. कथा मुळातच भावस्पर्शी लिहिली गेली होती. त्यातून तोंडपाठ. शिवाय कथनाला अभिनयाची जोड. मग काय? बच्चेमंडळींबरोबर त्यांचे आई-बाबाही मंत्रमुग्ध. खरं तर सूत्रसंचालन करणाऱ्या गृहस्थाला निष्ठाची किमया ठाऊक नसल्यामुळे, मधेच या बाईंना संधी दिली, तर कार्यक्रमावरची पकड ढिली होईल की काय अशा विवंचनेत तो होता. पण निष्ठाची जादू पाहून तोही भारावला. खूप टाळ्या पडल्या. पण गर्दीत विनम्र कुठे दिसत नव्हता. भल्या मोठ्या मंडपातल्या प्रचंड गर्दीत कुठे

हरवलाच होता तो.
सूत्रसंचालकाने दुसऱ्या फेरीत मग निष्ठाला एका ढिल्या वक्त्यानंतरच ठेवलं. कार्यक्रमावरची पकड परत आणायसाठी हुकमी एक्का म्हणून. निष्ठाने छोट्या-छोट्या विनोदी, रंजक आणि हमखास पकड घेणाऱ्या कविता निवडल्या होत्या. शेवटच्या दोन कविता होत्या 'विसराळू भोळू' आणि 'अंगणात रिंगण.' मिनिटा-मिनिटाला एकेक कविता संपत होती. टाळ्यांचा कडकडाट होत होता. शेवटी विसराळू भोळूच्या गमती ऐकता-ऐकता मुलं खदाखदा हसली. 'अंगणात रिंगण' निष्ठा नेहमीच चालीवर गाऊन म्हणते. शिवाय अंगण, रिंगण शब्दांमधला नादही मुलाना गुंगवतो. या कविता विनम्रच्याही खूप आवडत्या. 'अंगणात रिंगण' म्हणायला घेतली आणि मुलांनी, मोठ्यांनी कवितेच्या तालावर टाळ्या वाजवायला सुरुवात केली. कधी-कधी या टाळ्यांच्या नादात शब्द विसरायला होण्याची शक्यता असते. पण या वेळी तसं झालं नाही. शिवाय टाळ्याही मृदू आवजात होत्या. शब्द झेलण्यापुरत्या. शब्दाना हरवून टाकण्याइतक्या जोरात नव्हे. कविता संपली. टाळ्यांचा कडकडाट झाला आणि 'वन्स मोर' चा एकच जल्लोश निष्ठाच्या कानांवर पडला. इतक्या मोठ्या मंचावर वन्स मोर मिळाला, म्हटल्यावर लगेच परत कशी म्हणणार कविता? निष्ठा नम्रपणे आपल्या खुर्चीकडे परततच होती. तेवढ्यात सूत्रसंचालक म्हणाला, "वन्समोर मिळालाय मॅम, म्हणाना परत." "परत?" निष्ठाने अविश्वासाने विचारलं. "हो मग?" तो म्हणाला. मग निष्ठा परत माईकपाशी आली. तिला आलेलं पाहिल्यावर सर्वजण पुन्हा शांत बसले; नव्याने 'अंगणात रिंगण' चा आस्वाद घ्यायला. आणि मग तिला तो दिसला. एकटाच उभा होता. जणू आपण कुठे आहोत ते तिला कळावं म्हणूनच उभा असल्यासारखा. लॅव्हेंडर शर्टात. तिला अंगठा दाखवून 'चीअर अप' करत.
तिचा गळा दाटून आला. पापण्या अश्रूंनी जडावायला लागल्या. 'आता आपल्याला रडू कोसळणार.' निष्ठाने आवंढा गिळला. प्रयत्नपूर्वक अश्रू परतवले आणि पुन्हा एकदा सादर केली- 'अंगणात रिंगण.'
या वेळी मंडप टाळ्यांनी दुमदुमून गेला. कार्यक्रम संपल्यानंतर निष्ठाभोवती मुलांचा-मोठ्यांचा गराडा पडला. स्तुती-सुमनांचा वर्षाव करताना कोणीही कंजूसी करत नव्हतं. निष्ठाचे डोळे मात्र विनम्रला शोधत होते. कुठे हरवला होता तो?
यायच्या दिवशी आपण बसमधे एकटे आहोत. या वेळी मयूरी आणि तिच्या नवऱ्याचं आधीच्या बसचं आरक्षण होतं. पण काय झालं अचानक, की ती बसच रद्द झाली म्हणे आणि आयत्या वेळी ती दोघंही निष्ठाच्याच बसला.

बाजूच्याच सीटवर. तीन दिवसांच्या कार्यक्रमात हॉटेलवरून कार्यक्रमाच्या ठिकाणी जाण्या-येण्यातच इतका वेळ जायचा, की मुलांसाठी काहीच घ्यायला जमलं नव्हतं. जाण्या-येण्याच्या वाटेवर दुकानांत लटकवलेल्या, टांगलेल्या, मांडलेल्या वस्तू दिसत. 'हे वॉल-हँगिंग प्रथमेशला आवडेल', 'हा मोत्यांचा सेट पूर्वाला शोभेल,' जाता- येता निष्ठाच्या मनात यायचं. पण दुकानापाशी थांबायला वेळ नसायचा.

रात्रीच्या परतीच्या प्रवासात हे विचार मनात येत होते. 'बाजूलाच मयूरी आहे' या धीरामुळे आणि तीन दिवसांच्या दगदगीमुळे निष्ठाला झोपही लागली गाढ. घरी येऊन बाड-बिस्तरा उभा केला आणि विनम्रच्या फोटोपाशी तिचं लक्ष गेलं. नेहमीसारखंच हसत-हसत तो म्हणाला, "आलीस?"

"हो, एकटीच जाऊन आले," म्हणताना इतके दिवस आवरून धरलेले अश्रू गालांवर ओहाळलेच. मुलं आपापल्या कामाना गेल्यावर निष्ठाने बॅग उघडली. धुवायचे कपडे बॅगेच्या तळाला पिशवीत वेगळे भरले होते. ती पिशवी काढताना, त्या पिशवीच्या वर, इतर कपड्यांच्या खाली पाहाते तो काय, प्रथमेशला आवडेल असं 'वॉल हँगिंग' आणि पूर्वाला शोभेल असा वाटलेला मोत्यांचा सेट! अरे! आपण कधी घेतलं हे? हल्ली आपलं डोकं काम करेनासं झालंय. पण इतकं तरी कसं आठवेनासं होईल? दोन्ही वस्तू नीट उचलून सोफावर ठेवताना तिचं लक्ष विनम्रच्या फोटोकडे गेलं. तो अजूनही हसत होता. तसाच.

साडी कार्यक्रमापुरतीच नेसली होती. धुवायची गरज अजिबात नव्हती. कपड्यांची एक जोडीही वापरली गेली नव्हती. ते कपडे कपाटात ठेवावे, म्हणून निष्ठाने कपाट उघडलं. विनम्रच्या खणातून लॅव्हेंडर शर्ट आणि काळी पँट घसरून येऊन कपाटाबाहेर पडली. शर्ट चुरगळलेला होता आणि पँटच्या खालच्या कडाना लाल माती चिकटलेली दिसत होती. अंजनगावची लाल माती.

प्रवासातले बूट आज धुवूनच टाकायचे. बुटांचा मूळ रंग समजेनासा झाला होता, इतकी लाल मातीची पुटं बुटांवर चढली होती. आपले बूट उचलता-उचलता निष्ठाचं लक्ष विनम्रच्या बुटांकडे गेलं. जाण्यापूर्वी स्वच्छ पुसून ठेवलेले विनम्रचे बूटही लाल मातीने भरलेले दिसत होते. हेही पुसून ठेवले पाहिजेत स्वच्छ. फडका आणायसाठी जाताना विनम्रच्या फोटोकडे लक्ष गेलं तिचं. आज त्याच्या हसण्याला एक मिस्किल किनार होती. जणू तो म्हणत होता, "मी म्हटलं नव्हतं तुला?"

(लोकसेवक – दिवाळी २०२१)

१९. बाजी

गेली किती वर्षं बरं आपण हे कार्यक्रम करतोय? जवळ-जवळ बारा-तेरा वर्षं झाली. सुरुवातीला फक्त कवितांचेच कार्यक्रम केले. कागदांची चळत पुढ्यात असायची. डोळ्यांना चश्मा नसायचा. तो या चळतीवर ठेवलेला असायचा. पण कवितांचा कार्यक्रम तसा सोपाच. म्हणजे खरा तर कठीणच. कारण कविता यमकांच्या बंधनात असली आणि मधला एक शब्द जरी चुकला, राहिला किंवा विसरला तर कविता कोलमडलीच. मुक्त छंदात असली, तरी अशा वेळी तिची आंतरिक लय बिघडणारच. तशीच, दुसरा एखादा शब्द चिकटवून तिला ढकलली, तरी जाणकाराना कळणारच, की काही तरी गडबड आहे आणि समजा कविता ऐकून नाही कळलं, तरी कविता म्हणणारीचं पडलेलं तोंड पाहून कळणारच.

पण तरीही कवितांचा कार्यक्रम तसा सोपाच. कारण कवितेचा तो इवलासा जीव. विसरली एखादी ओळ किंवा एखादा शब्द, तर म्हणून पाहायची परत पहिल्यापासून आणि तरीही नाही सापडला तो हरवलेला शब्द, तर सोडून द्यायची ती कविता. वाऱ्यावर सोडलेल्या पतंगासारखी. एक किंवा दोन मिनिटांची तर ती कविता. तिची जागा घ्यायला कितीतरी कविता उत्सुक. संघामधला एखादा खेळाडू जखमी झाला किंवा आजारी झाला, तर संघाबाहेरचे दुसरे किती खेळाडू उत्सुक असावेत संघामधली त्याची जागा घ्यायला, तशा इतर कविता उत्सुकच. पण पुढ्यातली चळत उघडून, ती कविता शोधून तो हरवलेला शब्द पाहावा, असं कधी केलं नाही आपण. उलट लवकरच ती चळत पुढ्यात ठेवणंही बंद केलं.

एखादं नाटक असलं, समूह नृत्य असलं, तर वेळ मारून नेणं तुलनेने सोपं असावं. समूहगान असलं आणि घसा बसला आयत्या वेळी, तरी काळजीच नको. नुसते ओठ हलवले तरी चालून जात असावं. पण नाट्यछटा, एकपात्री नाट्यप्रयोग, एकटीचाच नृत्याचा कार्यक्रम असं काही असलं तर वाक्यन् वाक्य नीट पाठ करा. प्रत्येक तान सांभाळून मारा. प्रत्येक पदन्यास जपून करा. नाहीतर अख्खा कार्यक्रम कोसळलाच म्हणून समजावं.

कवितांचे कार्यक्रम क्वचितच मिळायचे. कवितांचा जसा वाचकवर्ग कमी, तसा कवितांचा श्रोतृवर्गही कमी. श्यामल तर नेहमी म्हणायची, "मी तुझ्या जागी असते ना रसिका, तर केव्हाच कथाकथन सुरू केलं असतं. कथाकथनाला भरपूर वाव आहे. मागणी आहे...."

"हो, आणि त्रासही आहे." मी तिचं वाक्य पूर्ण करायचे. "अग, कवितांचं

वेगळं आहे श्यामल. पाठ करायला किती सोप्या त्या. शिवाय कविता पाठ करायची शाळेपासूनची सवय. पटापट पाठ होतात त्या. पण कथा? ह्याssss सहा-सहा, आठ-आठ पानी कथा पाठ कश्या होणार ग?"
"स्वत: लिहिलेल्या कथा काय पाठ कराव्या लागणार आहेत का रसिका? आजी नातवंडाला गोष्ट सांगते ती काय पाठ करून? अग, ओठावर येतील शब्द तसे द्यायचे सोडून." श्यामल म्हणायची.
"आजी नातवंडाला सांगते, ती लोककथा किंवा पारंपारिक कथा. ती चौकटीत बांधलेली बांधेसूद कथा नव्हे. त्यात फक्त कथानक मुख्यत्वे महत्त्वाचं असतं. शब्दांचे फुलोरे, म्हणी-वाक् प्रचारांची महिरप. व्यक्तिचित्रणांची मांदियाळी नसते तिथे. थोडीशी उत्कंठावर्धक शैली असली की बस. पण तू जे कथाकथन करायला सांगतेयस ना मला, ते स्वलिखित कथांचं कथन. त्या माझ्या स्वतःच्या कथा असल्यामुळे त्या कथांमधली सौंदर्यस्थळं ठाऊक आहेत मला. पात्रांच्या भावनांचे चढ-उतार प्रसंगांइतकेच महत्त्वाचे आहेत माझ्यासाठी. त्यामुळे त्यातली कुठलीही एक कथा सांगायचं मी ठरवलं ना, तर अख्खी कथा घडाघड पाठ करावी लागेल मला."
मलाही आतून जाणवत होतं, की कवितांच्या कार्यक्रमाला कथाकथनाची जोड दिली, तर मिळतायत त्यापेक्षा कितीतरी जास्त कार्यक्रम मिळू शकतात मला. पण इतक्या कथा पाठ करायची, इतके कष्ट उपसायची मनाची तयारी होत नव्हती मुळीच.
अचानक 'भारतीय महिला मंडळा'च्या अध्यक्षांचा फोन आला. आदल्याच वर्षी कवितांचा कार्यक्रम करून आले होते ना तिथे, त्यामुळे फोनवर सुरुवात केली त्यांनी तीच अशी, "गुरुवारी कथाकथन करणार का आमच्या मंडळात?"
"कथाकथन? मी कधी केलं नाहीये हो आतापर्यंत. कविता....." मी एका कवितेचं भिरभिरं करून हवेत सोडलं. पण बाई महिला मंडळाच्या अध्यक्षा होत्या. वाटेल तो कार्यक्रम ठेवला, तर बाकी बायका ठेवतील का त्याना जागेवर? त्यातून एकदा माझ्या कविता त्यांनी सहन केल्या होत्या. परत दुसऱ्यांदा माझ्या कविता सहन करायला त्या काय वेड्या होत्या?
"कथाकथन केलं नसाल तर आमच्याकडूनच सुरुवात करा. बघा. ठरवा काय ते." रविवारची सकाळ. राजवीर समोरच होता. मी रिसीव्हरवर हात धरून राजवीरला कार्यक्रमाविषयी सांगितलं. "काय करू?" विचारलं, तर राजवीरने खांदे उडवले फक्त. निर्णय मीच घ्यायचा होता. राजवीर मला नैतिक पाठबळ द्यायलाही तयार नव्हता. कसा देणार? रविवारी सकाळी 'हो' म्हटलं तरी

गुरुवारी दुपारी पूर्ण दीड तासाचा कथकथनाचा कार्यक्रम करणं त्यालाही अशक्यच वाटलं असणार.
श्यामल मला जे करायला सांगत होती, ती संधी माझ्यापुढे हात जोडून नतमस्तक झाली होती. नाहीतर आतापर्यंत कधीही कथाकथन न केलेल्या माझ्यासारख्या नवोदितेला कोण दीड तासाचा शुभारंभाचा कार्यक्रम देणार होतं? मी चक्क हो म्हटलं. विचार एवढाच केला, की जो काही त्रास घ्यावा लागणार आहे तो फक्त चारच दिवस. समजा कार्यक्रमाची तारीख महिन्यानंतरची असती, तर महिनाभर रट्टा मारत बसावं लागलं असतं. नसलेला आत्मविश्वास रोज नव्याने खच्ची होत राहिला असता. इथे जे काही बरं-वाईट होणार होतं ते चारच दिवस. सोक्ष-मोक्ष जो काही लागायचा, तो चारच दिवसांत लागणार होता. मन घट्ट केलं. निर्धार केला आणि हो म्हणून टाकलं.
सगळ्यात खूश झाली ती श्यामल. माझा आत्मविश्वास जागा झालेला पाहून ती कृतकृत्य झाली. कारण मुळात मी कथाकथन करावं, ही कल्पना तिचीच होती ना! मग काय? आलं अंगावर तर घेतलं शिंगावर. मी त्या चार दिवसांत, दिवसातून एकेक कथा चार वेळा- अशा चार कथा, म्हणजे चार चोक सोळा- दिवसातून सोळा वेळा कथाकथन करत होते. मधे तर रोहित म्हणालाही, "आई, वाचून दाखव. कसली पाठ करतेस? पु.ल. नाही का वाचायचे?"
"अरे, पु.ल. शिंकले असते तरी पब्लिकने टाळ्या वाजवल्या असत्या. पब्लिक खो-खो हसलं असतं. माझं तसं थोडंच आहे? मी कागदात मान खुपसून कथा वाचायला सुरुवात केली, तर बायका झोपतील. अशाही बिचाऱ्या थकलेल्याच असतात."
शेवटी मी माझा पहिला-वहिला कथाकथनाचा कार्यक्रम केला. तोही कागदांच्या चळतीवर चश्मा ठेवून. घसा फुटेपर्यंत चार दिवस घोकंपट्टी केली होती. पण चीज झालं होतं. बायकाना आवडला होता कार्यक्रम. मग काय? जिकडे-जिकडे म्हणून कवितांचे कार्यक्रम केले होते, तिकडे तिकडे फोन करून कळवलं, की 'कथाकथनही करते मी.' कारण एवढं पाठ केलेलं , म्हणत राहिले नसते, तर विसरून गेले असते ना!
तेव्हापासून ते आजतागायत तीनेकशे कार्यक्रम केले. श्यामल बहुतेकदा येते माझे कार्यक्रम पाहायला. म्हणजे खरंतर ऐकायचाच कार्यक्रम तो. पण श्यामल म्हणते, "पाहायला पण खूप मजा येते रसिका. तू अभिनेत्री आहेस चांगली. तुझा कार्यक्रम नुसता ऐकायचा म्हणजे व्हिडियो सी.डी. ऑडियो म्हणून लावण्यासारखं आहे." श्यामल माझी जिवलग मैत्रीण आहे. ती

माझ्याविषयी चांगलंच बोलणार! मीही ते खरंच धरून चालते. आत्मविश्वासाला खतपाणी मिळणं चांगलंच नाही का?
या वाटचालीत आत्मविश्वासाला खतपाणी घाणलारेही मिळाले आणि आत्मविश्वास खच्ची करणारेही भेटले. मुख्य म्हणजे पुस्तकरूपाने बरंच साहित्य बंदिस्त झालं. 'आपलं एखादं तरी पुस्तक कधी येईल का आस्तित्वात?' असा विचार दु:खी करायचा मला. पण कार्यक्रम करतोच आहोत आपण, तर काढावी पुस्तकं. जातील कार्यक्रमाच्या ठिकाणी. असा विचार केला. पुस्तकं आलीही. कार्यक्रमाच्या ठिकाणी गेलीही. कार्यक्रम- पुस्तकं- मग आणखी कार्यक्रम- आणखी पुस्तकं. पण कधी-कधी टीका व्हायची. "तुझं ना, सादरीकरण खूप छान."
म्हणजे? कथा छान नाही? सादरीकरणाने कथेवर मात केलीय? कवितेवर मात केलीय? आपण या मंचीय कथांच्या, मंचीय कवितांच्या जाळ्यात अडकत तर नाही ना चाललेलो? अशाने आपल्यातली अभिनेत्री आपल्यातल्या लेखिकेला किंवा कवयित्रीला मारक तर नाही ना ठरणार? श्यामल म्हणायची, " तू आपल्याच कथांचं कथन करतेयस. आपल्याच कविता सादर करतेयस. सुंदर बाळाला सुंदर झबलं घातलं, तर ते बाळ आणखीच छान दिसणार ना ग? इथे बाळही तुझंच आहे आणि झबलंही तू स्वत:च शिवलेलं घातलंयस त्या बाळाला. मग श्रेय तर इथून-तिथून तुझंच आहे ना ग? आता बघ, त्या अलका कुलकर्णींच्या पुस्तकात त्या शिवशंकर पागेंची चित्रं इतकी अप्रतिम आहेत की चित्रांमुळे त्या बालकवितांना उठाव आलाय. किंवा चित्रं कवितांना मागे टाकून केव्हाच कुठल्या उंचीवर गेलीत. किंवा असंही म्हणता येईल, की पागेंची चित्रं नसती तर अलकाच्या कविता ठसल्याच नसत्या मनावर. तुझ्या बाबतीत सांगायचं झालं तर कथा-कविताही तुझ्या आणि त्यांना एका वेगळ्याच उंचीवर घेऊन जाणारा अभिनयही तुझाच. तारणारीही तूच आणि मारणारीही तूच. लिहिणारीही तूच आणि सादर करणारीही तूच. तेव्हा कुठूनही मैदान तूच मारतेयस ना रसिका?"
मग मला आठवलं, की व.पु. मला किती आवडायचे. लेखक म्हणून, आणि मग एकदा व.पुं.चा कथाकथनाचा कार्यक्रम ऐकला आणि संभ्रमात पडले, की व.पु. आपल्याला लेखक म्हणून अधिक आवडतात की कथाकथनकार म्हणून? दोन्ही! दोन्ही म्हणजे लेखक व.पुं.च्या कथांवर कथाकथनकार व.पुं.नी 'चार चाँद' लावलेयत. 'सोनेपे सुहागा' म्हणतात तसं.
"खरंच श्यामल, या माझ्या वाटचालीत जर तुझं खत-पाणी नसतं ना, तर उजाड-वैराण झाली असती माझी वाट. तू या वाटेच्या दुतर्फा दाट सावली

देणारी झाडं लावलीस. त्यांचे वृक्षच झाले यथावकाश. या वृक्षांच्या पायथ्याशी सुंदर आणि सुवासिक फुलांची रोपं लावलीस तू. त्यामुळे आता वाटेने जाताना सावलीही मिळते आणि सुगंधित वातावरणाने मनही प्रसन्न होतं. फुलाचं सौंदर्य डोळ्यांनाही सूख देतं. शिवाय वाटेवरचे काटे वेचून दूर करायचं कामही करतच असतेस तू."

असं काही बोलायला लागले की श्यामल म्हणणारच, "बघ-बघ रसिका, तुझ्या प्रतिभेला कसे धुमारे फुटतायत ते. अग, मुळात लिहिलंयसच छान तू. बिनशब्दांचा अभिनय करतेयस का तू? आधी छान लिहिलंस. मग ते सादर करताना पाठांतर, अभिनय यांची जोड दिलीस त्याला. बिनशब्दांचे हातवारे करत बसली असतीस, तर दगड मारले असते पब्लिकने तुला वेडी समजून."

श्यामलने मला कायम वास्तवात आणलंय. मला आठवण करून दिलीय की खरंच, आपण कार्यक्रम करायला लागलो ते नंतर. आधी आपण अनेक कथाना, कवितांना बक्षिसं मिळवलीत. मग कुठे आपण धैर्य केलं पुस्तक काढण्याचं. मग पुस्तकांनाही पुरस्कार मिळाले. आता पुस्तकाला तर सादरीकरणाची जोड नाहीये ना? ते पुरस्कार तर लेखणीच्या एकटीच्याच बळावर मिळाले ना आपल्याला?

खरं तर गांभीर्याने, मनापासून, सातत्याने अशी लिखाणाला खूप उशिराच सुरुवात केली मी. त्यातून कार्यक्रमाला तर त्याहूनही उशिरानेच. पण आपल्या जीवनाचा एक अविभाज्य भागच बनून गेलेत हे कार्यक्रम. माझी वैयक्तिक सुखं- दुःखं, संकटं, आनंदाचे क्षण, सगळ्या-सगळ्याला ओलांडून एक वेगळीच उंची गाठली गेलीय बघ माझ्याकडून. पण किती अशा कविता आहेत ज्या मी कार्यक्रमांत कधीच सादर करत नाही. कित्येक कथाही कार्यक्रमांत कधीच सादर केल्या नाहीत मी. कधी सहजपणे आकलनीय नाहीत म्हणून, तर कधी फार दीर्घ आहेत म्हणून. म्हणजे नाही म्हटलं तरी कार्यक्रम करताना निवडीवर बंधनं येतातच. मग कार्यक्रम लिखाणावर बंधनच आणतात म्हणायचं की."

"रसिका, एकीकडे म्हणतेस उशिरा सुरुवात केलीस म्हणून. मग इतक्या कमी काळात इतकी प्रसिद्धी नुसतं लिहून मिळाली असती का सांग तुला? अग, एकाच वेळी कार्यक्रमाला आलेल्या कमीत कमी पन्नास-शंभर लोकांपर्यंत पोहोचते तुझी कथा किंवा कविताही. प्रसिद्धीच्या झोतात किती लवकर आलीस तू. कार्यक्रम संपल्यावर तुझी पुस्तकं घ्यायला येतात ना ग माणसं टेबलापाशी? वेळेला तुझ्या पंचवीस पुस्तकांपैकी प्रत्येक पुस्तकाची एकेक प्रत जरी घेतली कोणी, तरी एकाच दिवशी पंचवीस घरांमधे जातं तुझं पुस्तक.

समजा घरातल्या चार माणसांनी जरी ते पुस्तक वाचलं किंवा वाचून झाल्यावर कोणाला भेट म्हणून दिलं, तरी तुझं साहित्य किती जणांपर्यंत पोहोचतं. एका कवितेच्या पुस्तकात समजा चार मंचीय कविता असतील किंवा एका कथेच्या पुस्तकात दोन मंचीय कथा असतील, तर त्या मंचीय कथा-कवितांबरोबर इतर कथा- कविताही त्या-त्या वाचकांपर्यंत पोहोचतात ना ग!"

श्यामलचं हेच तर मला आवडतं. ती अगदी मुद्देसूद बोलते. काय म्हणायचं असतं तिला, ते समोरच्या व्यक्तीला बरोबर पटवून देते. आणि माझ्या बाबतीत म्हणायचं तर, माझ्यावर अफाटच प्रेम आहे तिचं. त्यामुळे माझ्यासाठी ती जे काय करते, ते माझ्या भल्यासाठीच असणार याबद्दल माझ्या मनात कधीच संदेह नसतो. मुख्य म्हणजे तिला तिचा संसार आहे. नोकरी आहे. तिची व्यवधानं आहेत. पण माझ्यासाठी वेळ खर्च करताना तिची कधीच तक्रार नसते. माझ्यासाठी काहीही केलं तर ती त्याचा बाऊ करत नाही. एखाद्या घरातल्या सदस्याने करावं, पती-पत्नींनी एकमेकांसाठी करावं, तेवढ्या सहजतेने ती एवढं काय-काय करत असते माझ्यासाठी.

नाहीतर राजवीर! आपण रसिकासाठी करतोय, ती किती मोठ्ठी गोष्ट करतोय अशा आविर्भावात तो करणार. पण रसिकाच्या आयुष्यात प्रत्येक दिवशी, प्रत्येक वेळी पहिला अधिकार, पहिलं महत्त्व आपल्याला दिलं गेलं पाहिजे असा आग्रह धरणार.

आतापर्यंत इतके कार्यक्रम केले मी. सकाळी जा. दुपारी जा. पण संध्याकाळी तो घरी यायच्या आधी घरात आलं आणि तो आल्यानंतर त्याची सरबराई नेहमीसारखी झाली, मग हरकत नाही. पण समजा मला यायला उशीर झाला, त्याला चहा-पाणी वेळेवर मिळालं नाही, जराशी जरी गैरसोय झाली, की मग वैताग. नुसता वैताग. स्वतःच्या जिवाचाही आणि माझ्या जिवाचाही. मग त्याला विसरायलाच होतं, की रसिका घरचं सगळं आटपून गेली. इतका प्रवास केला. तास-दीड तास उभं राहून घसाफोड केली. मग पुस्तकं- आणि मग पुन्हा इतका सगळा प्रवास करून आत्ता घरी टेकतेय. किती थकली असेल. आपण रोज थकतो तशीच. आपल्याला आल्यावर सगळं हातात मिळतं. तिला कोण काय देतंय हातात? तीच येऊन करणार सगळं. पण जरा उशीर होईल इतकंच. पण राजवीर म्हणजे राजा पण आणि वीर पण. मग त्याच्या नावाप्रमाणे त्याचं सगळं राजेशाही. रसिकाच्या साहित्य गुणांकडे, कलागुणांकडे रसिकवृत्तीने पाहाण्याइतकी खिलाडूवृत्तीही शिल्लक राहात नाही त्याच्यात. एकदा का त्याचं बिनसलं म्हणजे बिनसलं.

त्यामुळे मी नेहमीच तारेवरची कसरत करत आले आहे. कार्यक्रमासाठी

वेळेवर पोहोचायचं म्हणून जाताना धावाधाव आणि घरी वेळेवर पोहोचायचं म्हणून येताना धावाधाव. कार्यक्रम संपला की भराभर पुस्तकं दाखवायची, उरलेली बॅगेत भरायची आणि धावायची कसरत. पुन्हा घरच्या माणसांची गैरसोय होऊ नये यासाठी आटापिटा. सुरुवातीच्या वर्षांत जमायचं कसंबसं. मग वय वाढत गेलं तसा थकवा जाणवायला लागला. पुस्तकांचं ओझंही खांद्यांना पेलेना झालं. लिहायला वेळ मिळेना झाला. एकेक मंडळ पुन्हा पुन्हा बोलवायला लागलं. त्यांच्यासाठी नव्या कथा, नव्या कविता पाठ करायच्या म्हणजे आपत्ती वाटायला लागली. "नाही येऊ शकत." म्हणणं म्हणजे पळपुट्याचं लक्षण. मग काय? 'हो' म्हणायचं आणि घोकत बसायचं.

तुला आठवतं श्यामल, आपण त्या वांद्रयाच्या महिला मंडळात नऊ कार्यक्रम केले. प्रयेक वेळी नव्या कथा-कविता- वात्रटिका निवडायच्या. घोकंपट्टी करायची आणि जायचं. पुस्तकं घेण्यात मंडळ कंजूस. मानधन देण्यात कंजूस. पहिल्या कार्यक्रमाला दिलं तेवढंच मानधन नवव्या कार्यक्रमालाही. पण मानधन इतकंच द्या म्हणून मी कधी मागितलं नाही.

जाण्यायेण्याची व्यवस्था करा म्हटलं नाही. उलट त्यानिमित्ताने काही नवं पाठ होतंय, ते दुसरीकडे वापरता येणार आहे, यातच आनंद मानला. काही मंडळं तर फोन करतात, तेव्हा पहिलं रडगाणंच गातात. मग कलाकाराची काय बिशाद की मानधनाचा आकडा सांगेल. त्यातून माझ्यासारखी मुखदुर्बळ, किंवा भिडस्त म्हणणंच अधिक योग्य ठरेल, असेल ती तर तोंड शिवून वर चिकटपट्टी लावावी तशीच गप्प बसेल ना?

पण या लिखाणाने आणि या कार्यक्रमांनी सुख-दुःखांत इतकी प्रचंड साथ दिली, की कितीही कौतुक करावं तेवढं थोडंच. दादा गेले तेव्हा हे असलं लिहिणं, वगैरे करतच नव्हते मी. पण आई गेली तेव्हा तीन-चार पुस्तकंही आली होती आणि कार्यक्रमही बऱ्यापैकी व्हायला लागले होते. आईच्या जाण्याने जी खळगी निर्माण झाली, प्रचंड पोकळीच म्हणा ना, त्या पोकळीत समदुःखी असं कोणीच नव्हतं. एकमेकांचे अश्रू पुसायला समदुःखीच असावं लागतं. दादा गेले तेव्हा अश्रूही गोठल्यागत झाले होते. आई समदुःखीच होती. पण तीही थिजल्यासारखी झाली होती. पण आईच गेली म्हटल्यावर आता आपलं कोण? राजवीर आहे. पण तो समदुःखी नाही. कर्तव्यबुद्धीने तो अश्रू पुसेल. पण खळगी भरून यायसाठी समदुःखीच असावा लागतो.

मग हे लिखाण, हे कार्यक्रम, यांनीच बाहेर काढलं या दुःखातून. आई गेल्यानंतर पंधराव्या दिवशीच कार्यक्रमासाठी बोलावलं होतं कोणी. आपण बोलू शकू, सादर करू शकू अशी खात्री वाटत नव्हती. 'मधेच काही

आठवेनासं झालं तर?' अशी शंका फार वाटत होती. पण घोकून पाहाता-पाहाता आत्मविश्वास वाटू लागला. आणि कार्यक्रमामुळे तर आपण पुन्हा उभे राहिलोय ही चकित करणारी जाणीवही.

"श्यामल, तेव्हातर तूही नव्हतीस आसपास. तुझ्या शाश्वतकडे अमेरिकेला गेली होतीस. पण माझ्या या कयिक्रमानेच तारलं मला. माझ्यातल्या मला मरू नाही दिलं."

" आज तू साफ कोलमडल्यासारखी वाटतेयस रसिका."

श्यामल, तू तर मला पाटीवरच्या गमभन सारखी वाचतेस. कितीही वेळा पुसा आणि पुन्हा लिहा. नव्याने अधिक सुस्पष्ट. अधिक चांगल्या अक्षरात. तू बरोबर ओळखलं होतंस, नेहमीप्रमाणेच.

राजवीरने या वेळी कसल्याशा शुल्लक कारणासाठी रणधुमाळी माजवली होती. मला चारी मुंड्या चीत केलं होतं. वाटेल तसं बोलत तो त्याच्या ऑफिसला निघून गेला होता. पण मला खांद्यांतून, कमरेतून मोडकळीला आल्यासारखं वाटावं इतकं सैरभैर, विखुरल्यासारखं, कमकुवत वाटत होतं. कार्यक्रम घेतला होता. माणसं जमणार होती. जाणं आणि सादर करणंही अपरिहार्य होतं. घरी म्हणून पाहिलं, तेव्हाही डोळे सारखे भरून येत होते. जगण्यातला फोलपणा, अस्तित्वातला मिथ्यापणा मला सारखा येऊन भिडत होता. तरीही बऱ्यापैकी पेहेराव करून जावंच लागलं. तू समोर बसली होतीस. पण मग तुझ्याकडे न पाहाताच पूर्ण कार्यक्रम केला. कारण तुझ्या डोळ्यांतली अनुकंपा मारक ठरली असती माझ्या अवसानाला त्या वेळी. या कार्यक्रमानेच त्यावेळी शांती मिळवून दिली. माझ्यातली मी शोधायला मदत केली मला. कार्यक्रम संपल्यावर तूच तर धावत येऊन मिठी मारलीस मला. खूप शांत-स्थिर वाटत होतं. आपणच आपल्याला शांत करू शकतो, या आपल्यातल्या शक्तीची जाणीव झाली.

घरात अनेक मोठी संकटं आली. राजवीरच्या त्या अपघातात त्याचं वजन सोळा किलोंनी घटलं आणि माझं आठ किलोंनी. मृत्यू तेव्हा दरवाजा ठोठावत होता आणि मी दरवाजा आतून घट्ट दाबून उभी होते. त्या ऐन भरातही एखाद-दुसरे कार्यक्रम विचारले गेले आणि पार पाडावेही लागले. तेव्हा तर घरी तयारी करायलाही वेळ मिळायचा नाही. राजवीरच्या सेवा-शुश्रुषेत इतका वेळ जायचा की जेमतेम कार्यक्रम करून यायसाठी वेळ काढावा लागायचा. पण परीक्षा देऊन आलेल्या विद्यार्थ्याला जसं सुटल्यासारखं वाटतं, तसं सुटलेपण या कार्यक्रमांत अनुभवलं मी. तूच तर माझ्या आधी पोहोचायचीस त्या वेळी कार्यक्रमाच्या ठिकाणी. मी वेळेवर न पोहोचले तर बाजी थोपवण्यासाठी.

श्यामल, हळू-हळू मी या निर्णयापर्यंत पोहोचत गेले की 'शो मस्ट गो ऑन' असं जे कलाकार म्हणत आलेत, त्यांना खरं तर असं म्हणायचं असणार, की 'शो मेक्स यू गो ऑन.' 'शो हेल्पस् यू गो ऑन.' शो साठी आपण उभे राहात नाही, तर शो मुळे आपण उभे राहू शकतो. शो आपल्याला तारून नेतो. केवळ त्या वेळेपुरताच नव्हे, तर आपल्या पुढल्या वाटचालीसाठीही आत्मिक बळ देत राहातो.

श्यामल, तू सेवानिवृत्त झालीस तेव्हा तू किती कोलमडली होतीस. एरव्ही तुझ्या कार्यालयातून माझ्यासाठी 'कन्सेशन' घेऊन येत राहायचीस तू. खरं तर सेवानिवृत्तीनंतर तुला माझ्यासोबत यायला वेळच वेळ होता. पण आता तुला आग्रह करायला लागायचा; मनधरणी करावी लागायची. पण तू आळसावल्यासारखी झाली होतीस. 'आपण संपलो' अशी भावना तुझ्यात मूळ धरायला लागली होती. शौनक आधी सेवानिवृत्त झाला होता नाही? ' आता आपण दोन ठोकळे ठोंब्यासारखे ढिम्म बसून राहाणार आहोत.' अशा खात्रीने तुला बधीर केलं होतं.

मग मी म्हटलं, "श्यामल, अग एकदा माझा घसा ठार बसला होता. गुळण्या करून, कंकोळ तोंडात ठेवून, गरम पाणी पिऊन मी कशीबशी कार्यक्रमासाठी गेले होते. तेव्हा माझ्या दोन कथांच्या मधे, दोन कवितांच्या मधे तू तुझ्या कविता सादर केल्या होत्यास. आठवतंय? माझ्यापेक्षा पब्लिकने तेव्हा तुलाच उचलून धरलं होतं. आठवतंय? चल ऊठ. तयारीला लाग. यापुढले कार्यक्रम आपण दोघींनी करायचे." तुझं बोट धरून चालायची सवय माझी. पण या वेळी माझं बोट धरून उभी राहिलीस तू. मग दोघी मिळून करत राहिलो कार्यक्रम.

मानधनाला स्पर्शही करायची नाहीस तू. म्हणायचीस, "ही माझ्यासाठी ट्रीटमेंट आहे. ट्रीटमेंट अगेन्स्ट डिप्रेशन. मीच तुला पैसे दिले पाहिजेत. रोगाचं निदान केल्याबद्दल आणि उपचारांबद्दलही."

आणि मी अचानक इतकी आजारी झाले, 'साहित्यसेवा स्त्री मंडळा'चा कार्यक्रम दोन दिवसांवर येऊन ठेपला होता. हा कार्यक्रम मिळावा म्हणून गेली कित्येक वर्षं मी प्रयत्नशील होते. आणि एवढ्या मुश्किलीने कार्यक्रम मिळाला, तर मीच आजारी पडले होते. ताप तर उतरत नव्हताच. जोडीला पायही मुरगळला होता. औषधांचा मारा करून ताप उतरवला असता, पण पायाची सूज काही कमी होत नव्हती. तशी श्यामल होतीच म्हणा. पण ती माझं हातधरणं होती. मुख्य गायकाने अर्धवट सोडलेली तान शिष्य पूर्ण करतो, तशी मधे-मधे कवितांची पेरणी करून माझ्या घशाला थोडा आराम

देणारी.
"श्यामल, पूर्ण एक तासाचा कार्यक्रम तुला एकटीने करावा लागणारसं दिसतंय."
"काहीतरीच काय रसिका? अग मला काय झेपणार आहे का ते? मी तर कथा लिहीत देखिल नाही. लिहिते फक्त कविता. त्यांतही तुझ्यासारख्या वात्रटिका वगैरे नाहीच. पूर्ण एक तास कविता तरी किती म्हणणार मी?"
"चार दिवसांत घोकंपट्टी करून पूर्ण कथाकथनाचा कार्यक्रम केला होता मी. ते पण तुझ्या सारख्या-सारख्या सांगण्यावरून धैर्य केलं होतं मी. आता मी तुला सांगतेय. ते पण कवितांचा कार्यक्रम करायला. कथाकथन नाहीच. बरं, तू तुझा एखाद-दुसरा अनुभव देखील कथेच्या रूपात सांगू शकतेस. तुझ्याच शब्दांत सांगायचं झालं, तर स्वतःची गोष्ट कथन करायसाठी पाठ करायची गरजच काय? ओठावर येतील तसे शब्द द्यायचे सोडून. मग आता तूच तुझे अनुभव तुझ्या शब्दांत कथारूपाने सांगू शकतेस. एक जरी कथा सांगितलीस ना श्यामल, तरी पंधरा-वीस मिनिटं आरामात लागतील. उरलेल्या वेळात मग कविता म्हणायच्या. दोन कवितांच्या मधे थोडं-थोडं भाष्य केलं तरी एक तास काय भुर्र जाईल उडून. शिवाय असाही पूर्ण तास असतोच कुठे आपल्या हातांत? सुरुवातीला त्यांची प्रार्थना होते. मग कार्यक्रम करणाऱ्याची ओळख. शेवटी पसायदान. कोणाचे वाढदिवस असतील त्यांचे सत्कार. अशी दहाएक मिनिटं जातातच." मी तालात येऊन बोलत होते. सहज श्यामलकडे पाहिलं, तर ती थरथर कापत होती. ओठ नुसतेच थरथरत होते. शब्दतर एकही फुटत नव्हता.
श्यामल सेवानिवृत्तीच्यावेळी कोलमडली होती, त्याची आठवण झाली मला. मी वापरलेल्या तंत्राचा उलटाच परिणाम झालेला पाहून मी गप्पच झाले. थोडा वेळ असाच स्तब्ध शांततेत गेला.
"तुझ्याबरोबर मी कायम असायचे रसिका. पण आता मला कार्यक्रम करायला सांगतेस आणि तू इथे घरी असणार आहेस. माझ्या पुढ्यात मला नैतिक आधार द्यायला नसणार तू." खूप वेळाने श्यामलने तोंड उघडलं.
"तुझं पुस्तक आल्यापासून आपला एकही कार्यक्रम झाला नाहीये. श्यामल, तुझा पहिला-वहिला काव्यसंग्रह 'ऊन सावल्यांचा खेळ' घेऊन जायचा. चांगल्या पंचवीस प्रती घेऊन जा. तुझा कार्यक्रम झाल्यावर बायकांची काय बिशाद की काव्यसंग्रह न घेता घरी जातील." माझ्या या वाक्यावर श्यामल हसली.
कार्यक्रमापर्यंत माझा तापही उतरला नव्हता, की पायाची सूजही उतरली

नव्हती. श्यामलने सगळी खिंड एकट्यानेच लढवली. मी अंथरूणात पडल्या-पडल्या मनाशी म्हणत होते, की सगळं काही सुखरूप पार पडो.

कार्यक्रम संपल्यावर श्यामल सरळ माझ्याकडेच आली. खूप खुशीत दिसत होती. गड फत्ते केल्यासारखी. हातात पुस्तकांची थैलीही दिसत नव्हती. खांद्यावर नेहमीची पर्स लटकत होती. "एवढं मी सांगितलं तरी पुस्तकांचा गठ्ठा उघडला नाहीस ना श्यामल?" मी तक्रारीच्या सुरात विचारलं.

"नेली बरं पुस्तकं बाईसाहेब. तुमची आज्ञा मोडायचं धैर्य नाही बरं आमच्यात बाईसाहेब!" माझा प्रश्नार्थक चेहरा पाहून मग श्यामलने कुतूहल जास्ती ताणून धरलं नाही. "अग, अख्खा पंचवीस पुस्तकांचा गठ्ठाच घेऊन गेले होते. कार्यक्रम संपल्यावर बायकांची झुंबड उडाली पुस्तकं घेण्यासाठी. आणखी चार असती तरी खपली असती. तुझी खूप आठवण आली बघ तिथे. ही बघ पुस्तकं नेलेली पिशवी. मग घडी करून पर्समधेच टाकली."

"काय म्हणालं कोण-कोण?" या माझ्या प्रश्नात उत्तर अलगद अडकवत श्यामल म्हणाली, "खूप आवडला बायकांना कार्यक्रम. कितीतरी जणींनी प्रत्यक्ष येऊन सांगितलं टेबलापाशी. आणि पंचवीसच्या पंचवीस पुस्तकं गेली म्हणजे बघ. फक्त एक दहा मिनिटांची कथा सांगितली. कथा कसली ग! माझं पाकीट मारलं तीच हकीकत सांगितली. जशी घडली तशी. त्यानंतर किती दिवस खाली दुकानात ब्रेड आणायला जायलाही घाबरत होते, तिथपर्यंत सांगितलं. पाठ-बीठ करावंच लागलं नाही. मनावर कोरलीच गेलीय ती घटना. मग ओठांवर यायला काय वेळ? बाकी वेळ फक्त कविताच म्हटल्या. पण आवडल्या बाई त्यांना. 'खूप छान आहेत तुमच्या कविता.' 'भावस्पर्शी आहेत.' 'वास्तववादी आहेत.' 'काळजाला भिडणाऱ्या आहेत.' 'पाठ आहेत की सगळ्या कविता.' 'कशा सुचतात हो तुम्हाला इतक्या छान कविता?' 'सगळं आमच्या मनातलंच आहे; पण आम्ही नाही लिहू शकणार.' -- किती काय-काय म्हणाल्या, पण एकीनेही चकार शब्द काढला नाही सादरीकरणाविषयी. तुझ्यासारखं साभिनय आणि योग्य शब्दांवर जोर देत मला थोडंच जमणार आहे?"

श्यामल अजूनही माझ्या सादरीकरणाविषयीच बोलत होती. पण मी जाणून चुकले होते, की बायकांना श्यामलच्या कविता रुचल्या होत्या. सादरीकरणाची झालर-झूल नसतानाही तिच्या कवितांनी बाजी मारली होती. कविता पाठ होत्या इतकंच. पण बाकी सगळं श्रेय कवितांचं स्वतःचं होतं. शब्द, भाव, आंतरिक लय, प्रतिमा आणि प्रतिभा. श्यामलच खरी प्रतिभासंपन्न होती हे स्पष्ट दिसत होतं.

"बरं वाटलं नाहीये काय अजून रसिका? ताप उतरला नाहीये अजून? आणि पाय कसा आहे?" श्यामलने पुढे येऊन माझ्या अंगाला हात लावून पाहिला. ताप उतरला होता. पायाची सूजही उतरली होती. "ताप तर उतरलाय. पायाची सूजही उतरलेली दिसतेय. पण चेहरा मात्र साफ कोमेजलाय. या आजारपणाने हवाच काढली बघ तुझी." श्यामल नेहमीसारखीच प्रेमाने म्हणाली.

"नाही ग. बरी आहे मी." मी दोन्ही हातांचे तळवे चेहऱ्यावरून जोरात फिरवले. जणू असं केल्याने चेहऱ्याच्या रेषा पुसल्या जाणार होत्या. आज श्यामलने बाजी मारली होती. माझ्या अनुपस्थितीत स्वतःला सिद्ध केलं होतं. आतापर्यंत या एकाच क्षेत्रात मी श्यामलहून वरचढ होते. या साहित्याच्या, कथा-कवितेच्या क्षेत्रात व्यासपीठं गाजवत होते. आपण वरचढ आहोत, असं मी समजत तरी होते. पण आता श्यामलने मला मात दिलीय. माझ्यावर मात केलीय. माझा घसा बसलेला असताना दोन कथांच्या मधे माझ्या घशाला आराम देणारी ही श्यामल नाही. ही कदाचित माझ्या घशाला कायमचा आराम देणारी श्यामल आहे.

मी पुन्हा एकदा चेहऱ्यावरून हातांचे तळवे फिरवले. आज चेहऱ्यावर हसू आणायसाठी मला माझा अभिनयगुण पणाला लावावा लागला. श्यामलचे दोन्ही हात हातांत घेत मी म्हटलं, "अभिनंदन श्यामल. आता मी बरी नाही झाले तरी चालणार आहे. तू आहेस."

"हे काय बोलतेस रसिका? मी कसले कार्यक्रम करणार? तुझ्या अनुपस्थितीत आज वेळ मारून नेली, इतकंच. मी तुझ्या जोडीनेच ठीक आहे." श्यामल साधेपणाने म्हणाली.

पण मला ठाऊक आहे की श्यामलच्या जोडीने यापुढे काहीही ठीक होणार नाहीये. निदान माझं तरी.

(उत्तमकथा – दिवाळी २०१७)

२०. पेन

"माई, तुम्ही दिलेलं हे पेन मीच वापरणार हं का. तुमच्या पुतणीला हात सुद्धा लावायला देणार नाही. पण तुम्ही जर का हे पेन मी तिलाच द्यावं अशा विचाराने मला दिलं असेल, तर माफ करा. तिला भरपूर पेनं आणून देतो मी. अगदी डझनांनी. पण हे नाही देणार. भले तुम्हाला वाटत असेल, की तुमची पुतणी मोठ्ठी लेखिका आहे; तेव्हा पेन म्हटलं, की तिच्याकडेच जायला हवं ते. पण हे पेन नाही. नाहीतर आत्ताच घ्या परत. आणि तुमच्या हाताने द्या तिला." अभिनवने पेन पुन्हा माईच्या पुढ्यात धरलं.

"नाही रे बाबा. तू आमचा लाडका जावई आहेस. आणि पेन तुलाच दिलंय. तूच वापर." पेनाची लांबुडकी चपटी डबी खिशात टाकून अभिनवने माझ्याकडे पाहून डोळे मिचकावले. मी हसले. त्याचं पेन-प्रेम मला आहेच ना ठाऊक! बाहेरगावी, परदेशी कुठेही गेलं, तर तिथून तिथलं खास वाटेल असं पेन आणणारच तो. बरं, वापरणार किती? जवळ-जवळ नाहीच म्हटलं तरी चालेल. त्याचं जास्त काम साईटवरच. क्वचित कधी कुठल्या प्रोजेक्टवर, कसल्या कागदपत्रांवर, किंवा चेकवर, किंवा कधी बँकेतून एफ.डी.ची रिसीट आणताना बँकेच्या लेजरमधे सही करताना तेवढं लागणार पेन. काही ठिकाणी त्या-त्या संस्थांची पेनं असणारच. पण एखाद्या ठिकाणी नसलंच पेन, तर मग रिश्यातून छान, चकचकीत, गुळगुळीत, आगळं-वेगळं पेन काढायचं आणि सही करायची.

पूर्वी आपल्या बाबांकडली छान-छान पेनं शुभमला हवी असायची. पण आजकालच्या संगणकीय युगात त्याचं पेनांचं आकर्षण कमी होत गेलं. पेनाना कोणी वारस न राहिल्याने पेनं सुकली. काही पेनं झरली. काही पेनं कुठे ठेवली, तेच आठवेना झालं. पण अभिनवचं पेन-प्रेम संपलेल्या रिफिल मधल्या सुकलेल्या शाईइतकंही कमी झालं नाही. हल्ली मलाही जेलपेनच बरं वाटायला लागलं होतं. हलकं, बोटाना ओझं न होणारं आणि आपल्या विचारांपेक्षाही पटपट लिहिणारं. पेन पारदर्शक असेल तर अधिकच चांगलं. म्हणजे संपत आलंय असं दिसलं, की दुसरं पेन काढूनच ठेवायचं.

तर हे नवीन पेन अभिनवच्या छान-छान शर्टांच्या खिश्यांमधे विराजमान व्हायला लागलं. म्हणजे त्याचे शर्ट नेहमीच छान-छान असणार. पण जरा कुठे खास ठिकाणी जायचं असेल तेव्हा शर्ट जरा अधिक छान आणि तेव्हा त्या छान शर्टाच्या खिश्याला हे छान पेन अडकवलेलं असणार. त्याने डबीतून हे पेन काढून खिश्यात अडकवलं की मला हसू आवरणार नाहीच. मग तोही

चिडणारच.
"पेन खूपच लकी आहे अभया. दर वेळी काम फत्ते करतंच." कुठेही जाऊन आल्यावर त्याचं हे वाक्यही ठरलेलं. त्यामुळे मधे एकदा पेन डबीसकट गायब झालं, तेव्हा खूप व्ययित झाला तो. मग मी अख्खा खणच रिकामा केला. तर पाठच्या बाजूला मिळाली पेनाची डबी. मग खुलली कळी अभिनवची पुन्हा. पेन धातूचं आहे. त्यामुळे जडच. मी हल्ली खूप वर्षांत धातूची पेनं वापरलेली नाहीत. हे वापरावं, असंही कधी मनात आलं नाही. अभिनव खूश तर मी खूश. पण अभिनवच्या अचानकच्या आजारपणाने त्याच्या तोंडचं हसूही मावळलं आणि माझ्या काळजाला घरंही पडली. हॉस्पिटलची कागद-पत्रं भरायला जाताना या पेनाचीच काय, पण छान-छान शर्टांचीही अभिनवला आठवण झाली नाही. साध्या जेलपेननेच सर्व कार्यवाही पूर्ण करून उपचाराना सुरुवात केली. ओपीडी, तपासण्या, एक्स रे, सोनोग्राफी, सिटीस्कॅन, एमआरआय अशा सर्व दुष्टचक्रात जेलपेनच असायचं साथीला. लिहायला हलकं, सांभाळायला सोपं.
आजारपण चिवट निघालं. पाठ सोडलीच नाही त्याने अभिनवची. शेवटी ॲडमिट व्हायची वेळ आली. हॉस्पिटलचे कपडे चढवताना अभिनवने खिश्याचं जेलपेन माझ्या हातात देऊन म्हटलं, "हे वापरून टाक." जेवण जात नव्हतं, म्हणून सलाईन लावायसाठी तातडीने हॉस्पिटलात नेलं, ते आठ दिवसांनी त्याचं निष्प्राण शरीर घरी घेऊन आलो.
--"आई, बाबांचं ते जेल आहे का ग?" त्या दिवशी शुभमने जरा ॲसिडिटी झाल्यासारखं वाटत होतं, म्हणून विचारलं. "अरे असणार, पाहायला हवं." अभिनवच्या खणाला हात लावायचा धीरच होत नव्हता तो गेल्यापासून. पण शुभमसाठी खण उघडला. पुढ्यातली घड्याळांची पेटी काढून टेबलावर ठेवली आणि पाठचा औषधांचा डबा काढला. डब्याच्या वरच होतं माईकडचं स्पेशल पेन हे असंच ठेवलं तर सुकेल नाही तर ओकेल. वापरायला हवं. मग एकदा का याची रिफिल संपली की पुन्हा ठेवू खणात.' माझ्या मनात आलं. शुभमला हवी असलेली जेलची बाटली त्याला देऊन मी खण आवरला. डोळे पुसतच होते. अभिनवचा स्पर्श झालेल्या त्या वस्तू माझ्या भुकेल्या मनाला जणू त्याच्या स्पर्शाचा आभास देत होत्या. खण बंद करताना लक्षात आलं, माईने दिलेलं अभिनवचं पेन खणात ठेवायचं राहूनच गेलं होतं.
असंही मन इतकं बधीर झालं होतं, की लिहिणं बंदच होतं. रक्ताळलेले, मनाला विद्ध करणारे अभिनवचे विचार, त्याच्या जाण्याचं काळीज फाटून टाकणारं दुःख या पलीकडे आयुष्यात काही उरलंच नव्हतं. डबीवरून प्रेमाने हात

फिरवून डबी खणात ठेवताना वाटलं, "उशाशी ठेवावी का ही डबी?' मनात आलं, तसंच केलं. खण बंद केला आणि डबी नेऊन उशाशी ठेवली. रात्री झोप येत नसेच. पण दिवा बंद करून आडवं व्हायचं. काळोखात अभिनवच्या स्मृतींनी डोळे पाझरत राहायचे. त्याला जगण्याचं अमिष दाखवून मृत्यूने त्याच्याशी केलेला दगा-फटका मनाच्या चिंध्या करत राहायचा. पण आज रात्री असं झालं नाही. हाताशी असलेलं लिहिण्याचं पॅड उघडून मी आतल्या कोऱ्या कागदाकडे कोऱ्या मनाने पाहात राहिले. मग मनःपटलावर अक्षरं- वाक्यं-विचार उमटायला लागले.

मी उशीजवळून डबी काढली. आतून पेन काढलं. जणू कसलीशी संवेदना आत कुठेतरी पाझरली. अभिनवच्या पेनातून अक्षरं, वाक्यं, परिच्छेद, पानं उमटत गेली. झोप तर येत नसेच. पण आज एक टक्क जागेपणा डोळ्याना भिडत गेला. खूप-खूप कालावधीनंतर मी पुन्हा काही लिहिलं. अभिनवच्या पेनाने मला पुन्हा लिहितं केलं. पेन तसं जडच. पण हात जराही दुखला नाही. जणू ह्याच पेनाने मी वर्षानुवर्षं लिहीत असल्यासारखं. शेवटी पेन पुन्हा डबीत ठेवून डबी उशीपाशी ठेवली. फोटोतल्या अभिनवला 'गुड नाईट' म्हणून दिवा बंद केला, तेव्हा खरं तर 'गुड मॉर्निंग' झाली होती. गुड कसली? निव्वळ मॉर्निंग. शरीरात प्राण आहे, म्हणून जगण्याचा अट्टाहास करायला लावणाऱ्या सकाळींच्या साखळीमधली आणखी एक सकाळ. रोजची सगळी कामं आटपून दुपारी जरा बसले, तेव्हा सहज पॅड काढून उघडलं. म्हटलं, वाचूया तरी काय खरडलंय ते. नेहमीच्या सवयीने मोठ्याने वाचत होते. अभिनवला ऐकवत होते.

वाचून संपलं तेव्हा क्लांत मनाने अभिनवकडे पाहिलं. त्याच्या हसऱ्या डोळ्यांत आज पहिल्यांदाच अश्रू जमल्यासारखे वाटले. त्याचा खूप दिवसांत न ऐकल्याने विसरला झाल्यासारखा आवाज कानांत पडल्यासारखा वाटला.

"ह्या पेनाने हॉस्पिटलचा फॉर्म भरायला पाहिजे होता ना ग?" जणू तो म्हणत होता.

(कलामंच – अर्धवार्षिक २०१९)

२१. तूर्तास

दहा दिवसांपासून पाऊस थांबलेलाच नाही. सूर्यदर्शन झालेलंच नाही अजिबात. सकाळ झालेली तेवढी घड्याळामुळेच कळतेय फक्त. मग अख्खा दिवस घड्याळाच्या तालावर नाचण्यातच जातो. मिट्ट काळोख झाल्यावर रात्र तेवढी कळतेय वेगळी. पत्र्यांवर अखंड पावसाचा ताशा बडवला जातोय. चाकरमान्यांना घराबाहेर पडायचा कंटाळा येतोय. इस्त्रीचे कपडे दोन मिनिटांत बोळे होतायत. घरात घालायचे कपडेही पंख्याखाली किंवा इस्त्री करूनच सुकवावे लागतायत. चिमण्या आणि कबुतरांच्या जोडीला कावळेही भेदरलेयत यावेळी. चपटलेली-चिप्प पिसं फडफडावीत चक्क गॅलरीच्या ग्रीलच्या आतमधे घुसून कुडकुडताहेत. झाडांच्या पानांचे अपुरे आडोसे कधीचेच सोडलेत त्यांनी. त्यांची दयाही येते आणि रागही. कुडकुडताहेत बिचारे म्हणून दया आणि घाण करून ठेवतात म्हणून राग. जिकडे-तिकडे वाहतूक खोळंबतेय. अगदी रात्री दहा-अकरा वाजताही खोळंबलेल्या वाहनांचे हॉर्न ऐकून कान किटतायत. भरीस भर म्हणून पत्र्यांवरचा पावसाचा ताशा. वाताहत! वाताहत झालीय सगळी.

वाताहतीवरून आठवलं. आठवलं कशाला म्हणू? विसरायलाच कुठे झालंय अजून? काचेच्या आवरणात लावलेल्या दिव्याच्या अखंड ज्योतीसारखं ते असतंच मनाच्या गाभाऱ्यात, सतत जळत. आणि मनालाही जाळत. दहा वर्षं तरी झाली असतील कमीत-कमी. किंवा कदाचित जास्तही. मोजणं सोडलंच आहे मी हल्ली. मोजून काय होणार? वेदना कमी होणार असतील, व्रण पुसट होणार असतील, तर मोजावेत ना दिवस! पण सदा भळभळणाऱ्या जखमेसाठी कसलं आलंय मोजमाप?

जखम भळभळत ठेवणारी कारणंही आजूबाजूला अशी विखुरलीत, की जखमेची काय बिशाद बरं व्हायची? परवाच पलीकडच्या बंगल्यातला हिमांशू एम.एस. करून अमेरिकेहून परतला. गेल्याच नहिन्यात शेजारच्या रौनकला मॅनेजरची पोस्ट मिळाली. पाठची सारिका तर दर वर्षी प्रमोशन घेतेय. आम्ही घरबसल्या पेढे खातोय दरवर्षी. पण तोंड गोड होण्याऐवजी कडूच होतं. मत्सर नव्हे हा. पण अंतरात्म्याला वेदना व्हायची थोडीच राहाते? ही सगळी मुलं माझ्या ध्रुवच्याच वर्गातली. अढळ राहावं म्हणून किती आवडीने आणि उमेदीने ध्रुव हे नाव ठेवलं. सार्थच वाटत होतं ते तेव्हा. अगदी ध्रुव एस्.एस.सी. होईपर्यंत घरात किती उलथा-पालथी झाल्या. ध्रुव मात्र अढळ होता. पण अचानक त्याचं आसन डळमळलं. एका बेसावध क्षणी सिंहासनाचे पायच

खच्ची केले कोणी. आसनाच्या हात ठेवायच्या जागी असलेल्या सिंहाच्या मुद्राही असहाय गोगलगायीसारख्या लुळ्या पडल्या आणि ध्रुव त्या पायमोडक्या आसनावरून कोलमडला तो सरळ उतारावरच्या नदीप्रवाहात सापडल्यासारखाच. दगडगोट्यांत ठेचकाळत-ठेचकाळत अटळ अशा सागरसमाधीप्रत. ध्रुवचं आयुष्य तर अपयशाच्या भोवऱ्यात सापडलंच, पण तेव्हापासून माझं यशही खुपायला लागलं मला; जे मी न मागताही मला मिळत गेलं. बिनदिक्कत. जणू ध्रुव आयुष्यात यशस्वी व्हावा, म्हणून मी काढलेल्या खस्तांची फळं, नियती ध्रुवला डावलून माझ्या पदरात टाकत होती.

ध्रुवसाठी ज्योतिषी, गुरू किती झाले. सगळ्यांचं म्हणणं एकच. त्याला एखादं भावंड असतं, तर सावरला असता तो. मग मला आसपासच्या सर्व यशस्वी भावंडांच्या जोड्या दिसायला लागायच्या. आपण नाकारलेला दुसऱ्या मुलाचा जन्म आत खोल कुठे कळ उमटवायचा. कालचक्र उलटं फिरवून ध्रुवसाठी एखादं भावंड आणता यावं, असा दुर्दम्य पोरकट विचार मनाला कुरतडत राहायचा.

कोणी म्हणायचं, "तू नोकरी करत असतीस तर बरं झालं असतं. तुझ्या कुबड्यांशिवाय जगायची सवय झाली असती त्याला." मग अदितीचा कुणाल कसा, अदिती नोकरी करत असूनही यशस्वी झाला, ते आठवत राहायचं. वाटायचं, का नाही केली आपण नोकरी? का गुरफटून घेतलं आपलं आयुष्य ध्रुवभोवती? सोडायला हवं होतं त्याला थोडं एकटं. कोणी म्हणायचं, थोडा धाक हवा होता त्याला कोणाचा. फार लाडावलंस तू त्याला. मग कठोर वागून मुलांना शिस्तीत ठेवलेल्या पालकांच्या जोड्या दिसायला लागायच्या. असं वागायला हवं होतं आपण, वाटायचं.

लाड तर सगळेच आई-वडील करतात मुलांचे. 'वेडे लाड' आणि 'शहाणे लाड' या दोन प्रकारच्या लाडांमधली सीमारेषा पाहिलीय का कोणी? मी तर नोकरीदेखिल करत नव्हते. म्हटल्यावर एकट्या आकाशच्या पगारात लाड करून-करून किती करू शकणार होते मी? पण अपयशी मुलाची आई म्हटल्यावर लोक बोलणारच. प्रत्येक जण रावण असल्यासारखा दहा-दहा तोंडांनी बोलायचा. आणि मी? अशोकवनातल्या सीतेसारखी लाचार.

दुधात बुडवलेल्या बिस्कीटासारखा ध्रुव ढेपाळूनच गेला अगदी. मग त्याने डिग्री घेतली आपली. घ्यायची म्हणून. नोकरीही केली. करायची म्हणून. जायचं. काम करायचं. यायचं. धडडीने काम करावं, वरीष्ठांवर छाप पाडावी, यशाच्या पायऱ्या चढत जाव्या – यातलं काहीच नाही. अगदी मिठाईला

गुंडाळलेल्या गुळगुळीत कागदाने मिठाईचा तुपकटपणा स्वतःत जराही जिरू देऊ नये, तसा पैसे मिळवायचं एक साधन म्हणून नोकरी केल्यासारखा. जगण्याच्या प्राथमिक गरजा भागवण्यापुरता कमावलं, की झालं. बरं, प्राथमिक गरजाही इतक्या मर्यादित. ना कपड्यांची आवड, ना खाण्या-पिण्याची, ना पर्यटनाची, ना छानछोकीची. अगदी चिखलात राहूनही अळवाच्या पानासारखा अस्पर्श्य.

आपलं आनंदी, मस्तीखोर मूल चिडीचूप झालंय, त्याचं दुःख करू? आपलं खाण्या- पिण्यातलं चोखंदळ मूल पुढ्यात पडलेलं खाऊन बाजूला होतंय, त्याचा आतड्याला पीळ पडू देऊ? त्याला कपड्यालत्त्यात आवड- निवड राहिली नाही, त्याबद्दल झुरू? त्याने एकेक करत सगळे मित्र झटकून टाकले, त्याने व्यथित होऊ? त्याचा घरामधल्या व्यवहारात आलेला अलिप्तपणा पाहून भयभीत होऊ? आघातावर आघात सोसून माझं मन इतकं कमकुवत झालं, की निवांत श्वास घ्यायचीही भीती वाटू लागली.

सगळ्याला आपण कारणीभूत आहोत, अशी जीवघेणी जाणीव सतत मन कुरतडायला लागली. आपण एकाच मुलाला जन्म दिला. दुसरं मूल आपण जाणून-बुजून होऊ दिलं नाही. एकाच मुलाचं नीट संगोपन करता यावं म्हणून. कुठल्याही गरजा भागवताना त्याच्यावर अन्याय होऊ नये म्हणून. त्याच्या लाडकोडात वाटेकरी नसावा म्हणून. आणि आता शंभर रावणांची हजार तोंडं आपल्याला फाडून खातायत. 'तुझं चुकलं..... तुझं चुकलं,' म्हणत.

गेली कित्येक वर्षं ही अपराधाची भावना आपल्याला व्यथित करतेय. जखमेवरच पुन्हा-पुन्हा आघात व्हावा तशी. 'या मुलाला एखादं भावंड असतं तर यातून सावरला असता हा.' अनेक ज्योतिष्यांचं, नातेवाईकांचं, आवजी-बावजींचं एकच मत.

एकेकटी मुलं आजूबाजूला काही कमी नाहीत. ध्रुवच्या दोघाही मामांना एकेकच मुलगा. पण हे दोघोही मामेभाऊ यशाच्या शिखरांवर. पण तिथे दोन्ही माम्या नोकरी करणाऱ्या ना. म्हणजे मुलं पहिल्यापासून स्वावलंबी. पण आई माझ्या सारखी गृहिणी आहे आणि मूल ध्रुवसारखं एकटंच आहे, असं एकही उदाहरण नाही आसपास. त्यामुळे 'झुरणं' हा एकच पर्याय माझ्यासाठी. मग तोच पर्याय कुरवाळत काढली इतकी वर्षं.

मधल्या काळात ध्रुवबरोबरीच्या इतर मुलांची भावंडंदेखिल शिक्षणं संपवून मार्गाला लागली. यशाच्या शर्यतीत कधी धाकटं भावंड पुढे तर कधी मोठं भावंड पुढे. पण यशाचं दान प्रत्येकाच्या ओंजळीत पडलंच. ध्रुवसारखे पालथे पंजे कोणाचेच राहिले नाहीत. सारिकाचा धाकटा भाऊ साहिल

सारिकासारखा इंजिनियर झाला नाही, पण पदवीधर होऊन एम.बी.ए. केलं आणि नोकरी छानच मिळाली त्याला. हिमांशूची मोठी बहीण आधीच अमेरिकेत एम.एस. करत होती. तर रौनकचा धाकटा भाऊ शौनक डॉक्टर होऊन एम.डी. करायला लागला. मी भाजी आणायसाठी खाली उतरले, की एकाची ना एकाची आई भेटायचीच आणि न विचारताच माहिती मिळायची. मीहून तर विचारायचे नाहीच. कारण आपण विचारलं, की समोरची पण विचारणार आणि सांगण्यासारखं जिच्याकडे काहीच नसतं, ती व्यक्ती विचारत नाहीच.

ध्रुव शाळेत असताना मी त्याला शाळेच्या बसमधे बसवून द्यायला जायचे. तेव्हापासून सगळ्यांच्या आया परिचयाच्या. ज्या माझ्यासारख्याच गृहिणी होत्या, त्या मैत्रिणी झाल्या. नोकरी करणाऱ्या होत्या त्या परिचयाच्याच तेवढ्या राहिल्या. पण भेटल्या की बोलणं व्हायचंच. कार्तिक खरं तर ध्रुवपेक्षा दोन वर्षांनी लहान. पण कार्तिकचा मोठा भाऊ धनंजय ध्रुवच्या बरोबरीचा. धनंजय दुसऱ्या शाळेत होता. त्यामुळे ही मुलं धनंजयला कार्तिकचा भाऊ म्हणून ओळखायची. धनंजय तसा बुद्धीने थोडा डावाच. त्यामुळे पदवीधर झाल्यावर त्याने पुढे काही न शिकता सरळ नोकरी पकडली. कार्तिक मात्र खूप हुशार. मेरिटमधे येत-येत इंजिनियर झाला आणि एम.एस. करायला यु.एस.ला गेला. धनंजयकडे शिकायची हुशारी नसली, तरी वर चढायची अक्कल खूप. खरं तर धनंजय आणि ध्रुव एकाच ऑफिसात आहेत. पण ध्रुव उगीच इथे-तिथे रेंगाळला. धनंजय तोपर्यंत दोन पायऱ्या चढलाही आणि मग चढतच राहिला. ध्रुव मात्र कासवासारखा आपला सरकतोय थोडा-थोडा.

ध्रुवकडून धनंजयच्या बातम्या समजायच्या आणि कार्तिकच्याही. 'पाहिलं?' माझं मन स्वतःलाच विचारायचं. 'धाकटा यशाच्या शिखरावर पोहोचल्यावर मोठ्याच्याही मनात ईर्षा उत्पन्न झाली. ईर्षेची बहीण मेहनत आणि त्या दोघींचा भाऊ यश. खरंच ध्रुवला भावंड असणं किती आवश्यक होतं. आज त्या भावंडाच्या यशाने प्रेरित होऊन तरी ध्रुवच्या मनात ईर्षा उत्पन्न झाली असती ना. धनंजयसारखी.'

"कार्तिक आला का रे अमेरिकेहून?" एकदा मी सहज ध्रुवला विचारलं. तेव्हा मला समजलं की कार्तिक अमेरिकेतच स्थायिक झालाय.

"दाखवतो ना धनंजय, कार्तिकने पाठवलेला टी-शर्ट, मोबाईल; लॅपटॉप पण आणलाय म्हणे हल्लीच. धनंजय पण जाणार आहे, पल्लवीला घेऊन अमेरिकेला. फिरायला ग!" ध्रुव म्हणाला.

ऐकायचं आणि नव्याने खंतावायाचं. माझ्या जिवाला तर जणू रक्तबंबाळ

व्हायचं व्यसनच लागल्यासारखं. सुटता सुटत नाही.

--आणि आज ध्रुवने बातमी आणली. "धनंजयने नोकरी सोडली."

"का रे? अमेरिकेला चाललाय का?"

"नाही. कंपनीने नोकरी सोडायला भाग पाडलं म्हणे त्याला."

"अरे पण का?"

कुचाळक्या करणं हा ध्रुवचा प्रांतच नाही. पण मी खोदून-खोदून विचारल्यावर ध्रुवचा नाईलाजच झाला. धनंजय म्हणे कित्येक दिवस कंपनीची अंतस्थ माहिती, गुप्त राखायच्या गोष्टी दुसऱ्या कंपन्यांना पुरवत होता. इतक्या लहान वयात त्याला इतर कंपन्यांकडून मोठ-मोठ्या भेटवस्तू येतात, हे पाहून कंपनीने पाळत ठेवली. धनंजयचं बिंग फुटल्यावर कंपनीने समज देऊन त्याची दुसऱ्या विभागात बदली केली. पण धनंजय शहाणा झाला नाही. शेवटी कंपनीने त्याला महिन्याची नोटीस दिली आणि नोकरी सोडायला भाग पाडलं. माहिती भयचकित करणारी होती. मी तर अवाकच झाले. का केलं असेल असं धनंजयने? चांगली नोकरी करणारी बायको आहे. नोकरीत पण बढती मिळाली होती. सुखवस्तू कुटुंब आहे. कार्तिकसारखा भाऊ आहे. मग? कंपनीने जर चांगलं शिफारसपत्र दिलं नाही, तर दुसरीकडेही चांगली नोकरी मिळणं अशक्यच. काय झालं असेल धनंजयच्या आईचं, हे सर्व ऐकून? कदाचित नोकरी सोडण्याचं कारण धनंजयने तिच्यापासून लपवलंही असेल. पण आज ना उद्या कळेलच ना तिला? का बुद्धी झाली असेल त्याला अशी?

ईर्षा- बाई- ईर्षा! भावाचं यश पाहून त्याच्या मनात जागी झालेली ईर्षा. पण ईर्षेची बहीण मेहनत आणि त्या दोघांचं भावंड यश, असंच समीकरण मांडत आलो ना आपण नेहमी? पण ईर्षेची बहीण अवनती आणि त्या दोघींचा भाऊ सर्वनाश, असं नवीन समीकरण का घोळायला लागलंय आपल्या मनात? आतापर्यंत यशस्वी भावंडांच्या जोड्याच जोड्या पाहिल्या आपण. एकाचं पाहून दुसऱ्याने शिकणं, वर येणं, मोठ्यापेक्षा धाकट्याने सवाई होणं, क्वचित एखादं भावंड अडखळलं- धडपडलं- खड्ड्यात पडायला लागलं तर दुसऱ्याने त्याला सावरणं, एकमेकांची बोटं पकडून एकमेकांना आधार देत चालणं आणि दोघांपैकी एखादं कमकुवत असेल, तर दुसऱ्याने त्याची ताकद होणं.

ध्रुवच्या बाबतीत जे घडलं त्यासाठी आपल्याला जबाबदार धरलं सर्वांनी. आपणही स्वतःलाच अपराधी मानत आलो; ध्रुवला भावंड न आणण्याबद्दल. आपण नोकरी न करता घरी राहिलो त्याबद्दल. पण आज आपल्याला जाणवतंय, की मानवी मनाचे ठोकताळे कोणी मांडू शकत नाही. कोण कधी

कसा वागेल, याविषयी कोणी नियम बनवू शकत नाही. प्रत्येक माणसासाठी वेगळा ठोकताळा. वेगळा नियम. ध्रुवच्या पडझडीला आपण कारणीभूत नाही आहोत. मुळीच नाही आहोत.

--दहा दिवसांनी आज पाऊस थांबलाय. तसं रस्ते सुकायला, वाहतूक सुरळीत व्हायला, वाताहतीचे दूरगामी परिणाम नष्ट व्हायला आणि सारं काही मूळ स्थितीत यायला बराच वेळ लागेल. पण तूर्तास ढगाआडून जो सूर्य डोकावतोय ना, तो फारच आशादायी चित्र उभं करतोय मनाच्या कोपऱ्यात. दहा वर्षं तरी झाली असतील कमीत कमी. जास्तही असतील कदाचित. ही इतक्या वर्षांची जखम. व्रण जायला तर मोठाच कालावधी लागेल. पण जखम मात्र सुकेल लवकरच. सूर्य डोकावलाय ना ढगाआडून?

(माझी सहेली – ऑगस्ट २०१२)

२२. कालिया

गारुड्याची असते तशी टोपली मिळाली म्हणून बरं झालं. मी सुखरूपपणे कालियाला घरी घेऊन येऊ शकलो. कापडी पिशवीत टोपली टाकली आणि आलो घेऊन. अगदी चिंतनच्या गाडीतून. खुद्द चिंतनलाही ठाऊक नव्हतं की गाडीत पाठच्या बाजूला पिशवीत असलेल्या टोपलीच्या आत एक अजगर वेटोळं करून बसलाय.

आईने दार उघडलं. पण तिलाही भलती-सलती शंका आली नाही. कारण वनात भटकंती करून आलो की दर वेळी पिशवी भरून दगड-गोटे, शंख-शिंपले, वाळू, अभ्रक यांबरोबरच एकदा एक छोटं कासव, एकदा दोन-चार काजवे असलं काय-काय आणलंय मी नेहमी. पण अजगर घेऊन येईन अशी शंका त्या माउलीलाही कशी येईल?

मी तिला एरव्ही सांगितलंही नसतं. कारण घरात माझी स्वतंत्र झोपायची खोली आहे. तीही स्वयंपूर्ण. त्यामुळे कालियाची बाब लपवायची म्हटली तर लपवू शकलो असतो मी. पण माझा इतका मौल्यवान ठेवा तिला दाखवल्याशिवाय राहावेनाच मला. शिवाय मला कालियासाठी मोठ्ठा टब आणायचा होता. शिवाय त्याचं खाद्य तिला न कळू देता मी कसा आणणार? तसं पाहिलं तर कुत्रे, बकरे खाण्याइतका तो अजून मोठा झाला नव्हता. पण उंदिर-बिंदिर घरात घेऊन आलो की तिला कळणारच.

"कुठे तो मामा डोक्यावर हात ठेवायला पोहोचला कोण जाणे!" कळल्याबरोबर आईची बडबड सुरूच झाली. तसा भाईमामाने कधी अजगर पाळला नाही. लव्हबर्डस्, मासे, पोपट असे दीन -दुबळे जीव पाळले त्याने. तेही आजीच्या जिवावर. मी जे काय पाळतो ते मीच सांभाळतो. आईला काही त्रास नसतो त्याचा. पण कटकट न करता राहील ती आई कसली?

खरं तर कालियाला आणल्यापासून माझं काम खूपच वाढलं. बाथरूम, टब, सगळं साफ करायचं काम माझं. मोलकरीण, झाडूवाली- माझ्या खोलीत येणारच कोण कालिया आहे म्हटल्यावर? शिवाय तो खिडकीतून बाहेर पडला तर? -दरवाजातून बाहेर पडून घरभर फिरायला लागला तर? गॅलेरीतून बाहेर गेला तर? अशा सर्व जर-तर मुळे माझी खोली कायम बंद. त्यामुळे खोलीची झाड-पूस, माझे कपडे व्यवस्थित ठेवणं, पसारा आवरणं, धुवायचे कपडे आठवणीने घेऊन जाणं, सुकलेले कपडे आणून ठेवणं, इतकंच काय, पण रात्री पाण्याची बाटली माझ्यासाठी आणून ठेणण्यापुरताही कोणी माझ्या खोलीत पाय ठेवेना. स्वावलंबनाचे धडे गिरवता-गिरवता जीव मेटाकुटीला

यायचा. पण करतो काय? कालियावरच्या प्रेमापोटी अंगावर आलेलं सगळं शिंगावर घेऊन निभावत राहिलो.

कालियाला मी घेऊन आलो, तेव्हा ते अगदी छोटं पिल्लू होतं. अगदी दोन फुटी. पण वर्षभरातच दुप्पट लांबीचं झालं. मी काळजीच घेत होतो नीट. सुरुवातीला तर त्याच्या पोटापाण्याची व्यवस्था व्हावी म्हणून कुठे-कुठे सापळे लावायचो. आत छान भजी-बिजी ठेवायचो. आणि उंदीर पकडून आणून कालियाला खायला घालायचो. तशी भूक काही मोठी नव्हती कालियाची. आठवड्यातून एकदा खायला घातलं की बस. नंतर कुठूनसा मला पत्ता मिळाला उंदीर विकणाऱ्या दुकानाचा. मग उंदीर पकडण्याचा त्रासही वाचला बुवा. पण एकदम खूपसे उंदीर आणून फ्रीजमधे ठेवावे आणि एकेक करून कालियाला खाऊ घालावे म्हटलं तर आईने साफ सांगितलं, "फ्रीजमधे उंदीर ठेवायला देणार नाही. अंगद, तू आधी जाऊन त्या सापाला सोडून ये रानात."

एक तर अजगराला साप म्हणायचं. शिवाय त्याचं इतकं छान नाव मी ठेवलंय, ते तर तिच्या खिजगणतीतच नाही. आणि गाण्याला ध्रुपद असावं तसं आईच्या रडगाण्याचं ते ध्रुपदच. दर वेळी काहीतरी बोलायाचं आणि पुढे 'अंगद, त्या सापाला सोडून ये' म्हणायचं.

-"अंगद, अभ्यास करत नाहीस तू हल्ली. जा आणि सापाला सोडून ये."

-"अंगद, खोली साफ करायला मिळत नाही तुझी. जा आणि सापाला सोडून ये."

-"अंगद, असले कसले जगावेगळे छंद रे तुझे? जा आणि सापाला सोडून ये."

-"अंगद, एखाद्या दिवशी खोलीतून बाहेरही येईल तो. जा आणि सापाला सोडून ये."

कधी मी जेवायला बसलो तरी प्रत्येक घास घशाशी अडकायचा. केव्हा आईचं ध्रुपद वाजेल, काही सांगता यायचं नाही. सदा मानगुटीवर भूतच! कालियाची आणि माझी एव्हाना इतकी घट्ट मैत्री जुळली होती सांगू! कॉलेज मधून आलो की आधी त्याला टबमधून बाहेर काढायचं. त्याची मान पकडायची. मग तो जीभ आत-बाहेर, आत-बाहेर करत राहाणार. मग त्याच्या अंगावरून हात फिरवायचा. रोज हे सगळं न चुकता होणारच. रविवारी त्याला न चुकता उंदीर आणून खाऊ घालायचा. दुकान इतकं लांब. पण अभ्यासाचा वेळ खर्चून मी उंदीर आणायला जाणारच. कालिया उपाशी राहाता कामा नये. आईला नेमका याचाच तर राग यायचा. अभ्यासाचा वेळ वाया जातो. तोही एका सापाच्या मागे. "अजगर आई अजगर" मी किती वेळा सांगितलं. पण ती 'साप'च म्हणणार. कालियाला आणल्यापासून कॉलेज संपलं की मी सरळ घरीच

यायचो. मित्रांबरोबर वेळ घालवत बसायचो नाही. आल्याबरोबरही कालियाबरोबर तो कितीसा वेळ घालवणार मी? थोडा वेळ घालवला की अभ्यासालाच तर लागायचो. उलट कालिया घरात आल्यापासून मित्रांबरोबर कमीच गेला वेळ माझा. भटकंतीला पण गेलो नाही. एका जिवंत जिवाला खोलीत बंद करून बाहेर कुठे जाणं मनाला पटायचंच नाही. शिवाय आईचं ध्रुपद असायचं. "अंगद, बाहेरगावी कुठे जायचं असेल तर आधी त्या सापाला सोडून ये."

नाव कालिया, पण काळा नाहिये हं का तो. तपकिरी आणि फिक्कट पिवळट अशा मिश्र रंगाच्या कालियाच्या अंगभर भूमितीतल्या आकृत्या असाव्यात तसं नक्षीकाम आहे. डोक्यावर बाणाच्या आकाराची खूण आहे. रोज त्याला कुरवाळतो तेव्हा रोज नव्याने निरीक्षण करतो मी त्याचं. उलट त्याच्यासाठी कॉलेजचे तास संपल्या-संपल्या घरी आल्यामुळे अभ्यास छानच झाला. चांगले गुण मिळवून अभियांत्रिकी परीक्षा उत्तीर्ण झालो आणि त्याच्या पायगुणाने - आता त्याला पाय नसले म्हणून काय झालं- गुणाने म्हणू, नोकरीही चांगली मिळाली. आता निवांत वेळ घालवता येतो रविवारी, कालियाच्या मागे.

कालियाला माझा इतका लळा लागलाय, की मी झोपलो की तोही वेटोळं करून माझ्या पलंगावर झोपतो. आईला हे माहीत नाहीये. नाहीतर चादरी पण वॉशिंग मशीनमधे टाकायला देणार नाही ती. "तुझ्याच बाथरूममधे हाताने धू" म्हणेल.

खरंच माझा कालिया इतका गुणी, इतका देखणा. माझीच दृष्ट लागली त्याला की काय कोण जाणे. अचानक कालियाने खाणंच बंद केलं. एकतर तो आठवड्यातून एकदाच खातो. रविवारीही त्याने खाल्लं नाही म्हटल्यावर मी बेचैनच झालो. सरळ नेटवरून माहिती काढली आणि सोमवारी डॉक्टर बडवेंना फोनच केला. आणखी एखादा आठवडा थांबावं, असं डॉक्टरांचं म्हणणं पडलं. पण पुढच्या रविवारपर्यंतही कालियाने खाल्लं नाही म्हटल्यावर काळजीच वाटायला लागली मला. सोमवारी ऑफीसमधून सरळ डॉक्टरांकडेच गेलो.

-"अजगराने खाणं सोडण्याची अनेक कारणं असू शकतात. तसं एखाद्या वेळी नाही खाल्लं, तर काळजी करण्यासारखं काही नसतं."

"दोन आठवडे झाले डॉक्टर."

"घर बदललंय का तुम्ही? बदलत्या वातावरणाशी जुळवून घेताना अजगर करतात कधी-कधी असं." डॉक्टरांनी एक शक्यता सुचवली.

माझी नकारार्थी मान हललेली पाहून मग ते म्हणाले, "बरा असेल तो. मजेत

असेल. कदाचित अन्नाची जरूरीच नसेल त्याला. म्हणूनही नसेल खाल्लं. किंवा नेहमीपेक्षा काही वेगळं खाणं दिलंत का त्याला?" मी पुन्हा मान हलवली. 'गवारीची भाजी, शिराळ्याची भाजी असली की मला जेवण जात नाही तसं?' माझ्या मनात विचार आला. पण मी तर उंदरांचं दुकानही बदललं नव्हतं.

"थंडीच्या दिवसांत कधी-कधी अजगर जेवण सोडतात. अशा वेळी त्यांचं वजन तर कमी होत नाहीये ना, एवढंच पाहायचं असतं. पण आता तर थंडीचे दिवसही नाहीयेत." डॉक्टरच पुढे म्हणाले. मला मान हलवायची वेळही आली नाही.

"त्याला असुरक्षित वाटतंय का? त्याचा पिंजरा कुठल्या दुसऱ्या ठिकाणी हलवलाय का तुम्ही? त्याला असुरक्षित वाटेल अशा ठिकाणी?"

"मी कुठेच हलवू शकत नाही त्याला डॉक्टर. त्याला माझ्या खोलीतून बाहेर काढलं, तर बाकीच्यांनाच असुरक्षित वाटेल." यावर आम्ही दोघंही समजून हसलो.

"मग तो आजारी तरी असला पाहिजे. किंवा त्याचं वय तरी झालं असलं पाहिजे." डॉक्टरनी शेवटच्या दोन शक्यता सुचवल्या.

'वय तर कालियाचं झालेलंच नाही. मग आजार?'

"काय झालं असेल त्याला डॉक्टर?" आता मला काळजीच वाटायला लागली.

"तपासावं लागेल. पण त्यापूर्वी तुम्ही त्याचं नीट निरीक्षण करा. नेहमीपेक्षा त्याच्या वागण्यात, त्याच्या सवयींत काही फरक पडलाय का ते पाहा. आठवड्याभराने भेटू आपण. काळजी करू नका. आणखी एखादा आठवडा उपाशी राहिला तरी काही होणार नाही त्याला. पण त्याच्या वागण्याची नीट पाहाणी मात्र करा.

-आई नेहमी सांगते की लहानपणी मी खूप आजारी असायचो आणि ती माझ्या काळजीने रात्र-रात्र जागी असायची. डोळ्याला डोळा लागायचा नाही म्हणे. आई आणि तिचे वाक् प्रचार! म्हणे डोळ्याला डोळा लागायचा नाही. पण डॉक्टर बडवेंकडून आलो त्या रात्री मला 'डोळ्याला डोळा न लागणे' म्हणजे काय ते कळलंच. अख्खी रात्र मी जागाच. अगदी कूसपण बदलली नाही. ताठच्या ताठ पाठीवर पडून होतो. दोन्ही हात पोटावर एकमेकांत गुंतलेले आणि मन कालियाच्या काळजीने व्याकूळ. गंमत म्हणजे कालियाला पण कसली काळजी होती, की त्याच्या काय पोटात वगैरे दुखत होतं कोण जाणे. तोही आज नेहमीप्रमाणे वेटोळं करून न झोपता ताठच्या ताठ झोपला होता. म्हणजे तो असा किती दिवस झोपत होता कोण जाणे! कदाचित माझा

डोळ्याला डोळा लागल्यानंतर तो असा झोपत असेल. पण माझ्या तर आजच लक्षात आलं. अख्खा आठवडा असा गेला. मी कालियाच्या काळजीत रात्र-रात्र जागा आणि कालिया माझ्या बाजूला ताठच्या ताठ पडून. एरव्ही मी ऑफीसमधून यायचो तेव्हा त्याच्या टँकमधे वेटोळं करून बसलेला असायचा. पण झोपताना अंथरुणात ताठच. अगदी सरळ.

लहान मुलं नाही का मोठ्यांची नक्कल करत? मोठ्यांनी कपाळाला हात लावला की मुलं पण कपाळाला हात लावतात. मोठी माणसं हातांची बोटं पाठीमागे जुळवून उभी राहिली की मुलंही तशीच करतात. भाईमामाने पाळलेला पोपट तर म्हणे एकदा कोणी ओळखीच्यांनी थोड्या दिवसांसाठी नेला होता. महिन्याभराने पोपट परत आणला तेव्हा म्हणे तो जोरजोरात भांडल्यासारखा ओरडायला लागला होता. आईच सांगते. म्हणजे कालिया माझ्या झोपण्याच्या पद्धतीची नक्कल करत होता तर!

- ह्याही आठवड्यात कालियाचं लंघन चालूच होतं. नंतरच्या सोमवारी मग मी ऑफीसमधून घरी लवकर आलो. कालियाला टोपलीत घातलं आणि सरळ डॉक्टर बडव्यांचा दवाखानाच गाठला. त्यांनी एकदा कालियाला तपासावंच.

"मला तर त्याच्या प्रकृतीत काहीच दोष आढळत नाहीये. पण त्याच्या सवयींमधे काही फरक आढळला का तुम्हाला?" डॉक्टरांनी विचारलंच.

"होय डॉक्टर. पूर्वी हा वेटोळं करून झोपायचा. आता सरळ ताठच्या-ताठ झोपतो. काही पोटात वगैरे दुखत असेल का याच्या?"

"कुठे झोपतो? त्याच्या टँकमधे की –"

"नाही डॉक्टर. पहिल्यापासूनच हा माझ्या बिछान्यातच झोपायचा. पण वेटोळं करून. पण हल्ली अगदी ताठच्या ताठ झोपतो. अगदी माझ्या शेजारी. पण ताठ. माझं अनुकरण करत असेल का तो?"

डॉक्टर विचारात पडले. पण क्षणभरच. मग खाडकन् उठून उभे राहिले.

"जा, आणि त्याला सोडून या. जिथून-कुठून आणलाय तिथे सोडून या."

"सोडून? का डॉक्टर? काय झालंय याला?"

"त्याला काही झालेलं नाहीये. पण त्याला सोडून आला नाहीत तर तुम्हाला मात्र होईल. जिवाला मुकाल तुम्ही."

"मला? मी का जिवाला मुकीन डॉक्टर? काय म्हणताय तुम्ही? नीट सांगा ना डॉक्टर!"

"अहो तो तुमची उंची मोजतोय. त्याची लांबी तुमच्या उंचीइतकी कधी होतेय याची वाट पाहातोय तो. एकदा का तुमच्या उंचीएवढी त्याची लांबी झाली की मग–"

माझ्या जिवाचा थरकाप झाला. किती निश्चिंतपणे झोपत होतो मी. आणि कालिया माझ्याच खोलीत माझ्याच पलंगावर माझी लांबी मोजत—

डॉक्टर बडव्यांकडून मी कालियाची टोपली घेऊन घरी आलो, तेव्हा स्वतःचा क्रूस खांद्यावरून वाहणाऱ्या येशू ख्रिस्ताच्या भूमिकेत असल्यासारखंच वाटत होतं मला.

घरी आल्या-आल्या मी चिंतनला फोन करून दुसऱ्या दिवशी सकाळी-सकाळी गाडी काढायची विनंती केली. या वेळी मात्र चिंतनला ठाऊक होतं की त्याच्या गाडीच्या डिकीतून कालियाचा परतीचा प्रवास चाललाय. कालियाला सोडताना कर्णाची टोपली गंगेच्या प्रवाहात सोडणाऱ्या कुंतीसारखीच अवस्था झाली होती माझी.

-खूप दिवसांनी, वर्षांनी आईने माझ्या खोलीचा ताबा घेतला. पडदे धुवायला निघाले. कपाटं, पंखा, जमिनीचा काना-कोपरा, बाथरूम सगळं साफ करत असताना तिचं गुणगुणणं की भुणभुणणं काय ते चालूच होतं. आता तिच्या गाण्याचं ध्रुपद मात्र बदललंय.

" अंगद, अरे लवकर लग्न कर बुवा आता. मी थकत चाललेय."

-- आता नव्या पिढीची मुलगी- नव्या पिढीची सून काय हिच्यासारखी घरगुती कामं करणार आहे? पण हिला आपलं वाटत असेल-

-- अंगदच्या आईला खरंतर असं काहीच वाटत नाहीये. पण ती आपली विचार करतेय—'सापापेक्षा सून बरी.'

('अभूतपूर्व' – विलेपार्ले २०१२)

२३. खूप खूप दिवसांनी

दहावीच्या परीक्षेपर्यंत सगळं कसं सुरळीत चाललं होतं. चांगल्या कॉलेजात प्रवेशही मिळाला. पण मग सगळंच बेसूर आणि भेसूर का होत गेलं? कधी सुरुवात झाली बिनसायला? छान कपडे, छान वातावरण, मौज-मस्ती, मित्र-मैत्रिणी या सगळ्यांमधे अभ्यास हातातून सुटत गेला की काय? नेमकं कधी आणि काय झालं, नीटसं समजलं नाही. पण अकरावीचं वर्ष तितकंसं गंभीरपणे घेतलं गेलं नाही आणि मग बारावीला काही जमेनाच. वाऱ्यावर पतंग भरदोर जावा आणि अख्खी फिरकीच रिकामी व्हावी, तसं झालं. दिवस जात राहिले. पहिली टर्म संपली आणि परीक्षा जवळ येतेयसं जाणवायला लागलं, तसं दडपणच यायला लागलं.

खोलीत एकटं असलं की चारही भिंती, छत सगळं अंगावर आल्यासारखं वाटायचं.

"ऋजुता, अग झालंय काय तुला?" आई विचारायची.

"अभ्यास चाललाय ना व्यवस्थित?" बाबा विचारायचे. कॉलोजमधे तर सारखा अभ्यासाचाच विषय असायचा. पहिल्या टर्ममधे धमाल करणाऱ्या मानसी आणि सोनल पण तासनतास वाचनालयात पुस्तकात मान खुपसून.

"आई, आज तू जाऊ नकोस ऑफिसला. अशी माझ्याजवळ बसून राहा." मला सांगावंसं वाटायचं. मग वाटायचं, नकोच! आई बसली तरी अभ्यास थोडाच होणार आहे? गणित तर अकरावीपासूनच येत नाहीये. आता इतक्या थोड्या दिवसांत अकरावी आणि बारावी दोन वर्षांचं गणित जमणार आहे का?

फिजिक्स, केमिस्ट्री कुठलाही विषय करायला बसलं तरी गणिताची कोरी पाटी डोळ्यांसमोर नाचत राहायची आणि बाकी विषयांचा अभ्यास करूनही फायदा नाही असं वाटायला लागायचं. एकूण सगळाच बोऱ्या! बाबांना विश्वासात घेऊन सांगावं का? व्यवस्थित तर नाहीच, पण अभ्यासच चालला नाहीये मुळात. तुमची लाडकी चारुता लाड करण्याच्या लायकीचीच राहिलेली नाही. एक साधं अभ्यास करणं पण जमत नाहीये तिला. पाटकरकाकांचा चिन्मय, कुलकर्णीकाकांची मधुरा आणि आई, तुझ्या ऑफिसातल्या वसुधामावशीची राधिका- कोणाशीही तुलना करता येणार नाहीये तुम्हाला यावर्षी माझ्या मार्कांची. एवढंच नव्हे, तर ती तिघंही पुढे जाणारैत. मी एकटीच राहाणार आहे मागे.

हल्ली कॉलेजला जाताना चांगले कपडेही घालावेसे वाटत नाहीत. आरशात

पाहून केस विंचरायला लागलं, तर चित्रविचित्र आकृत्या आणि समीकरणांची गुंतागुंतच नाचायला लागते डोळ्यांसमोर. डिसेक्शन करायला लागलं की वाटतं, आपणच निजावं टेबलावर आणि सर्वांनी आपलं डिसेक्शन करून मार्क मिळवावे. असाही या शरीराचा, या मेंदूचा, या हातांचा, या डोळ्यांचा आपल्याला काही उपयोग नाहीये. मग दुसऱ्यांना तरी व्हावा त्याचा उपयोग.

या वर्षी दिवाळीत काही गोड-धोड खावंसंच वाटलं नाही. 'गोड खाल्लं की झोप येते. मग अभ्यास होत नाही.' सांगून गोड खायची टाळाटाळच केली.

"तुला आवडतात म्हणून केल्या ना करंज्या चारू?" आई म्हणाली, तसं रडूच यायला लागलं. आईने लाड करावे अशी लायकीच राहिली नाहीये आपली. एक साधी 'आपण अभ्यास करून वर यावं,' ही तिची इच्छादेखिल पुरी करू शकत नाही आहोत आपण. तर तिने केलेलं गोड-धोड खायचा आपल्याला अधिकारच काय?

प्रिलीमला आजारी पडलो आणि तात्पुरती तरी झाकली मूठ सव्वा लाखाची राहिली. वर्गात हजेरी पूर्ण वेळ होती, त्यामुळे परीक्षेला बसायची परवानगी मिळाली. आई-बाबा सुखावलेत. पण किती क्षणभंगूर आहे हे सूख. लवकरच त्यांना समजेल की मुठीत काही नव्हतंच. आईला ऑफीसमधे किती लाज वाटेल? आणि बाबांनाही पाटकरकाका आणि कुलकर्णी काकांसमोर मान खाली घालावी लागेल. दहावीत या सर्वांच्या मुलांपेक्षा किती जास्त टक्के मिळाले होते मला.

वाढदिवसाला बाबांनी नवा ड्रेस आणला. "घालून बघ बरोबर होतोय का. नाहीतर बदलून आणायला हवा." नाईलाजाने घालून पाहिला. बरोबर झाला. मग फोटो! चेहऱ्यावर हसू म्हणून येईना. असं काही खोटं-खोटं आणता येतं का हसू? लहानपणापासून खरं-खरं वागायला शिकवलं आई-बाबांनी. मग आता अचानक इतका अभिनय कसा जमायचा?

पण खरंच! गेलं वर्षभर किती खोटंच वागतोय आपण. 'अभ्यास झाला नाहीये, होत नाहीये आणि परिक्षेपर्यंत होणारही नाहीये," हे सांगितलंच कुठे आपण कोणाला? लपवूनच ठेवलंय सगळं. म्हणजे अभिनयच करतोय ना?

पण फोटो काढला ते एक चांगलंच झालं. पुढे 'दु:खद निधन' किंवा 'प्रथम-स्मृतीदिन' अशा मथळ्याखाली छापायला होईल ताजा-ताजा फोटो.

मरण? हो मरणच. हाच दिसतोय एक साधा-सोपा उपाय या सर्व दडपणातून सुटका करून घ्यायचा. सगळे जे काय हसायचंय ते आपल्यालाच हसतील-नावं ठेवतील. पण आई-बाबांना नको मान खाली घालायला. आई-बाबांनी खूप केलं आपल्यासाठी. नुसत्या गरजा पुरवल्या नाहीत. लाड केले. बाबांनी

तर फक्त नोकरीच केली. पण आईने तर घरची कामं सांभाळून नोकरी केली आणि शिवाय लाड. दिवाळी, वाढदिवस, कपडे, वस्तू सगळं महागडं आणि छान दिलं.

सारिकाला हे सगळं मिळत नाहीये. पण तरीही तिने अभ्यास केलाय. गणित जमवून घेतलंय. इतर विषयांचाही कसून अभ्यास केलाय. घर पण किती लहान आहे तिचं. त्यात अभ्यास करायलाही जागा नसते. मग वाचनालयात उशिरापर्यंत बसून करते अभ्यास. मीही बसते कधी-कधी तिच्याबरोबर. पण तिचा अभ्यासाचा झपाटा पाहून माझं दडपण वाढतच जातं. मग मी टेबल बदलून लांब जाऊन बसते तिच्यापासून. पण तसंही पुन्हा-पुन्हा जातंच तिच्याकडे लक्ष. शिवाय असंही हल्ली वाचनालयात कुठेही लक्ष गेलं तरी सगळी मुलं अभ्यासच अभ्यास करत असतात.

हल्ली मला नवा छंद जडलाय. कोण किती पानं उलटतायत ते पाहात राहायचं. मग शाळेतली आठवण येते. शाळेत पेपर लिहिता-लिहिता कोणी 'सप्लीमेंट' मागितली की लगेच आपल्या उत्तरपत्रिकेची किती पानं शिल्लक राहिलीत ती आपोआप मोजली जायची. लगेच पेनाचा ॲक्सीलरेटर दाबला जायचा. दीपिकाच्या बाबतीत तर तेव्हा नेहमीच आश्चर्य वाटायचं की हिला इतक्या लवकर सप्लीमेंट लागतेच कशी?

आपल्याला इतक्या गंभीर परिस्थितीत इतके विनोदी विषय आठवायचा अधिकारच काय? आपण आता फक्त मरणाचा विचार करण्याच्या लायकीचेच राहिलोय.

मरण? आत्महत्त्या? बापरे! किती भयंकर विषय आणि तो हाताळण्याचे प्रकारही किती भयंकर. पंख्याला ओढणी बांधून गळफास? जाळून घेणं? गच्चीतून उडी? रेल्वेच्या रुळांवर झोपणं? पाण्यात बुडून? कुठलाही प्रकार डोक्यात आला तरी अंगभर शहारा उमटत जातो -विरत जातो, उमटत जातो - विरत जातो. त्यांपैकी एकतरी प्रकार जमणार आहे का आपल्याला?

हल्ली जेवण-खाण अगदी नकोसं झालंय. भूकच लागत नाही. आई एकट्याने इतक्या घाई–घाईत जेवण बनवते. आपल्याला जराही मदतीला बोलावत नाही. 'तू अभ्यास कर चारुता, मग सुट्टीत कर मला मदत.' अभ्यास असाही होतोयच कुठे?

'या वर्षी जाऊया हं कुठेतरी लांब. तुझी परीक्षा संपली की लगेचच जाऊ. मग एकदा का शाळांच्या परीक्षा संपल्या की तिकिटं मिळायचीच नाहीत कुठलीही.'

आई-बाबांचा उत्साह पाहिला की आतल्याआत गोठल्यासारखंच होतं.

कालपासून मी जेवणच सोडलंय. दुपारी मुळीच जेवत नाही. रात्रीही आई-बाबांच्या आधीच जेवून घेतल्यासारखं दाखवते. नाहीतर 'तुम्ही जेवून घ्या, मी नंतर जेवीन.' म्हणते. 'जेवल्यावर सुस्ती येईल. झोप येईल. एवढा चॅप्टर संपू दे.' गेले कित्येक दिवस तो एकच चॅप्टर चाललाय.
डोक्यात काही शिरेनासंच झालंय. गणितात असंही काहीच येत नाहीये. मग बाकीचे विषय येऊनही काय उपयोग? ओव्हर्स कमी होत चालल्यात. त्यामुळे 'रिक्वायर्ड रन-रेट' वाढत चाललाय. पुन्हा विनोद?
हळू-हळू अंगातली ताकद संपत चाललीय. संध्याकाळी आई-बाबांचा वावर असतो तेव्हा उठून-बसून पुस्तक हातात घ्यावंच लागतं. बाबांच्या ऑफिसातले कुमार अंकल असे जैनांचे उपवास दर वर्षी करतात. बरंच पुण्य कमावतात. दर वर्षी प्रमोशन. नऊ दिवसांच्या उपवासात शेवटचे दोन-तीन दिवस ते ऑफिसलाही येऊ शकत नाहीत.
मीही कित्येक दिवस कॉलेजला गेले नाहीये. परवा सारिकाचा फोन आला होता. 'घरीच अभ्यास करतेस का?' विचारत होती. काय बोलणार? अशीही बोलायची ताकद संपतच चाललीय. आज दहा दिवस झाले. पोटात अन्नाचा कण नाही. पाणी तेवढं पितेय. नऊ दिवस तर जैन लोकही जगतातच. म्हणजे आजपासून खरी आपली मरणयात्रा सुरू झाली समजायचं. काउंट डाऊन बिगिन्स. 'स्लो ॲन्ड स्टेडी विन्स द रेस' की 'लूजेस द रेस?' आपण तर असेही आणि तसेही हरतोच आहोत. नापास होऊन तरी, नाहीतर मरून तरी. मरावे परी कीर्तीरूपे उरावे. वा! काय पण कीर्ती! आई-वडिलांचं नाव - आत्महत्या करणाऱ्या मुलीचे आई-वडील. आई नोकरी करते ना! मग मुलीकडे बघायला कोण? पैसे कमवा म्हणावं. पण कोणासाठी? ही एकुलती एक मुलगी. आता पैसा काय करायचाय? मुलगी तर गेली.
मी निपचीत पडलेय. कसलंही भान नाही. चैतन्य नाही. ताकद नाही. अस्तित्त्वाची जाणीव नाही.
'डॉक्टर-डॉक्टर, लवकर या. डोळे उघडलेत बघा हिने.' मग पांढऱ्या कपड्यांची धावाधाव. हा पांढरा रंग जिथे-तिथे. माझ्या कोऱ्या उत्तरपत्रिकांसारखा. माझ्या खोलीचा रंग तर आकाशी आहे आणि परीक्षा संपेपर्यंत रंग लावायला बोलवायचंच नव्हतं. मग? हात भरून आल्यासारखा वाटतोय. पेपरभर लिहिण्याइतकाही अभ्यास झाला नाहीये. मग चार सप्लीमेंट भरून आणखी लिहिल्यासारखा हात का दुखतोय? बापरे! या सुया-नळ्या-सलाईन? तरीच हा पांढरा रंग. हॉस्पिटलचा!
आई-बाबा का रडतायत? रिझल्ट पण लागला की काय एवढ्यात? परीक्षा

कधी सुरू झाली? संपली कधी? रिझल्ट कधी लागला? पेपर कसे गेले होते? वाईटच असणार. आई-बाबा रडतायत म्हणजे.

-आज घरी आणलंय मला. अजूनही ताकद नाहीये उठून बसायचीही. आई रजेवर आहे. माझ्या परीक्षेसाठी रजा घेणार होती ती. ती परीक्षेआधीच घ्यावी लागली.

'चारुता, अग सांगायचं ना? का केलंस तू असं? डॉक्टर म्हणाले, कमीत कमी दहा दिवस तरी पोट रिकामं होतं. जेवण तर मी करूनच जात होते. रात्री उशिराने जेवीन म्हणायचीस. करायचीस काय त्या जेवणाचं?"

" ताराबाईंना दयायचे आई."

" मी पण लवकर निघायचे. उशिरा यायचे. रजा हवी होती ना तुझ्या परीक्षेच्या वेळी घ्यायला? पण तू आधीच घ्यायला लावलीस."

" आई, मला परीक्षेला बसायचं नाहीये. गणित येत नाहीये. अकरावीचंही आणि त्या दडपणामुळे बाकी विषयांचाही झाला नाहीये अभ्यास." सांगून मोकळी झाले एकदाची.

" अग, म्हणून इतकं टोकाचं पाऊल? आयुष्यातलं एक वर्ष फार मोलाचं असतं चारू. पण एक वर्ष म्हणजे अख्खं आयुष्य नव्हे. आणि तुझ्या आयुष्यावर आमचा काहीच अधिकार नाही का चारू? माझा आणि बाबांचा?" तेवढ्यात बाबा आले. म्हणजे हेही रजेवरच आहेत की काय?

" आई, मला परीक्षेला बसायचं नाहीये." मला अजूनही परीक्षेची धास्ती.

" परीक्षा सुरू होऊन चार दिवस झालेत चारुता. तेव्हा आता परीक्षेचं दडपण काढून टाक मनातून. हुशार तर तू आहेसच. पण नसेल जमत तर सोडून दे विज्ञानशाखा. वाणिज्य, कला अनेक शाखा आहेत. अनेक लहान-मोठे अभ्यासक्रम आहेत. अनेक वाटा आहेत आणि अनेक शिखरं आहेत काबीज करण्यासारखी. सर्वांनाच एव्हरेस्ट गाठता येत नाही. आमची इच्छा होती तूही गाठावंस अशी. पण आग्रह नाही. सुट्टीत तर आपलं जायचं ठरलंच होतं बाहेरगावी. तुला थोडी ताकद आली की आपण जाऊच. सहलीहून आल्यावर विचार कर आणि ठरव काय करावं ते. छोट्या शिखरावरून पण आयुष्याचं सौंदर्य अनुभवता येतं चारुता."

बोलता-बोलता आई थांबली. तिच्या डोळ्यांतून अश्रूंचा महापूर. पाठी पाहाते तर बाबांच्या डोळ्यांतूनही तेच. बापरे! मी मरणाच्या वाटेवरून परत आलेय, तरी असं? मग मी संपूनच गेले असते तर?

" रडू नका आई-बाबा. मी पुन्हा कधीही असा वेडेपणा करणार नाही आणि करायचाच झाला, तर तुम्हाला सांगून करीन."

"वा ग बये! म्हणे सांगून करीन!" बोलता-बोलता आई हसली. बाबाही हसले. हसण्याचा रोग संसर्गजन्यच म्हणायचा. कारण मलाही हसू आलं. खूप खूप दिवसांनी.

(प्रतिभा दिवाळी अंक)

अल्प परिचय

डॉ. सुमन नवलकर
एम. ए. , पीएच. डी. (मुंबई विद्यापीठ)
प्रबंधाचा विषय: १९४५ ते १९८५ कालखंडातील बाल कवितेचा चिकित्सक अभ्यास

कार्यक्रम
१) 'लिंबू-टिंबूंच्या जगात' हा मुलांसाठी कथा-कवितांचा कार्यक्रम व कार्यशाळा
२) 'मन-शब्दांचं नातं' हा मोठयांसाठी कथा-कवितांचा कार्यक्रम
३) संपूर्ण कथाकथनाचा कार्यक्रम
४) संपूर्ण विनोदी कथा-कविता-वात्रटिकांचा कार्यक्रम
५) संपूर्ण कवितांचा कार्यक्रम

इतर

- शाळा, कॉलेज, दूरदर्शन, आकाशवाणी येथे कथा, कविता, बालनाटिका, बालकथा, बालकवितांचे कार्यक्रम.
- वर्तमानपत्रे, नियतकालिके, दिवाळी अंकांतून साहित्य प्रकाशित
- नगरपालिकांच्या शाळांत कार्यक्रम विनामूल्य सादर
- अनेक कथा, कविता, बालकथा, बालकवितांना राज्यस्तरीय पुरस्कार
- अखिल भारतीय मराठी साहित्य संमेलनात, महानगर साहित्य संमेलनात सहभाग
- 'मायबोली मराठी शिकूया', या ओरिएंट - ब्लॅकस्वानच्या पुस्तकसंचासाठी लेखन
- 'साहित्य अकादमी'च्या चर्चा-सत्रांमधे पेपर सादर
- एकंदर ४१ पुस्तके प्रकाशित

प्रकाशित बाल साहित्य

- बालकविता संग्रह - १) लिंबू टिंबू, २) आमची शाळा, ३) चिखलपूरची चिखलगाथा, ४) आंघोळीची गोळी, ५) गोंधळात गोंधळेकर, ६) चिक्कण मिक्कण, ७) गडबड घोटाळा, ८) धडपडणारी मुलं, ९) झिम्मड झिम, १०) आंधळी कोशिंबीर
- बालकथा संग्रह - १) निकालाचे पेढे, २) अंगठेबहाद्दर, ३) खरेपणाचे पाऊल, ४) बोबडी सुटली, ५) गमतीचा आरसा, ६) सुट्टीमधील खजिना, ७) वजनदार, ८) मिष्टी गोष्टी, ९) मजेदार गोष्टी, १०) आपलं आपण, ११) रोज नवी गोष्ट हवी
- बालकादंबरी - १) अजबुली घंटुली, २) इटुकली घंटुली, ३) चिंध्यांची बाहुली, ४) काटेरी मुकुट, ५) पिट्टू पिट्टू पोपट, ६) धम्माल तास, ७) मिन्नीचं घर उन्हात

महत्वाचे बालसाहित्य पुरस्कार

१) मराठी बाल-कुमार साहित्य सभा (कोल्हापूर) - दोन वेळा
२) साहित्यप्रेमी भगिनी मंडळ (पुणे)
३) आशीर्वाद पुरस्कार (मुंबई) - दोन वेळा
४) कवी अनंतफंदी पुरस्कार (संगमनेर)
५) साद पुरस्कार(मुंबई) - दोन वेळा
६) मुंबई मराठी साहित्य संघाचा मिलिंद गाडगीळ पुरस्कार
७) अंकुर साहित्य संघाचा पुरस्कार (अकोला) - दोन वेळा
८) स्व. शशिकलाताई आगाशे स्मृती पुरस्कार (बुलडाणा)
९) महाराष्ट्र साहित्य परिषदेचा वि. वि. बोकील उत्कृष्ट बालसाहित्य पुरस्कार
१०) बालरंजन साहित्य मंचचा उत्कृष्ट बालसाहित्य पुरस्कार (कोल्हापूर)
११) दत्तात्रय सांडू प्रतिष्ठानचा उत्कृष्ट बालसाहित्य पुरस्कार (मुंबई)
१२) महाराष्ट्र शासनाचा स्व. यशवंतराव चव्हाण राज्य वाङ्मय पुरस्कार राजा मंगळवेढेकर पुरस्कार. बालवाङ्मय –कथा
१३) स्व. सुदाम सावरकर स्मृती राज्यस्तरीय उत्कृष्ट बालवाङ्मय पुरस्कार (अमरावती)
१४) अमरेंद्र भास्कर बाल-कुमार साहित्य संस्था (पुणे) उत्कृष्ट बालसाहित्य पुरस्कार
१५) प्रद्मगंधा प्रतिष्ठानचा बालसाहित्य पुरस्कार (नागपूर)
१६) महाराष्ट्र शासनाचा स्व. यशवंतराव चव्हाण राज्य वाङ्मयम पुरस्कार. साने गुरूजी पुरस्कार, बालवाङ्मय-कादंबरी
१७) अक्षरसागर साहित्य मंच, गारगोटी, विशेष बालकथा पुरस्कार
१८) मातोश्री स्व. सूर्यकांतादेवी रामचंद्रजी पोटे राज्यस्तरीय मराठी वाङ्मय पुरस्कार
१९) साने गुरुजी कथामाला सोलापूर तर्फे सौ. निर्मला मठपती स्मृती बालसाहित्य सेवा पुरस्कार
२०) तितिक्षा इंटरनॅशनल (पुणे) चा बालकादंबरीसाठीचा पुरस्कार

Children's literature in English
Published children's poem books
1) Happy Poems
2) Walking on my hands
3) Tiny poems for tots (e book on Amazon's Kindle)

प्रकाशित मोठयांचे साहित्य
१) कथासंग्रह - सारे स्वल्पविराम
२) कवितासंग्रह - कागदी होडया
३) वात्रटिका संग्रह - गध्देपन्नाशी
४) काव्यरूप कादंबरी - बदलेनही मी प्रारब्ध
५) कादंबरी - नि:शब्द
६) विनोदी कथासंग्रह - मस्त-झकास-अफाट इ.इ.
७) विनोदी लेख-माला - खुसखुसमेव
८) विनोदी कथासंग्रह- माणूस आडवा जातो तेव्हा,
९) कथासंग्रह - अंधारयात्री
१०) कादंबरी - अद्वैत

महत्वाचे मोठयांच्या साहित्याचे पुरस्कार
१) अंकुर साहित्य संघाचा पुरस्कार
२) विशेष उल्लेखनीय साहित्यकृती (कवी अनंतफंदी-संगमनेर)
३) स्व. सुदाम सावरकर स्मृती राज्यस्तरीय उत्कृष्ट वाङ्मय पुरस्कार (कादंबरी) अमरावती
४) के. नारखेडे स्मृती पुरस्कार (भुसावळ)
५) महाराष्ट्र साहित्य परिषदेचे-कॉन्टिनेंटल प्रकाशन पुरस्कृत कै.चिं. वि. जोशी श्रेष्ठता पारितोषिक
६) मराठी ग्रंथ संग्रहालय ठाणे चा श्री स्थानक राज्यस्तरीय साहित्य पुरस्कार २०२१
७) तितिक्षा इंटरनॅशनल (पुणे) चा कथासंग्रहासाठीचा पुरस्कार

Made in United States
North Haven, CT
22 August 2025

72014599R00088